पुणे विद्यापीठाच्या प्रथम वर्ष वाणिज्य शाखेच्या (F.Y.B.Com.) २०१३-१४च्या
सुधारित अभ्यासक्रमानुसार लिहिलेले क्रमिक पुस्तक;
तसेच महाराष्ट्रातील इतर सर्व विद्यापीठांना उपयुक्त.

I0691489

विपणनशास्त्र आणि विक्रयकला
(विपणनशास्त्राची मूलतत्त्वे)

Marketing and Salesmanship
(Fundamentals of Marketing)

डॉ. एस. व्ही. कडवेकर

प्राध्यापक, डी. एस. सावकार अध्यासन, पुणे विद्यापीठ
संस्थापक-संपादक जर्नल ऑफ कॉमर्स अँड मॅनेजमेंट थॉट व
वाणिज्यविद्या

डायमंड पब्लिकेशन्स

विपणनशास्त्र आणि विक्रयकला
(विपणनशास्त्राची मूलतत्त्वे)
डॉ. एस. व्ही. कडवेकर

Marketing & Salesmanship
Dr. S. V. Kadavekar

प्रथम आवृत्ती : जून २०१३

ISBN 978-81-8483-532-8

मुखपृष्ठ
शाम भालेकर

प्रकाशक
डायमंड पब्लिकेशन्स
२६४/३ शनिवार पेठ, ३०२ अनुग्रह अपार्टमेंट
ओंकारेश्वर मंदिराजवळ, पुणे-४११ ०३०
☎ ०२०-२४४५२३८७, २४४६६६४२

info@diamondbookspune.com
www.diamondbookspune.com

प्रमुख वितरक
डायमंड बुक डेपो
६६१ नारायण पेठ, अप्पा बळवंत चौक
पुणे-४११ ०३० ☎ ०२०-२४४८०६७७

बाजारपेठा ह्या परमेश्वराने निर्मिलेल्या, निसर्गदत्त किंवा आर्थिक नियमानुसार बनत नाहीत. त्या व्यवसायामुळे निर्माण होतात. आज भासणाऱ्या कित्येक आवश्यकता या पूर्वीदेखील भासत असणार. परंतु, व्यावसायिककृतीद्वारे वस्तू-सेवा निर्माण करून त्यांचे प्रभावी मागणीत रूपांतर होईपर्यंत त्या सुप्तावस्थेतच राहिल्या. त्यानंतर ग्राहक लाभला व बाजारपेठ निर्माण झाली. सुयोग्य वस्तु-सेवांची निर्मिती, पतपुरवठा, जाहिरात व विक्रयकला यासारखी व्यावसायिक कार्ये होत नाहीत तोपर्यंत ग्राहकांना आवश्यकता भासणारच नाही!

– पीटर ड्रकर

अभ्यासक्रम

पुणे विद्यापीठ प्रथम वर्ष वाणिज्य शाखेचा विपणनशास्त्र आणि विक्रयकला या विषयाचा सुधारित अभ्यासक्रम
(Marketing and Salesmanship)
(२०१३-१४ पासून लागू)

उद्दिष्टे :

१) सामान्य उद्दिष्टे

   (अ) पणन आणि विपणन याबाबत जाणीव उत्पन्न करणे.

   (ब) व्यापार-व्यवसाय आणि विपणन यामध्ये सुसंबंध प्रस्थापित करणे.

२) विशिष्ट उद्दिष्टे

   (अ) विपणनविषयक मूलभूत संकल्पना जाणून घेणे.

   (ब) विपणनासंबंधी तात्त्विक बैठक माहिती करून घेणे आणि विपणन संशोधनासाठी वैचारिक विस्तार करणे.

   (क) आधुनिक स्पर्धात्मक जगात विपणनाचे असलेले महत्त्व ज्ञात करून घेणे.

   (ड) विपणन व्यूहरचनेसाठी नियोजन करतेवेळी लागणाऱ्या विश्लेषणात्मक क्षमता वाढविणे.

भाग – १

प्रकरण १ : विपणनाच्या मूलभूत संकल्पना

(एकूण १२ तासिका)

१.१ पणन (बाजार) – विपणन, विषयप्रवेश, अर्थ, व्याख्या, व्याप्तीप्रकार आणि महत्त्व

१.२ विपणन व्यवस्थापन – विषय प्रवेश, अर्थ, व्याख्या, व्याप्ती आणि महत्त्व

१.३ विपणनाची कार्ये – प्रमुख कार्ये, विनिमयाची कार्ये आणि पूरक (दुय्यम) कार्ये

१.४ विपणन संयोग (व्यामिश्र) – विषय प्रवेश -अर्थ, व्याख्या, व्याप्ती आणि महत्त्व

प्रकरण २ : विपणन वातावरण

(एकूण ८ तासिका)

२.१ विषयप्रवेश – व्याख्या आणि स्वरूप

२.२ विपणन वातावरणाचे घटक

२.३ सूक्ष्म आणि समग्र वातावरण

२.४ विपणन निर्णयावर विपणन वातावरणाचा पडणारा प्रभाव

प्रकरण ३ : खरेदीदाराचे वर्तन आणि बाजारपेठ विभागीकरण

(एकूण १४ तासिका)

३.१ विषयप्रवेश – व्याख्या, व्याप्ती आणि महत्त्व

३.२ खरेदीदार वर्तन ठरविणारे घटक, खरेदीदार वर्तनातील टप्पे – खरेदी प्रक्रिया

३.३ बाजारपेठ विभागीकरण – विषयप्रवेश, अर्थ आणि महत्त्व

३.४ विभागीकरणाचे आधार – चांगल्या विभागीकरणाची गुणवैशिष्ट्ये

प्रकरण ४ : वस्तू आणि किंमतविषयक धोरण

(एकूण १४ तासिका)

४.१ वस्तू संकल्पना – वस्तू वर्गीकरण

४.२ वस्तू व्यवस्थापनातील घटक – वस्तु व्यवस्थापकाची भूमिका

४.३ किंमत आकारणीवर प्रभाव पाडणारे घटक – किंमत ठरविण्याची उद्दिष्टे

४.४ किंमत आणि वस्तू जीवन चक्र – किंमत ठरविण्याच्या पद्धती

(एकूण ४८ तासिका)

भाग – २

प्रकरण ५ : पणन आपूर्ती आणि पुरवठा साखळी व्यवस्थापन

(एकूण १२ तासिका)

५.१ विषयप्रवेश – व्याख्या, उद्दिष्टे, व्याप्ती आणि महत्त्व

५.२ पणन आपूर्ती निर्णय

५.३ वितरण मार्ग रचना – वितरण मार्ग आखणी

५.४ विपणन मार्गांचे प्रकार व निवड

प्रकरण ६ : पणन प्रवर्तन संयोग

(एकूण १४ तासिका)

६.१ प्रवर्तन संयोग – अर्थ, व्याप्ती आणि महत्त्व

६.२ पणन प्रवर्तन प्रभावित करणारे घटक

६.३ जाहिरात आणि विक्रय वृद्धी – अर्थ आणि व्याख्या, विक्रयवृद्धीची साधने आणि पद्धती

६.४ जाहिरात : अर्थ आणि उद्दिष्टे, जाहिरात माध्यमे – अर्थ, प्रकार, फायदे आणि मर्यादा

प्रकरण ७ : ग्रामीण विपणन

(एकूण १० तासिका)

७.१ प्रस्तावना – अर्थ, व्याख्या, वैशिष्ट्ये, महत्त्व

७.२ ग्रामीण विपणन संयोग – महत्त्व, तत्त्वे आणि व्याप्ती

७.३ ग्रामीण विपणनाची सद्य:स्थिती

७.४ ग्रामीण विपणनातील समस्या आणि आव्हाने

प्रकरण ८ : सेवांचे विपणन

(एकूण १२ तासिका)

८.१ प्रस्तावना – अर्थ, व्याख्या, वैशिष्ट्ये, सेवांचे महत्त्व, विपणनातील सेवांचे स्थान

८.२ सेवांचे वर्गीकरण – औद्योगिक सेवांचे विपणन

८.३ सेवा विपणन संयोग (व्यामिश्र)

८.४ सेवा विपणन आणि अर्थव्यवस्था – रोजगार संधी निर्मितीमध्ये सेवा विपणनाचे स्थान, अर्थव्यवस्थेतील सेवाक्षेत्राचे महत्त्व, सेवांची गुणवत्ता

(एकूण ४८ तासिका)

अनुक्रम

अभ्यासक्रम

प्रकरण १

विपणन : मूलभूत संकल्पना

Basics of Marketing

१.१ बाजारपेठ (पणन) आणि विपणन

१.२ विपणन व्यवस्थापन

१.३ विपणनाची कार्ये

१.४ विपणन संयोग (व्यामिश्र)

१.१ बाजारपेठ –(पणन) आणि विपणन

विषयप्रवेश :

इ. स. १९५० नंतर अमेरिकेत आणि त्यानंतर जगात अन्यत्र मार्केटिंग किंवा विपणनयुग अवतरले असे म्हटले जाते. हे युग म्हणजे आर्थिक विकासाच्या अवस्थांमधील ५ वा टप्पा आहे. या टप्प्यात विपणनसंकल्पनेमुळे औद्योगिकीकरणाला प्रचंड चालना मिळाली. औद्योगिक उत्पादन, रोजगार संधी, राष्ट्रीय उत्पन्न यांत वाढ झाली. व्यापार वाढला. बाजारपेठांचा विस्तार झाला. सेवाव्यवसायाची सर्वत्र वाढ झाली. विपणनामुळे देशोदेशींच्या अर्थव्यवस्थांचे रूप पालटले.

जुन्या अर्थव्यवस्थेचे स्वरूप हे कृषिप्रधान होते. त्यावेळचे मुख्य लक्ष्य अन्नोत्पादन हे होते. ही पहिली अवस्था होय. त्यानंतर १७७० ते १८५० हा औद्योगिक क्रांतीचा काळ मानला जातो. या काळात कारखानदारी पद्धतीचा उदय झाला व औद्योगिकीकरणाचे युग अवतरले. त्यानंतर दुसऱ्या महायुद्धानंतरच्या काळात व्यवस्थापन व वित्तीय प्रशासनाचा काळ आला. आधुनिक संघटनांकडून महाकाय व्यवसाय उभारले जाऊ लागले. उत्पादन आणि अधिक उत्पादन हा मंत्र होता. मागणीपूर्व उत्पादन होऊ लागले. विसाव्या शतकाच्या सुरुवातीला उत्पादकतेचे, दर्जानियंत्रणाचे युग आले. कारखान्यातून स्पर्धात्मक पातळीवर विविध उत्पादने निर्माण होऊ लागली.

परंतु, माल न खपलेल्या अवस्थेत पडून राहू लागला. बाजारातील मागणी उभारी घेईना. पुरवठ्यावर केंद्रीकरण झालेल्या अर्थव्यवस्थेला, मागणीला चालना देणे आपोआप शक्य होईना. त्यावेळी पहिल्यांदा सन १९५० मध्ये समजून आले की बाजारपेठा या केवळ मागणी-पुरवठ्याच्या आर्थिक नियमानुसार ठरत नाहीत. त्यासाठी युरोप अमेरिकेतील उद्योगसंस्थांनी चिंतन केले. मार्क्स अँड स्पेस्नस, सीअर्स, तसेच जपान मधील मित्सुअी, सोनी यांनी प्रथम आपल्या व्यवसायाचे लक्ष्य केवळ ग्राहकांच्या गरजावर केंद्रित केले आणि त्यांना मार्केट आणि मार्केटिंगचा स्वतंत्र विचार करणे भाग पडले. सर्व व्यावसायिक निर्णय बाजारपेठेच्या उपलब्धतेच्या संदर्भात करणे किती निकडीचे आहे. हे त्यांना समजले. अशा तऱ्हेने 'व्यवसाय व्यवस्थापन' हे विपणनाभिमुख झाले. ही त्यावेळी घडलेली विपणन क्रांती होती. त्याला २०५० मध्ये एक शतक पूर्ण होईल. व्यवसाय म्हणजे विपणन आणि विपणन म्हणजे ग्राहक शोधणे आणि टिकविणे होय. हे या क्रांतीचे सूत्र होय. केवळ लोकसंख्या म्हणजे बाजारपेठ नव्हे. भारत हा २० वर्षांपूर्वी अतिरिक्त लोकसंख्या असलेला देश होता, पण म्हणून तो सर्वात मोठी बाजारपेठ म्हणून ओळखला जात नव्हता. गेल्या दहा वर्षांत झालेल्या बदलांमुळे भारतीय जनतेची क्रयशक्ती मोठ्या प्रमाणात वाढली. त्यामुळे भारत हा जगातील एक मोठी ग्राहक बाजारपेठ म्हणून ओळखला जातो. तीच गोष्ट चीनबाबत सांगता येईल. गेल्या २० वर्षांत चीनने उद्योग-व्यापारात आघाडी मारल्याने चीन ही जगातील मोठी औद्योगिक बाजारपेठ म्हणून ओळखली जाते. बाजारपेठेचे ३ अविभाज्य घटक म्हणजे (१) वस्तू व सेवांची उपलब्धता (२) क्रयशक्ती असलेली लोकसंख्या (३) खरेदी करण्याची गरज. आधुनिक अर्थव्यवस्थेत ग्राहकांच्या गरजा ओळखून त्याप्रमाणे वस्तू व सेवा उपलब्ध करण्यावर 'विपणन' संकल्पना, पद्धती उपयुक्त ठरलेल्या आहेत. अशा तऱ्हेने बाजारपेठांचा उदय हा आर्थिक तत्त्वानुसार नव्हे तर विपणनशास्त्राच्या रेट्यामुळे झालेला आहे. विपणी (किंवा बाजारपेठ), विपणन आणि विपणन व्यवस्थापन या संज्ञा 'विनिमय' या एका महत्त्वाच्या संकल्पनेवर आधारित आहेत. विपणनयोग्य वस्तू व सेवा निर्माण झाल्या तरच खरेदीदार निर्माण होतील; म्हणून वस्तूला विपणनक्षमता देणे म्हणजे ग्राहकाची गरज भागविणे हे उत्पादनाचे म्हणजे एकूण व्यवसायाचे उद्दिष्ट ठरले. म्हणून विपणन हे शास्त्र आहे; कारण त्यात ग्राहकाच्या गरजांचा सर्व बाजूंनी विचार होतो. पण ते केवळ शास्त्र नाही तर त्यात ग्राहकांच्या विविधतेचा व वस्तुवैविध्यतेचा विचारही महत्त्वाचा आहे. म्हणून विपणन ही कलादेखील आहे. त्यासाठी अनुभवावर आधारित पद्धती व तंत्रे शोधावी लागतात. ते अनुभवसिद्ध शास्त्र व कला आहे, पण हा अनुभव अनुकरणीय असेलच असे नाही.

अमेरिकेतील ग्राहक आणि भारतीय ग्राहक यांच्या सवयी, आवड-निवड सारख्या असणार नाहीत. विपणनशास्त्र म्हणूनच एक महाकाय ज्ञानशाखा म्हणून उदयास आले आहे.

बाजारपेठ (विपणी), विपणन : अर्थ आणि व्याख्या

विपणन हा शब्द वि + पणन = विपणन, असा बनलेला आहे. पणन या शब्दाला 'वि' हा धातू जोडलेला आहे. मूळ शब्द पणि. 'पणि' म्हणजे व्याजाचा धंदा करणारे लोक' असा उल्लेख ऋग्वेदात आढळतो. राहुल सांकृत्यायन यांच्या मते हे लोक सिंधु संस्कृतीचे (इस.पू.सु. २५०० वर्षे) नागरी लोक असावेत. गुह्यसूत्रात व्यापारात यश मिळण्यासाठी 'पण्यसिद्धी' नावाचा विधी दिलेला आहे. पण्यपासून पणन हा शब्द प्राकृतात आला. पणन म्हणजे मालाची विक्री करणे. विपणन म्हणजे वस्तू विक्रीयोग्य करण्यासाठीचे प्रयत्न करणे.

विपणी म्हणजे बाजारपेठ किंवा खरेदी-विक्रीची जागा.

इंग्रजीतील Marketing हा शब्द Market चे नामरूप असून जुन्या फ्रेंचमधील Markeit; इटालियन Merecato, जर्मन Markt ही रूपे लॅटिन शब्द Meratus वरून आलेली आहेत. हा शब्द Merchandise या शब्दाशी जवळीक साधतो. आपल्या दैनंदिन उपक्रमात बाजार हा शब्द रूढ आहे. बाजार हा शब्द मूळ फार्सी भाषेतील आहे. हाट असा संस्कृत शब्द याच अर्थी आहे; पण तो बाजारहाट असा संयुक्त शब्द वापरला जातो. घाऊक बाजार, किरकोळ बाजार, शेअर बाजार, नाणे बाजार इ. बाजाराची वैशिष्ट्ये म्हणजे ग्राहक, विक्रेते आणि व्यवहारासाठी जागा (ज्या ठिकाणी वस्तू-सेवा सादर केल्या जाऊ शकतील). अर्थशास्त्रीयदृष्ट्या बाजार ही एक यंत्रणा असते. ज्यामुळे व्यापारी व्यवहार घडून येतात. ग्राहक, उत्पादक यांना समाधान मिळते. किंमत ठरते. खरेदी-विक्रीव्यवहार सुरळीत पार पडतात. बाजारपेठेचे प्रमुख प्रकार २ आहेत. उपभोक्ता बाजारपेठ (Consumer Market) आणि औद्योगिक किंवा व्यावसायिक बाजारपेठ (Industrial or Business Market) देशातील किंवा एखाद्या प्रदेशातील उपभोग्य वस्तू व सेवा यांची एकूण खरेदी-विक्री ही त्या देशाची उपभोक्ता बाजारपेठ म्हणून ओळखली जाते. कारखाने अगर अन्य प्रकारच्या व्यावसायिक स्वरूपी वस्तू, माल, सुटे भाग इ. ची खरेदी-विक्री ही औद्योगिक बाजारपेठ म्हणून ओळखली जाते. या दोन्ही बाजारपेठा विकसित असणे तसेच त्यांतील व्यवहार सुरळीत चालणे हे अर्थव्यवस्थापनाचे दृष्टीने महत्त्वाचे असते. या प्रत्येक बाजाराचे स्वरूप वेगळे असते. त्यात स्थानिक, प्रादेशिक, राष्ट्रीय, आंतरराष्ट्रीय असे प्रकार पडतात. अर्थात जागतिकीकरणाच्या सध्याच्या काळात खरेदी-विक्री व्यवहार हे

एकमेकांशी निगडित झाल्याने बाजारपेठेतील स्थानभेदांना फारसे महत्त्व नाही. या दोन प्रकारांखेरीज पृथक्‌बाजारपेठ (Metro Market) म्हणून एक प्रकार उदयाला आला आहे.

पृथक् बाजारपेठ म्हणजे विविध उद्योगांत विखुरलेल्या परंतु परस्परानुवर्ती म्हणून व्यावसायिकांच्या उपभोक्त्यांच्या मनात ठसलेल्या वस्तू व सेवा यांचा समूह होय. उदा. ऑटोमोबाइलची बाजारपेठ ही पृथक् प्रकारात मोडते. कारण त्यात नव्या गाड्या, जुन्या गाड्या, गॅरेजेस, ड्रायव्हिंग व ऑटोमोटिव्ह व्यवसायाला वाहिलेली मासिके, ऑटो पार्ट्स इ. वस्तू-सेवा येतात. याचा विचार एकत्रित होत असला तरी त्याचे उद्योग वेगवेगळ्या प्रकारचे आहेत. अशा प्रकारात 'पृथक् मध्यस्थ' हा मध्यस्थांचा नवा प्रकार उदयास आला आहे. बाजारपेठ या संज्ञेला पूर्वी ठिकाण (जागा) असा वास्तवस्वरूपी अर्थ होता; परंतु सायबर युगात बाजारपेठ ही प्रतिमा (Virtual) स्वरूपी संकल्पना बनली आहे. इंटरनेट शॉपिंगमुळे 'डिजिटल बाजारपेठ' ही संज्ञा रूढ झाली आहे; म्हणून बाजारपेठ ही 'स्पेस' किंवा अवकाश या अर्थाने 'जागा' म्हणता येईल. या बाजारातील 'वेब' हे महत्त्वाचे विपणनतंत्र आहे. बाजारातील पेठ ही संज्ञा गळून पडली आहे.

"विपणन म्हणजे मालाची विक्री करणे." ही विपणन शब्दाची सुरुवातीची व्याख्या. अमेरिकन मार्केटिंग ॲसोसिएशनच्या मते "उत्पादकाकडून उपभोक्त्यापर्यंत वस्तूचा प्रवास संचलित करणारी व्यावसायिक कार्ये म्हणजे विपणन होय." १९७१. या दोन्ही व्याख्यांत 'वस्तू ग्राहकापर्यंत पोचती करणे म्हणजे विपणन' असा आशय निघतो. विपणन आणि विक्रय यात फरक आहे. विक्रय म्हणजे ग्राहकाकडे असलेल्या पैशाच्या बदल्यात त्याला आपल्याजवळील वस्तू देणे. विक्री म्हणजे माल खपविणे. उलट विपणन म्हणजे ग्राहकाची गरज भागविणे. विक्रयात 'किती रुपयांची विक्री झाली?' हा प्रश्न असतो, तर विपणनात 'ग्राहकाला कोणत्या वस्तू पाहिजेत?' हा प्रश्न असतो. ग्राहकाचा पैसा आपल्या खिशात कसा येईल (माल गळ्यात बांधणे) इकडे विक्रेता लक्ष देतो. उलट, मूल्य समाधान देऊन आपल्या वस्तूमुळे ग्राहकाची गरज कशी भागेल याचा विचार विपणनकर्ता करतो.

विविध व्याख्या

विपणनाचा नेमका अर्थ जाणून घेण्यासाठी विविध तज्ज्ञ व लेखकांनी विपणनाच्या ज्या व्याख्या केल्या आहेत, त्यांचा अभ्यास करणे आवश्यक आहे.

* **अमेरिकन मार्केटिंग असोसिएशनने सुरुवातीला केलेली व्याख्या :**

"उत्पादकांपासून ते उपभोक्त्यांपर्यंत वस्तू व सेवांना प्रवाहित करण्यासाठी

अनुसरल्या जाणाऱ्या विविध क्रियांचा समावेश विपणनात होतो.'' या व्याख्येत १९८४ मध्ये बदल होऊन नवीन व्याख्या स्वीकृत करण्यात आली.

Marketing is the process of plannning and executing conception, pricing, promotion, distribution of goods ideas and services to create exchange that satisfy individual and organization goals.

त्यानुसार विपणनसंकल्पनेत वस्तू, कल्पना आणि सेवा यांची निर्मिती, किंमत-निर्धारण, त्यांचा प्रसार प्रवर्तन आणि त्यांचे वितरण याचेशी निगडित नियोजन-कार्यवाही प्रक्रिया समाविष्ट होतात.

* **फिलिप कोटलर** यांची व्याख्या : ''विपणन ही अशी मानवी क्रिया आहे की, ज्यात विनिमयप्रक्रियांच्या माध्यमातून गरजा व आवश्यकतांची पूर्तता केली जाते.''
* **विल्यम स्टँटन** यांच्या मते, ''विपणन ही एखादी क्रिया नसून परस्परांवर परिणाम घडवून आणणाऱ्या विभिन्न व्यावसायिक क्रियांना समाविष्ट करणारी ती एक क्रिया आहे. या प्रणालीचा उद्देश सध्या असलेल्या व संभाव्य ग्राहकांच्या गरजा भागविण्यासाठी वस्तू व सेवा उपलब्ध करण्याच्या दृष्टीने योजना आखणे, किंमत निर्धारित करणे, व्यापारवृद्धी करणे, तसेच वस्तू व सेवांचे वितरण करणे हा असतो.''
* **ई. एच. एल. ब्रोक** यांच्या मते, ''एखाद्या वस्तू अथवा सेवेस असणारी मागणी निश्चित करणे, त्यांची विक्री वाढविणे आणि अंतिम ग्राहकास नफा घेऊन वितरण करणे म्हणजे विपणन होय.''
* **पीटर ड्रकर** यांची व्याख्या, ''विपणन ही एक प्रक्रिया आहे. यामुळे बाजारपेठेच्या ठिकाणी कोणतेही संज्ञापन व विशिष्ट ज्ञानाचे आर्थिक मूल्यांमध्ये परिवर्तन घडते.''
* **डुड्डी आणि रेईझान** यांच्या मते, ''वस्तू आणि सेवा यांचे मूल्य पैशांच्या स्वरूपात ठरवून त्यांचे विनिमय करण्याची आर्थिक प्रक्रिया म्हणजे विपणन होय.''
* **हाउस्ले, क्लार्क आणि क्लार्क** यांच्या मते, '' वस्तू व सेवांच्या मालकीचे हस्तांतरण करण्यासाठी तसेच त्यांच्या भौतिक वितरणासाठी कारणीभूत ठरणाऱ्या सर्व प्रकारच्या प्रयत्नांना विपणन असे म्हणतात.''
* **विपणनाची आधुनिक व्याख्या,** ''ग्राहकांच्या गरजांचा शोध घेऊन वस्तू आणि सेवांची निर्मिती करणे, वस्तुवाटपात घाऊक व किरकोळ व्यापाऱ्यांचे

सक्रिय सहकार्य घेऊन ग्राहकांची मागणी पूर्ण करणे व तीव्र स्पर्धेच्या काळातही मागणी टिकवून ठेवणे म्हणजेच विपणन होय.'' अमेरिकन मार्केटिंग असोशिएशनने सन २००४ मध्ये प्रमाणित केलेली व्याख्या खालीलप्रमाणे,

"Marketing is an organizational function and a set of processess for creating, communicating and delivering value to customers and for managing customer relationships in ways that benefit the organization and its shareholders."

या व्याख्येनुसार विपणनसंकल्पनेत मूल्यनिर्मिती, प्रकार आणि वितरण याचबरोबरच 'ग्राहक संबंधांचे' व्यवस्थापन ही कार्यप्रक्रियादेखील समाविष्ट होते.

वरील सर्व व्याख्यांवरून असे लक्षात येते की, विपणनाच्या अनेक पैलूंचा या व्याख्यांमध्ये समावेश झालेला दिसतो. मात्र, काळ व संदर्भानुसार विपणनाच्या व्याख्या या सातत्याने बदलत गेल्या आहेत. विपणनाची सर्वंकष व्याख्या करणे तसे कठीण आहे. परंतु, वरील व्याख्यांवरून विपणनाचा व्यावहारिक व उपयुक्त अर्थ लक्षात येतो. विपणनाच्या वरील विविध व्याख्यांवरून विपणनाची तत्त्वे पुढीलप्रमाणे सांगता येतील.

१) विपणनात वस्तू व सेवांची उपलब्धता व त्याद्वारे ग्राहकांना समाधान देणे अपेक्षित आहे.

२) 'ग्राहकांचे समाधान' हे विपणनाचे मुख्य उद्दिष्ट आहे.

३) विपणन ही एक व्यावसायिक क्रिया आहे.

४) विपणन ही एक, व्यक्तींच्या गरजांची पूर्तता करणारी मानवी क्रिया आहे.

५) विपणनामध्ये वस्तू व सेवांना उत्पादक ते उपभोक्त्यांपर्यंत प्रवाहित करणाऱ्या क्रियांचा समावेश होतो.

६) विपणनामध्ये वस्तूच्या मालकीचे हस्तांतरण होते.

७) विपणन ही आर्थिक प्रक्रिया आहे.

८) विपणनामध्ये वस्तूंच्या भौतिक वितरणक्रियेचा अंतर्भाव होतो.

९) विपणनामध्ये ग्राहकांना दिल्या जाणाऱ्या सेवांचा समावेश होतो.

१०) विपणनामुळे समाजाच्या राहणीमानाचा दर्जा उंचावतो.

११) विपणनामुळे देशाच्या आर्थिक विकासास गती मिळते.

विपणनाचे प्रकार

विपणन अभ्यासाचे विविध दृष्टिकोन आणि विपणनतंत्रांचा वापर यावरून विपणनाची संकल्पना ही अधिकाधिक प्रगत होत गेली. त्यामुळे विपणनात वैविध्य आले. विपणनाचे काही प्रमुख प्रकार पुढीलप्रमाणे :

१) समग्र (स्थूल) विपणन (Macro Marketing)

मॅक्रो मार्केटिंगची संकल्पना अभ्यासताना 'मॅक्रो' शब्दाचा अर्थ जाणून घेणे आवश्यक आहे. Macro म्हणजे स्थूल, ढोबळ किंवा मोठ्या आकाराचे किंवा साधारण इ. मॅक्रो मार्केटिंग ही विपणनाची एक ढोबळ संकल्पना आहे. यात विपणनाची सर्वसाधारण संकल्पना गृहीत धरलेली आहे. यात कोणताही विशिष्ट उद्योग किंवा व्यवसायाचा/संस्थेचा विस्तार न करता साधारणपणे संपूर्ण उद्योग किंवा व्यवसायजगत ज्या विपणनकार्यांचा अवलंब करतात, त्याचा अभ्यास म्हणजे (Macro Marketing) होय. मॅक्रो मार्केटिंग ही प्रचलित असलेली संपूर्ण विपणनसंकल्पना आहे. या संकल्पनेत पुढील बाबींचा अंतर्भाव होतो :-

अ) विपणनाची कार्ये ज्या ज्या संस्थेत केली जातात त्या सर्व व्यवसाय-संस्था.

ब) अशा सर्व व्यवसायांचे अस्तित्वात असलेले ऐतिहासिक व कायदेशीर परस्परसंबंध.

क) अशा सर्व व्यवसायांकडून ग्राहकांना पुरविल्या जाणाऱ्या सेवा.

ड) विपणनपद्धतीमध्ये केली जाणारी विपणनकार्ये संपूर्ण समाजासाठी/सामाजिक उद्दिष्टे गाठण्यासाठी मॅक्रो मार्केटिंगची कल्पना उपयुक्त आहे.

२) विशिष्ट (सूक्ष्म) विपणन (Micro Marketing)

मायक्रो म्हणजे सूक्ष्म, (मायक्रो मार्केटिंग म्हणजे) जेव्हा एखादी विशिष्ट व्यवसायसंस्था आपल्या संस्थेमध्ये जी विपणन कार्ये करते किंवा विपणन-व्यूहरचना निश्चित करते, त्यास 'मायक्रो मार्केटिंग' असे म्हणतात. उदा. 'अ' हा पेन तयार करणारा कारखानदार आहे. त्याने त्याच्या कारखान्यापुरते जे विपणनकार्यक्रम राबविले आहेत व व्यूहरचना किंवा विपणन मिश्रचा (4P-Price, Product, Promotion, Place) वापर केला, त्यास मायक्रो मार्केटिंग (Micro Marketing) म्हणतात.

३) फेर विपणन (Re Marketing)

जेव्हा एखाद्या विशिष्ट उत्पादनास असणारी मागणी कमी होत जाते, त्या वस्तूच्या विक्रीत मोठी घट होण्याची लक्षणे दिसतात, त्यावेळी त्या विशिष्ट वस्तूंची मागणी टिकविण्यासाठी आणि वाढविण्यासाठी काही तरी उपाययोजना करणे आवश्यक असते. अशा वेळी संस्थेने जे उपाय करावयाचे असतात, त्यांपैकी महत्त्वाचा उपाय म्हणजे रि-मार्केटिंग. फेर विपणन यामध्ये तीच वस्तू नव्या स्वरूपात, तिच्यात काही बदल करून बाजारपेठेत सादर केली जाते व

मागणी निर्माण करण्याचा प्रयत्न होतो तेव्हा त्यास (Re Marketing) असे म्हणतात.

४) मोठ्या प्रमाणावरील विपणन (Mass Marketing)

या दृष्टिकोनात एखाद्या ठराविक वस्तूचे मोठ्या प्रमाणावर उत्पादन केले जाते. यामध्ये उत्पादन तयार झाल्यानंतर त्यांची विक्री करण्यासाठी मोठ्या प्रमाणावर संपूर्ण बाजारपेठेत जाहिरात व विक्री योजना राबविल्या जातात. या विपणनाचा हेतू हा असतो की, आपले उत्पादन एखाद्या विशिष्ट बाजारपेठेपुरते मर्यादित न राहता ते संपूर्ण बाजारपेठेत एकाचवेळी विकले जावे. उदा. टेलिव्हिजन, आंघोळीचा व कपड्याचा साबण इ. वस्तूंचे वितरण आणि विपणन राष्ट्रीय स्तरावरील पेठेत करता येते.

५) बृहद् विपणन (Mega Marketing)

बृहद् किंवा मेगा दृष्टिकोन म्हणजे एखादी कंपनी आपल्या उत्पादनाचे विपणन एखाद्या विशिष्ट बाजारपेठेत करण्यासाठी जेव्हा आर्थिक, मानसिक, राजकीय घटक तसेच जनसंपर्क कौशल्य याचा अशा व्यापक स्तरावर वापर करते, विपणन करताना या सर्व घटकांमध्ये समन्वय साधते, तेव्हा त्यास 'मेगा मार्केटिंग' म्हणतात. उदा. भारतीय बाजारपेठेत शिरकाव करण्यासाठी Coca-Cola कंपनीने काही वर्षांपूर्वी या प्रकारची विपणन व्यूहरचना वापरली. मायक्रोसॉफ्ट या कंपनीने भारतासह अन्य आशियाई देशांत हाच दृष्टिकोन स्वीकारला आणि सॉफ्टवेअरसाठी बाजारपेठा निर्माण केल्या.

६) कमाल प्रमाणात विपणन (Maxi Marketing)

जेव्हा एखादी कंपनी आपल्या उत्पादनासाठी विक्रयवृद्धीच्या योजना आखते, विक्रयवृद्धीच्या योजनांचा आधार घेऊन आपल्या वस्तूचा बाजारपेठेतील हिस्सा (Market Share) वाढविण्याचा प्रयत्न करते आणि त्यासाठी जाहिरात, प्रसिद्धी, प्रत्यक्ष विक्री या घटकांचा वापर करून जास्तीत जास्त बाजारपेठेवर ताबा मिळविण्याचा प्रयत्न करते. तेव्हा त्यास कमाल विपणन (Maxi Marketing) असे म्हणतात.

७) बहुविध विपणन (Multiplex Marketing)

मल्टीप्लेक्स मार्केटिंग ही विपणनाची अशी व्यूहरचना आहे की, जी घाऊक व्यापारी आणि वितरक स्पर्धात्मक फायदे घेण्यासाठी वापरतात. आपल्या स्पर्धकांपेक्षा अधिक बाजारपेठ मिळविण्यासाठी वितरक जेव्हा एकापेक्षा अधिक बाजारपेठांत (Market Segment) विक्री करण्याचा प्रयत्न करतात, तेव्हा

त्यास मल्टीप्लेक्स मार्केटिंग असे म्हणतात. या व्यूहरचनेमुळे वितरक किंवा घाऊक व्यापारी आपल्या स्पर्धकांवर मात करू शकतात.

विपणनाचे महत्त्व (Importance of Marketing)

विपणनकार्याची सर्वसमावेशकता विचारात घेतल्यास विपणनाचे महत्त्व लक्षात येईल. सध्याच्या प्रचंड स्पर्धेच्या काळात, विपणनकार्याशिवाय कोणत्याही व्यवसाय संस्थेस बाजारपेठेत आपले अस्तित्व टिकविता येणार नाही. देशाच्या आर्थिक विकासाला चालना देण्यासाठी विपणनाची भूमिका आत्यंतिक महत्त्वाची आहे, हे पीटर ड्रकर यांच्या या विचारावरून लक्षात येईल. ते म्हणतात, ''विपणन हे विकसनशील राष्ट्रांच्या आर्थिक जीवनातील सर्वात दुर्लक्षित क्षेत्र होय.'' त्यांच्या मते, अमेरिका, फ्रान्ससारख्या अत्यंत प्रगत व विकसित राष्ट्रांप्रमाणेच भारत, पाकिस्तानसारख्या विकसनशील देशांच्या अर्थव्यवस्थेत विपणनाला सारखेच महत्त्व आहे.

विपणनाचे महत्त्व पुढीलप्रमाणे सांगता येईल.

अ) उत्पादक किंवा व्यवसायसंस्थेच्या दृष्टीने विपणनाचे महत्त्व
(Importance of Marketing to Producer or Business Firm)

१) वस्तूंचा परिणामकारक पुरवठा

उत्पादकांनी किंवा व्यावसायिकांनी केलेल्या वस्तू विपणनाच्या माध्यमातून ग्राहकांपर्यंत योग्य वेळी पोहोचविल्या जातात. संवेष्टनबांधणी व जाहिरात या विपणनकार्यांमुळे शक्य होते.

२) बाजारपेठांचे विस्तार

विपणनकार्यांमुळे वस्तूविषयीची व उत्पादकांविषयी माहिती आंतरराष्ट्रीय पातळीवर पोहोचून, वस्तूंना आंतरराष्ट्रीय बाजारपेठ उपलब्ध होते. प्रभावी विपणनकार्यांमुळे भारतातील एखाद्या छोट्या शहरात तयार झालेल्या वस्तूला वॉशिंग्टनचीदेखील बाजारपेठ मिळू शकते.

३) अचूक निर्णयप्रक्रिया

विपणन विभागाद्वारा बाजारपेठ संशोधन कार्य केले जाते. त्यामुळे साहजिकच वस्तूच्या विक्रीत वाढ होते, संघटनेची उद्दिष्टे साध्य होतात.

४) नावलौकिक

ग्राहकांच्या अपेक्षेनुसार व आवडीनुसार, त्यांना समाधान मिळेल अशाच वस्तू, सेवा ग्राहकांना पुरविल्यामुळे व्यवसायसंस्थेच्या नावलौकिकात भर पडते.

५) व्यवसायात स्थैर्य

व्यवसायामुळे बाजारपेठांच्या कक्षा विस्तारतात, विक्रीत वाढ होते, उत्पादनात सातत्य निर्माण होते. विक्रयवृद्धीमुळे नफा वाढतो, या सर्व बाबींमुळे व्यवसायात स्थैर्य प्राप्त होते.

ब) ग्राहकांच्या दृष्टीने विपणनाचे महत्त्व

(Importance of Marketing to Customers)

१) गरजांची पूर्तता

समाजातील प्रत्येक नागरिकांच्या असंख्य व विविध गरजा असतात. या गरजांचा शोध घेऊन, ग्राहकांच्या आवश्यकतेनुसार उत्पादक वस्तू उत्पादित करतात. त्यामुळे विपणनाच्या माध्यमातून ग्राहकांच्या गरजांची पूर्तता होते.

२) विविध पर्यायांची उपलब्धता

विपणनकार्यांमुळे एकाच प्रकारच्या अनेक वस्तू बाजारपेठेमध्ये उपलब्ध असतात. या सर्व वस्तूंमधून ग्राहकांना किंमत, दर्जा, डिझाइन, प्रमाण यानुसार आपल्यास हवी ती वस्तू निवडता येते. थोडक्यात, ग्राहकांना अनेक पर्यायी वस्तू उपलब्ध होतात.

३) योग्य किंमत

विपणनाच्या जाहिरात, बांधणी व वितरणकार्यांमुळे उत्पादनास मोठे बाजारक्षेत्र खुले होते. त्यामुळे स्पर्धा वाढते. स्पर्धेमुळे उत्पादक नफ्याचे प्रमाण कमी ठेवून विक्रयवृद्धीकडे लक्ष देऊ शकतात. त्यामुळे ग्राहकांना योग्य किमतीत वस्तू उपलब्ध होतात. त्यामुळे ग्राहकांचे शोषण होत नाही.

४) ग्राहकशिक्षण

परिणामकारक विपणनव्यवस्थेमुळे ग्राहकांना अनेक बाबींचे ज्ञान मिळते, कोणत्या वस्तूंमुळे आपल्या गरजा पूर्ण होतील, वस्तूंचा वापर कसा करावा, वस्तूंच्या वापराचा आरोग्यावर होणारा परिणाम, तसेच लोकहिताच्या अनेक जाहिरातींमधूनही ग्राहकांना माहिती मिळून, त्यांच्या ज्ञानात भर पडते. (उदा. व्यसनाधीनतेसंबंधी, पर्यावरणासंबंधी, आरोग्यासंबंधी, पाणी व वीज वाढविण्यासंबंधी जाहिराती) जाहिरात हे विपणनाचेच एक कार्य आहे. त्यामुळे ग्राहक शिक्षण होते.

क) समाजाच्या दृष्टीने विपणनाचे महत्त्व

(Importance of Marketing to Society)

१) रोजगारनिर्मिती

विपणनामध्ये विपणन संशोधन, साठवणूक, घाऊक व किरकोळ व्यापार, वाहतूक, बांधणी, जाहिरात इ. क्रियांचा समावेश होतो. ही सर्व कार्ये करण्यासाठी अनेक लोकांना रोजगार दिला जातो. तसेच विपणनामुळे विक्रीवृद्धी होते. त्यामुळे होणारी उत्पादनवाढ यातूनही मोठ्या प्रमाणावर रोजगारनिर्मिती होते.

२) समाजाच्या राहणीमानात सुधारणा

लोकांच्या गरजांनुसार वस्तूंचा पुरवठा व गरजांची निर्मिती करण्याचे कार्य विपणन करते. त्यामुळे सतत नवीन नवीन वस्तू लोकांना उपलब्ध होतात, त्यामुळे ग्राहकांच्या राहणीमानात सुधारणा होते.

३) इतर क्षेत्रांचा विकास

विपणनकार्यामुळे वाहतूक, बँका, विमा इ. क्षेत्रांचाही झपाट्याने विकास व विस्तार झाला व समाजाला या सेवाही उपलब्ध झाल्या असे दिसून आले आहे.

ड) आर्थिक विकासाच्या दृष्टीने विपणनाचे महत्त्व
(Importance of Marketing for Economic Development)

१) विपणणामुळे कारखानदार व शेतकरी यांच्या वस्तूंची विक्री वाढून, त्यांना उत्पादनवाढीची प्रेरणा मिळते. विपणनव्यवस्थेमुळे शेती व औद्योगिक क्षेत्राचा जलद विकास होतो व एकूणच देशाच्या आर्थिक विकासाचा वेग वाढतो.

२) विकसनशील राष्ट्रांसमोर बेरोजगारीची तीव्र समस्या असते. विपणनव्यवस्थेचा विकास व विस्तार केल्यास मोठ्या प्रमाणावर रोजगाराच्या संधी निर्माण होतात. विपणनव्यवस्थेच्या विकासाच्या माध्यमातून बेरोजगारी कमी करण्याच्या दृष्टीने उपाययोजना केली जाऊ शकते.

३) विपणनव्यवस्थेचा विकास झाल्यास देशातील संसाधनांचा व उत्पादनक्षमतेचा पूर्ण वापर केला जातो. त्यामुळे देशाच्या सुप्त आर्थिक शक्तीला चालना मिळते. त्यामुळे देशाचा जलद आर्थिक विकास शक्य होतो.

४) विपणन हे ग्राहकांच्या क्रयशक्तीला योग्य दिशेने प्रवाहीत करण्याचे काम करते. त्यामुळे व्यावसायिकांना मोठ्या प्रमाणात संधी उपलब्ध होतात. त्याचा परिणाम जलद आर्थिक विकासासाठी योग्य परिस्थिती निर्माण होण्यात होतो.

विपणनाची व्याप्ती (Scope of Marketing)

विपणनाच्या संकल्पनेचा अभ्यास करताना विपणनाच्या अनेक क्रिया असतात हे पाहिले. यावरून विपणनसंकल्पनेची व्यापकता लक्षात येते. विपणनाच्या पारंपरिक

संकल्पनेत उत्पादन व विक्री यांपुरतेच विपणनकार्य मर्यादित होते. मात्र, विपणनाच्या आधुनिक संकल्पनेत विपणनक्रियेत इतर अनेक कार्यांचा समावेश होतो.

विपणनामध्ये उत्पादन आणि ग्राहकांना एकत्र आणले जाते. त्यामुळे ग्राहकांच्या गरजांची पूर्तता होते व व्यवसायिकांची विक्रीउद्दिष्टेही साध्य होतात. आधुनिक विपणन हे 'ग्राहकाभिमुख' असल्याने नफ्यापेक्षा ग्राहक मिळविणे व ते टिकविणे यांस अधिक महत्त्व दिले जाते.

विपणनामध्ये मानसिक व भौतिक बाजूंचा समावेश होतो. मानसिक बाजूंमध्ये ग्राहकांच्या गरजा जाणून घेणे. त्यांच्या खरेदीवर्तनाचा अभ्यास करणे, वस्तू खरेदीची मानसिक तयारी असणे इ. बाबींचा समावेश होतो, तर भौतिक बाजूंमध्ये वस्तू व सेवांची मागणी असलेल्या ठिकाणी वस्तू पोहोचविण्याच्या क्रियांचा समावेश होतो. यासाठी योग्य वितरणमार्गांची निवड, बांधणी, ब्रँडिंग, किंमत, वाहतूक इ. क्रियांचा समावेश होतो.

विपणनाच्या व्याप्तीमध्ये पुढील गोष्टींचा समावेश होतो,
१) खरेदी व एकत्रीकरण २) वाहतूक ३) साठवण ४) विक्री ५) श्रेणीकरण ६) जाहिरात ७) वितरण ८) अर्थव्यवस्थापन ९) जोखमींचे व्यवस्थापन १०) बाजारपेठ-संशोधन ११) संवेष्टन आणि बांधणी

अर्थात, विपणनकार्ये ही व्यावसायिक क्षेत्रातच केली जातात असे नाही; तर राजकीय, सांस्कृतिक व आर्थिक क्षेत्रांतही विपणनकार्ये प्रत्यक्ष अप्रत्यक्षपणे आपली भूमिका पार पाडतात. उदा. निवडणुकीत उभा असलेला उमेदवार मते मिळविण्यासाठी विपणनाची तत्त्वे अवलंबतो, सांस्कृतिक क्षेत्रात आज मोठ्या प्रमाणावर जाहिरात व प्रसिद्धी करून कार्यक्रमांचे नियोजन केले जाते. किंबहुना, एखादी व्यक्ती आपणास रोजगार मिळविण्यासाठी आपल्या गुणांचे 'मार्केटिंग'च करीत असते. आधुनिक काळात 'व्यवसाय' ही संज्ञा ज्याप्रमाणे केवळ 'व्यापारक्रिया' म्हणून राहिलेली नाही त्याचप्रमाणे 'मार्केटिंग'देखील 'ग्राहक निर्माण कला' म्हणून व्यापाराच्या संदर्भात वापरली जात नाही. तो एक व्यापक दृष्टिकोन बनला आहे.

१.२ विपणन व्यवस्थापन

विषयप्रवेश :

विपणनसंकल्पना प्रत्यक्षात राबविणे म्हणजे विपणन व्यवस्थापन. म्हणजेच ग्राहकांच्या गरजा समोर ठेवून करण्यात आलेले मागणीव्यवस्थापन, अंमलबजावणी आणि त्यांचे नियंत्रण. थोडक्यात, विपणनप्रक्रिया म्हणजे उद्दिष्टे निर्धारण, योजना-

आखणी, अंदाजपत्रक, योजना अंमलबजावणी आणि शेवटची तरी कमी महत्त्वाची नसलेली अशी नियंत्रणप्रक्रिया यांची एकूण प्रक्रिया होय. यावरून हे स्पष्ट होते की, विपणन व्यवस्थापन हा एकात्मिक व्यवसायप्रक्रियेचा एक अविभाज्य हिस्सा आहे. त्याचा आरंभ वस्तुनिर्मितीत होतो आणि शेवट वस्तू ग्राहकांपर्यंत पोहोचण्यात होतो.

ग्राहकांच्या गरजा समजून घेणे हे अत्यंत महत्त्वाचे असते. ते झाल्यानंतरच सुयोग्य 'विपणन संयोग' (व्यामिश्र) (Marketing Mix) तयार करणे शक्य होते. विपणन प्रयत्नशील विविध बाजूंचे यथायोग्य संकरण होण्यासाठी ग्राहकांच्या गरजा आणि बाजारपेठ यांचा तपशीलवार अभ्यास करावा लागतो. त्यामुळे विपणनप्रक्रियेतील विविध बाजू-वस्तू, किंमत, बाजारपेठ, नफा यांचे लाभदायक तसेच कृतिशील वस्तू संकरण तयार होते. सामान्यपणे लोक अशा वस्तू खरेदी करतात की ज्या त्यांना त्यांच्या पैशाचे मोल मिळवून देतात. त्यासाठी वितरण व्यामिश्र किंवा विविध विपणन-बाजूंचा सुयोग संकर साधणे गरजेचे ठरते. विविध बाजूंचा विचार करून विपणन-धोरण आखले तर उत्पादनखर्च कमी होतो. दुसऱ्या शब्दांत सांगायचे झाल्यास, विपणनव्यवस्थापनात शक्यतो किमती कमीत कमी ठेवून, ग्राहकांना समाधानी राखून आणि त्याचबरोबर नफावाढ टिकवून कार्याचे नियोजन संघटन, नियंत्रण, संचालन आणि मूल्यमापन करण्याची प्रक्रिया अंतर्भूत आहे.

अर्थ व व्याख्या

फिलिप कोटलर - यांच्या मतानुसार "ग्राहकवर्ग आणि संघटन उद्दिष्टे साधण्यासाठी अपेक्षित उपभोक्ता-हस्तांतरण होण्याचे दृष्टीने, वस्तू-सेवा-परिकल्पना यांचे बीजारोपण (Conception), मूल्य निर्धारण (Pricing), प्रसारण (Promotion) आणि वितरण (Distribution) यांसाठी केलेली आखणी आणि अंमलबजावणी प्रक्रिया होय."

आधुनिक विपणनकल्पनेत संघटनेकडून आपल्या कार्यासाठी एकात्मिक मार्ग अवलंबिला जावा यासाठी आग्रह असतो. ग्राहकांच्या व संघटनेच्या गरजा आणि अपेक्षा पूर्ण केल्या जाव्यात यासाठी व्यवस्थापनाला उत्पादन, वित्त, कर्मचारी आणि विपणनविभागांच्या कार्यांत सुसूत्रता साधावी लागते. म्हणून विपणन म्हणजे त्या अंतर्गत येणाऱ्या अनेकविध कार्यांचा जणूकाही अलग समुच्चय आहे असे समजले जाऊ नये. ग्राहक समाधान आणि आनंद या कामी व्यवसायसंघटनेतील प्रत्येक विभागाने योगदान दिले पाहिजे.

खालील मुद्दयांवरून विपणन व्यवस्थापनाची व्याख्या अधिक सुस्पष्ट होईल.

१) विपणन व्यवस्थापन हे उद्दिष्ट किंवा ध्येय याचेशी निगडित आहे. त्याद्वारे

ग्राहकांच्या गरजा पूर्ण करण्याच्या हेतूने वस्तू पुरविल्या जातात आणि व्यवसायासाठी उत्पन्न निर्माण केले जाते.

२) विपणन व्यवस्थापन ही क्रियात्मक बाजू आहे. एक व्यवस्थापकीय कार्य वा दृष्टीने ग्राहकांच्या गरजा भागविण्यासाठी पार पाडाव्या लागणाऱ्या विश्लेषण, नियोजन, अंमलबजावणी आणि नियंत्रण इ. क्रिया त्यात समाविष्ट होतात.

३) विपणन व्यवस्थापन हे एक विशिष्ट तज्ज्ञतेचे काम आहे. विपणनक्रिया कार्यक्षमरीत्या घडून येण्यासाठी बाजारपेठा, वस्तू, ग्राहकांची आवड-निवड, शासकीय धोरणे आणि व्यावसायिक वातावरण यांचे विशेष ज्ञान अवगत असावे लागते.

४) विपणन व्यवस्थापनात व्यावसायिक संस्थेची सुयोग्य 'विपणन संयोग' (व्यामिश्र) (Marketing Mix) निश्चित केले जाते. वस्तू रचना, वस्तू संयोजन आणि विकास, किंमतनिर्धारण आणि वस्तू वितरण या गोष्टींचा योग्य पद्धतीने मिलाप साधला गेला तरच वस्तू ग्राहकांच्या पसंतीला उतरतात.

५) विपणन व्यवस्थापन म्हणजेच विपणन संकल्पनेचे प्रत्यक्षात येणे होय. यामध्ये ग्राहकांच्या गरजा जाणून घेण्याच्या कार्यापासून ते ग्राहकांना वस्तू सेवा पुरविल्या जाऊन त्यांच्या गरजा भागविणे येथपर्यंतची कार्ये होतात. ग्राहकांच्या आवश्यक गरजांचे समाधान करणे हे व्यावसायिक उपक्रमाच्या कार्यांमध्येच असले पाहिजे या तत्त्वज्ञानावर विपणन कल्पना आधारित आहे.

काही अन्य व्याख्या

स्टिल आणि कुंडिफ यांचे मते, ''विपणन उद्दिष्टे गाठण्यासाठी हेतुपूर्वक पार पाडलेली कार्ये म्हणजे विपणन व्यवस्थापन होय. कार्ये हेतुपूर्वक पार पाडली जातात. ती सुनियोजित असतात. सुसंघटित, सुसूत्रपणे आणि सुनियंत्रित केली जातात. विपणनातील व्यवस्थापकीय प्रयत्न हे ध्येयानुवर्ती असतात.''

ते पुढे म्हणतात, ''विपणन व्यवस्थापन ही संज्ञा वितरण किंवा मध्यस्थाच्या विपणनकार्यापेक्षाही उत्पादकाच्या विपणनकार्याच्या संदर्भात वापरली जाते. याचे कारण म्हणजे उत्पादनसंख्येच्या कार्यात, वस्तू उत्पादनापासून ते अंतिम उपभोक्त्यास वस्तू विक्री पर्यंतच्या सर्व बाजू अंतर्भूत होतात. विपणनव्यवस्थापकांचा संबंध विपणन संघटन वस्तू, बोधचिन्हे, वितरण साखळ्या, वस्तू वितरण, किंमत ठरविणे, जाहिरात आणि प्रत्यक्ष विक्री अशा बहुविध विपणनकार्याशी येतो. थोडक्यात, ते 'निर्मिती आणि विक्री' मधील सर्व निर्णय घेतात. अर्थात त्यातदेखील पूर्णत: विपणन प्रकारातील-कार्यालाच विपणन व्यवस्थापक जणूकाही वाहून घेतात.''

प्राइड आणि फेरेल यांच्या शब्दांत ''वस्तुविनिमय (अदलाबदल) परिणामकारक व कार्यक्षमपणे पार पाडण्यासाठी विपणन कार्यांचे नियोजन, संघटन, अंमलबजावणी आणि नियंत्रण म्हणजे विपणन व्यवस्थापन होय. परिणामकारकता आणि कार्यक्षमता ही यातील दोन महत्त्वाची अंगे होत.''

विपणन व्यवस्थापन : भूमिका व उद्दिष्टे

''ग्राहकांच्या गरजा भागविणे आणि ग्राहक समाधानाद्वारे कंपनीचा नफा मिळविण्याची उद्दिष्टे पार पडावीत यासाठी साहाय्यभूत ठरणे'' ही विपणन व्यवस्थापनाची प्राथमिक भूमिका होय. याचे अधिक विश्लेषण पुढीलप्रमाणे :-

१) **ग्राहकसमाधान :** ग्राहक समाधान किंवा संतोष हे अंतिम ध्येय ठरवून विपणन व्यवस्थापकाची ही जबाबदारी राहते की त्याने संपूर्ण विपणन प्रक्रियेच्यावेळी हे आधारतत्त्व म्हणून सांभाळले पाहिजे.

२) **नफा :** गरजा भागविणारी उत्पादने निर्माण करून नफा कमविणे आणि कंपनीचा विस्तार व्हावा यासाठी प्रयत्न करणे अशी दुहेरी जबाबदारी विपणनविभागाला पेलावी लागते.

३) **ग्राहकवाढ :** विपणन व्यवस्थापकाचे काम उपभोक्त्याचे परिवर्तन ग्राहकांत घडविणे हे असते. त्यामुळे विक्री वाढते आणि पर्यायाने अधिक नफा मिळतो.

४) **गरजा भागविणारे विपणन व्यामिश्र विकसित करणे :** वस्तू रचना, किंमतनिर्धारण, वस्तू प्रसारण आणि प्रत्यक्ष वितरण या गोष्टी अशा प्रकारे योजल्या जातात की त्यामुळे विविध प्रकारच्या ग्राहकांच्या आवश्यकता भागविल्या जातात.

५) **जीवनशैली उंचावणे :** 'योग्य किमतीला चांगल्या वस्तू' हा विपणन-व्यवस्थापनाचा मंत्र ठरला पाहिजे. त्यामुळे ग्राहकांचे जीवन उंचावण्यास मदत होईल.

६) **कंपनीचे लौकिकमूल्य निर्माण करणे :** चांगल्या प्रतीच्या दर्जेदार वस्तूंची उपलब्धता आणि तत्पर विक्रीपश्चात सेवा दिल्यामुळे, विपणन विभाग हा कंपनीच्या लौकिकात भर घालतो. त्यातून ग्राहकसातत्य टिकून राहते. 'एकनिष्ठ ग्राहक' संख्येत सदैव वाढ होते. त्यातून अधिक ग्राहक प्राप्त होतात आणि कंपनीच्या लौकिक मूल्यात भर पडते.

विपणन व्यवस्थापनाची व्याप्ती

विपणन व्यवस्थापनात पुढील कार्यांचा समावेश होतो.

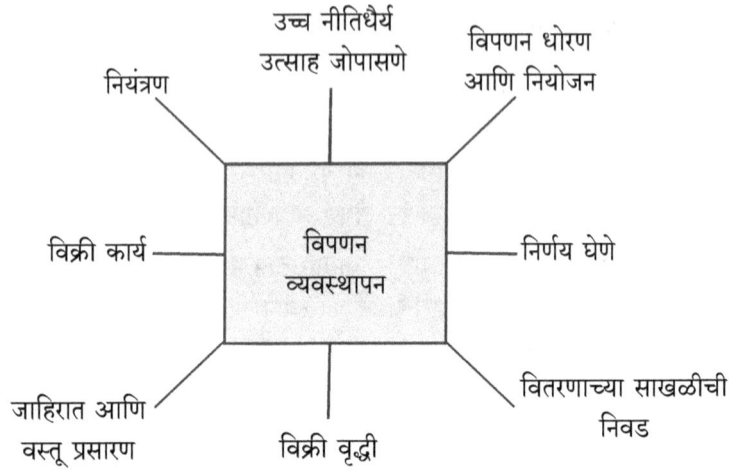

आकृती : विपणन व्यवस्थापनाची व्याप्ती

१) विपणन धोरण आखणे : कंपनीची उद्दिष्टे समोर ठेवूनच हे कार्य हाताळले पाहिजे. तसेच धोरण आखणी प्रक्रियेत सहभागी झालेल्या प्रत्येकाचे काम सुस्पष्ट हवे. बदलत्या बाजारपेठेनुसार त्यात लवचिकता असली पाहिजे.

२) विपणनकार्याची योजना तयार करणे : हे काम वरील धोरणआखणीला पूरकस्वरूपी असले पाहिजे. तसेच कार्य योजनाबद्धरीत्या पार पडल्यास ध्येये, उद्दिष्टे यांची पूर्तता होते.

३) प्रशिक्षणाद्वारे कार्यक्षम विक्रीकर्मचारी समूह विकसित करणे : विपणन– कार्य योजनाबद्ध रीतीने होण्यासाठी प्रशिक्षित आणि संप्रेरित विक्री कर्मचारी अनिवार्य ठरतात. विक्री कर्मचाऱ्यांना सतत प्रेरणा देत त्यांच्यात सामूहिक जाणीव निर्माण करणे हे विपणन व्यवस्थापकाचे काम असते. कर्मचाऱ्यांची निवड काळजीपूर्वक करून, त्यांच्याकडून योग्य काम मिळावे यासाठी त्यांची काळजी घ्यावी लागते.

४) संशोधन आणि विकासकामाचा सातत्याने पुरस्कार करणे : वस्तू संशोधन आणि विकास कार्य हे एक अत्यंत गतिशील स्वरूपी काम असते.

व्यवस्थापकाला आपला अत्यंत बहुमोल वेळ मोठ्या प्रमाणावर उपभोक्ता वर्तणुकीतील प्रवाहांचा अभ्यास करण्यास खर्च करावा लागतो. त्यामुळे ग्राहकांच्या पसंतीला उतरतील अशा नव्या आणि चांगल्या सुधारित वस्तू, विकसित करण्याच्या दृष्टीने आवश्यक बाबी उपलब्ध करून देणे शक्य होते.

५) **उच्च व्यवस्थापन स्तरावरील निर्णय घेण्यासाठी साहाय्यभूत ठरणे :** वरील कार्यांतर्गत निर्माण झालेली माहिती, ज्ञान यांचे योग्य पद्धतीने विश्लेषण करून नव्या वस्तूंबाबतच्या विस्तारीकरण धोरणविषयक निर्णय घेण्यासाठी उच्च व्यवस्थापनाला सादर केले जाते. त्यावर आधारित अल्प दीर्घकालीन विक्रय अनुमान काढता येते. ही माहिती अत्यंत संवेदनशील असल्याने त्यावर आधारित निष्कर्ष कंपनीच्या दृष्टीने डावपेचात्मक ठरतात.

६) **सविस्तर विक्रीयोजना आखणे :** दीर्घ आणि अल्पमुदती विक्रीची मागणी पूर्ण करणे शक्य व्हावे यासाठी विक्रीची सविस्तर योजना तयार करणे अनिवार्य ठरते. या कामी विपणन व्यवस्थापकाची भूमिका साहाय्यभूत ठरते.

७) **सुयोग्य अशा वितरणसाखळीची निवड करणे :** किफायतशीर परंतु कार्यक्षम अशा वितरण साखळीची निवड करण्याचे काम अवघड असते. वितरणाचे अनेक मार्ग उपलब्ध असतात, एखादा किफायतशीर मार्ग निवडला परंतु त्यामार्गे वस्तू वेळेवर ग्राहकांपर्यंत पोचली नाही तर त्या मार्गाचा उपयोग नसतो. आकस्मिक प्रसंगी. अर्थातच पर्यायी मार्ग निवडून ठेवावे लागतात.

८) **विक्री-कर्मचाऱ्यांचा मार्गदर्शक म्हणून भूमिका पार पाडणे :** विक्री-कर्मचारी हे प्रत्यक्ष कार्यक्षेत्राशी संबंधित असतात. त्यांचा संबंध वितरक, ग्राहक यांच्याशी येत असल्याने त्यांच्याकडून सतत मागोवा मिळत असतो. विक्री योजना राबवताना, विक्री इष्टांक गाठण्याच्या दृष्टीने विपणन व्यवस्थापकाला हे उपयुक्त ठरते.

९) **जाहिरात आणि विक्रयवृद्धी कार्यावर देखरेख :** बाजारपेठेची अचूक जाण प्राप्त असल्याने विपणन व्यवस्थापकाला विक्रयवृद्धी कार्यक्रम तसेच जाहिरात इ. कार्य आखणीकडे काळजीपूर्वक लक्ष द्यावे लागते. याबाबतचे कंपनीचे प्रयत्न, खर्च हे योग्य परिणाम करून देणारे ठरले पाहिजेत. शिवाय किंमत निर्धारण, संवेष्टन इ. गोष्टींकडेदेखील विपणन व्यवस्थापकाला पाहावे लागते.

१०) **विक्रीपश्चात सेवांकडे लक्ष पुरवणे :** विक्रीपश्चात सेवा हा ग्राहक समाधानी किंवा संतुष्ट ठेवण्यासाठी महत्त्वपूर्ण मार्ग आहे. त्याकडे योग्य ते लक्ष देणे हे विपणन व्यवस्थापकाचे कर्तव्य ठरते. या संदर्भात ग्राहकांकडून आलेली वस्तूसंबंधी माहिती सक्षम व्यक्तीकडे सोपवली गेली तरच विपणन विभागाला ग्राहकाची गरज पूर्ण करणे शक्य होते.

११) **उच्च प्रतीचे नीतिधैर्य आणि उत्साही वातावरण टिकवणे :** चांगली कार्यसंस्कृती जोपासली गेली तरच कार्य चांगले होते. असे वातावरण सामूहिक कार्याला संजीवक ठरते. वितरण व्यवस्थापक हा विक्रीयंत्रणा आणि कार्यालय यांमधील दुवा असतो. त्यामुळे त्याने पूरक वातावरण निर्मितीला महत्त्वाचे स्थान दिले पाहिजे.

१२) **एकूण विपणन कार्यांवर नियंत्रण :** विपणन व्यवस्थापकाला सर्व विपणन-कार्यांवर लक्ष ठेवावे लागते. एखादी अप्रस्तुत गोष्ट अगर तफावत आढळल्यास त्याची नोंद घेतली पाहिजे. सदर तफावत दूर करण्याच्या दृष्टीने योग्य पावले उचलली पाहिजेत. शिवाय संपूर्ण विभागावर नियंत्रण ठेवून योग्य प्रकारे काम सुरू असल्याची नेहमी खात्री करून घेतली पाहिजे. अपेक्षित पातळीनुसार कार्यपूर्ती होत आहे किंवा नाही हे त्याने सातत्याने पाहिले पाहिजे.

विपणनव्यवस्थापन कार्याचे महत्त्व

प्रवासाला सुरुवात करण्यापूर्वी सर्वात महत्त्वाची गोष्ट म्हणजे आपल्याला कोठे जायचे ते ठरवणे. एखाद्या व्यावसायिक संस्थेलादेखील हेच करावे लागते. सर्वात पहिली पायरी म्हणजे गाठता येण्याजोगी आणि व्यावहारिक उद्दिष्टे हे ध्येय ठरवणे. उद्दिष्टे कशी ठरवली जातात? प्रो. कुंडिफ आणि स्टिल यांनी ध्येये ठरवताना, ती गाठताना काही मूलतत्त्वे विचारात घ्यावी लागतात, याबाबत प्रतिपादन केले आहे. या मूलतत्त्वांचा विचार करूनच त्यावर विपणनाची कार्ये आधारित आहेत. व्यवस्थापनाची कार्ये 'विपणन' या व्यवसायातील अत्यंत महत्त्वाच्या अंगाला जेव्हा स्पर्श करतात तेव्हा 'विपणन व्यवस्थापन कार्ये' उदयास येतात. संस्थेच्या आकारमानानुसार तसेच एकूण कार्यभारानुसार त्यांची व्याप्ती बदलत जाते एवढेच. विपणन व्यवस्थापन कार्याचे महत्त्व पुढीलप्रमाणे वर्णन करता येईल :-

१) **ध्येय ठरवणे :** विपणन व्यवस्थापनाचे हे एक अत्यंत निर्णायक असे कार्य आहे. याबाबत थोडीशी जरी चूक झाली तरी ध्येय गाठण्याचे पुढील सर्व प्रयत्न निरर्थक ठरण्याची भीती असते, कारण ध्येय किंवा उद्दिष्टे ही चुकीची

किंवा काल्पनिक असल्याने ती ध्येय या सदरात बसत नाहीत. उदा. एखाद्या व्यावसायिक संस्थेत 'ग्राहक समाधान' हे ठरविले, मात्र नफ्याबद्दल जर काही विचार नसेल तर ते अव्यावहारिक समजले जाईल. नफ्याखेरीज व्यावसायिक संस्थेचे अस्तित्वदेखील धोक्यात येऊ शकते. ध्येय, उद्दिष्टे ही दोन पातळींवर ठरविली जातात. अल्प मुदतीची (लघुगामी) व दीर्घमुदतीची (दूरगामी). ध्येये ही सुस्पष्ट आणि कोणत्याही अधिक विश्लेषणाची गरज न लागणारी असली पाहिजेत. विपणन उद्दिष्टे ठरवताना, व्यावसायिक संस्थेची सर्वसाधारण उद्दिष्टे किंवा दृष्टी, अंगीकृत कार्ये यांचा आधार घेतला पाहिजे.

२) **नियोजन :** एकदा आपले ध्येय सुस्पष्ट झाल्यानंतर तेथपर्यंत कसे पोचायचे? हा प्रश्न येतो. त्यासाठी कोणता मार्ग सर्वोत्कृष्ट आहे? याचा विचार नियोजन या कार्यात केला जातो. त्यामुळे निर्धारित उद्दिष्टपूर्तीच्या दृष्टीने प्रयत्नास सुरुवात होते. ध्येय, उद्दिष्टे याप्रमाणेच योजना आखण्याचे काम दोन प्रकारे करावे लागते, एक दूरगामी आणि दुसरी लघुगामी. अशा प्रकारे संयोजन– क्रिया ही नवीन वस्तू बाजारात आणतेवेळी, वितरण साखळी संबंधी विशेषत्वाने उपकारक ठरते. बाजारपेठ ही नेहमी बदलती असते त्यामुळे केवळ दूरगामी आणि अपरिवर्तनीय योजना आखून चालत नाही. योजना ही लवचिक असली पाहिजे.

३) **सुसूत्रीकरण :** सुसूत्रता ही चांगल्या व्यवस्थापनाची जणू किल्ली असते. योजनेची सहजतेने अंमलबजावणी होण्यासाठी विविध विभागांमध्ये तसेच विभागांतर्गत विविध खात्यांमध्ये सुसंवाद आणि परस्पर संपर्क अनिवार्य असतो. सुसूत्रीकरणाच्या अभावी चांगल्या योजना मार खातात. त्यामुळे प्रत्येकाने सुसूत्रीकरणाच्या कार्याला हातभार लावला पाहिजे. संकुचित दृष्टी ठेवून योजना आखल्या तर मात्र सुसूत्रीकरण दुरापास्त होते; म्हणून योजना आखताना सर्व संबंधितांना त्या समजावून देणे गरजेचे आहे.

४) **कर्मचारी निवड :** 'कर्मचारी वर्ग' ही अनेक संस्थांतील एक तर डोकेदुखी तरी असते किंवा पेच ठरतो. विपणन विभागातील कर्मचारीनिवडीला महत्त्व दिले पाहिजे. योग्य पद्धतीने कर्मचारी निवड झाल्यास 'कर्मचारी असमाधान' कमी होते. त्यामुळे संपूर्ण संस्थेचे कार्य चांगले चालण्याची खात्री वाढते. उत्पादकता वाढते.

५) विश्लेषण आणि मूल्यमापन : या कार्यात आखलेले नियोजन आणि कार्यपूर्ती यांचे सुस्पष्ट चित्र प्राप्त होते. आपण कोणत्या चुका केल्या? आपण केलेल्या चुका कशा दुरुस्त होऊ शकल्या असत्या? कोणत्या पद्धती अगर कल्पना आपल्याला अधिक फायदेशीर ठरल्या? त्या आपणास पुन्हा स्वीकारणे शक्य होईल काय? या कार्यात कोणत्या माहिती तंत्रज्ञान पद्धती वापरून आपल्याला चांगले परिणाम मिळतात? विपणन अंदाजपत्रके, विक्रीउद्दिष्टपूर्ती, नव्या बाजारपेठेतील प्रवेश किंवा ग्राहक संबंध किंवा ग्राहक आवडी-निवडी इ. क्षेत्रांत विश्लेषण मूल्यमापन कार्य प्रभावी होण्यासाठी संगणकप्रणाली साहाय्यभूत ठरतात. आजच्या व्यवसायासमोर तीन प्रमुख आव्हाने आहेत. जागतिकीकरण, तंत्रज्ञानाचा वाढता प्रभाव आणि बाह्य नियमन. प्रभावी विपणन-व्यवस्थापनामुळे व्यावसायिक संस्थेत विपणन संकल्पना संक्रमित होते. संपूर्ण व्यवसायाचा रोख 'ग्राहक' बनतो. त्यामुळे ग्राहकमान्य वस्तूनिर्मिती पासून ते ग्राहकसमाधान हे व्यवस्थापनाचे ध्येय, उद्दिष्ट ठरते. त्या आधारावर वरील ३ प्रकारच्या आव्हानांना तोंड देणे शक्य होते. व्यवसायवाढीला वेग येतो.

विपणन व्यवस्थापनामुळे बाजारात ग्राहकोपयोगी वस्तू येतात. ग्राहकांच्या गरजा, अपेक्षा भागविल्या जातात. त्यातून समाजाचे हित साधले जाते. व्यवसायाचा नफा, ग्राहकांच्या गरजा आणि सार्वजनिक हित एकत्र झाल्याने व्यावसायिक संस्थेला गुंतवणूकदार, समाज, शासन तसेच अन्य हितसंबंधी गट इ. कडून आश्रय प्राप्त होतो.

१.३ विपणनाची कार्ये

विषयप्रवेश :

व्यापारी व औद्योगिक क्रांतीबरोबरच विपणनकार्ये हीदेखील उत्क्रांत होत गेली. विपणन ही कल्पना पूर्वी केवळ विक्री या अर्थाने वापरली जात असे. त्याच्याही पूर्वी विक्री ही क्रिया नव्हती. ज्या दिवशी जगात पहिला व्यवहार घडला त्याचवेळी विपणनाच्या उत्क्रांतीस सुरुवात झाली.

मानवाच्या उत्क्रांतीच्या निरनिराळ्या अवस्थांपैकी रानटी अवस्था ही पहिली अवस्था होय. या अवस्थेत मानवी गरजा खास अशा नव्हत्या. नंतर भटक्या अवस्थेत माववी गरजांची जाणीव होऊ लागली. अन्न, वस्त्र, निवारा यांत जाणीवपूर्वक अपेक्षावाढ होऊ लागली. माणसे एकत्र राहू लागली. शिकारी अवस्थेतून बाहेर पडून माणसे शेती करू लागली. मच्छिमारी आणि मेंढीपालन अस्तित्वात आले. निरनिराळे काफिले

निर्माण झाले. भटके जीवन मागे पडले. काही काफिल्यांजवळ काही जनावरे व इतर साधने असत तर काहींजवळ त्यांपैकी काही कमी असे. एका काफिल्याने दुसऱ्या काफिल्यास एक डुक्कर देऊन त्याच्या मोबदल्यात जमीन नांगरण्याची दोन हत्यारे घेतली. हा जगातील पहिला व्यापारी व्यवहार. पुढे मानव स्वतःपुरते धान्य उत्पन्न करू लागला. जमीन स्वतःच्या मालकीची म्हणू लागला. कुटुंबसंस्था निर्माण झाल्या. खेडी अस्तित्वात आली. व्यवहार करणे आता सुलभ झाले. 'वस्तूच्या मोबदल्यात वस्तू' या तत्त्वानुसार वस्तूंची देवाणघेवाण सुरू झाली. हीच वस्तुविनिमय अर्थव्यवस्था. एखाद्याकडे गहू अधिक असेल आणि त्याला जर डाळ हवी असेल तर गहू देऊन डाळ घेणे, हा मार्ग असे. यातील महत्त्वाचा दोष म्हणजे गरजू माणसाचा शोध करणे अवघड होई. ज्याच्याकडे मुबलक डाळ आहे आणि ज्याला गव्हाची गरज आहे असा नेमका माणूस सापडणे दुरापास्त होई. हा दोष नाहीसा केला, जत्रा व उरूस यांसारख्या प्रथांनी. जत्रेच्या निमित्ताने ठिकठिकाणचे गरजू एकत्र आले व आपल्याजवळील मुबलक वस्तू देऊन त्याबद्दल त्याच ठिकाणी गरजेची वस्तू खरेदी करू लागले. विपणनाचे हे पारंपरिक रूप होय. जत्रेनिमित्ताने आपापल्या विपुल वस्तू घेऊन माणसे हजेरी लावत व आलेल्या मालातून गरजेचा माल घेऊन जात. काळ पुढे जात होता. लोकसंख्या आणि खेड्यांची वाढ झाल्याने जत्रा किंवा उरूस अशा धार्मिक प्रसंगाने होणारी वस्तू-देवघेव अपूर्ण भासू लागली. मग ठराविक गावी दर आठवड्याला बाजार भरू लागला. परस्परोपयोगी गरजा, वस्तुविभाजनातील अडचण आणि संपत्तीच्या साठवणावरील मर्यादा या कारणांमुळे वस्तुविनिमयाला मर्यादा पडल्या. इकडे देवाणघेवाणीची गरज मात्र वाढली होती. विनिमयाचे माध्यम उदयास आले. त्यानुसार प्राण्यांची कातडी, जनावरे, धातूंचे तुकडे इ. वस्तू विनिमयमाध्यम म्हणून वापरात आल्या. यातूनच पुढे नाण्यांचा शोध लागला. मौल्यवान धातूचे विशिष्ट वजनाचे तुकडे प्रथम वापरात आले. त्यातील अडचणी विचारात घेऊन शासनकर्त्यांनी धातूंच्या तुकड्यांवर मूल्याचे व स्वतःच्या नावाचे ठसे मारण्यास सुरुवात केली. यामुळे देवाणघेवाण सोपी झाली. व्यापारी व्यवहार विकसित होऊ लागले. वस्तूच्या क्रय-विक्रयात नमुनेदारपणा आणि प्रमाणबद्धता या गोष्टी निर्माण झाल्या. पैशांमुळे १) विनिमयाचे माध्यम उपलब्ध झाले, २) वस्तू अगर सेवेचे मूल्यमापन करणे शक्य झाले, ३) संपत्ती साठविण्याचा सुरक्षित उपाय सापडला, आणि ४) खर्च करण्याचे प्रमाण मिळाले.

कुटुंबांची संख्या वाढून खेडी बनली. खेड्यांची संख्या वाढली. लोकसंख्या-वाढीमुळे मोठी खेडी शहरे बनली. हीच शहरे पुढे महानगरे बनली. याच काळात

शेतमालावर संस्कार करून नित्योपयोगी वस्तूंचे उत्पादन सुरू झाले. मानवी गरजा भागविण्यासाठी या वस्तूंचा वापर होऊ लागला. किंबहुना, वस्तूंची उपलब्धता झाली म्हणून गरजाही वाढल्या. खेड्यातून शेतमाल आणि इतर कच्चा माल शहराकडे येऊ लागला. विपणनाचे महत्त्व वाढू लागले. वस्तूला स्थल-काल आणि मूल्य उपयोगिता लाभली. देवाणघेवाणीने एक नवा टप्पा गाठला.

अठराव्या शतकाच्या उत्तरार्धात युरोपात शास्त्रीय शोधांचे जणू पेवच फुटले. क्रॉम्पटनचे म्यूल, आर्कराइटची पाणचक्की, हारग्रीव्हज्‌ची जेनी, जेम्स वॅटचे स्टीम इंजिन इत्यादी शोधांमुळे जगाचे डोळे दिपून गेले. या नव्या यंत्रांचा वापर नव्या उत्पादनाच्या कामी करण्यात आला. वाफेच्या इंजिनाच्या शोधामुळे एक अद्‌भुत व सामर्थ्यमान शक्ती युरोपियन माणसाला सापडली. या शक्तीच्या जोरावर यंत्रे चालवून वस्तूंचे उत्पादन मोठ्या प्रमाणावर करण्याची व्यवहारी वणिक्-वृत्तीही त्याने मोठ्या प्रमाणावर दाखविली. यंत्रांचा वापर उत्पादनासाठी केला गेल्यामुळे नव्या वस्तू आकर्षक स्वरूपात बाजारपेठेत येऊ लागल्या.

* मागणीपूर्व उत्पादन.
* मोठ्या प्रमाणावर उत्पादन.
* नव्या वस्तूंचे उत्पादन.
* कारखानदारी पद्धतीने उत्पादन.

उत्पादनाच्या बदललेल्या वरील चतुःसूत्रीमुळे औद्योगिक उत्पादनात विपुलतेचा विस्फोट घडून आला. याच वेळी वाहतुकीच्या क्षेत्रातही नवे शोध लागून वाफेच्या शक्तीवर चालणारी आगगाडी, आगबोट यांसारखी वाहतुकीची वेगवान साधने अस्तित्वात आली. या साधनांमुळे एका ठिकाणाहून दुसरीकडे मालाची मोठ्या प्रमाणावर वाहतूक करणे शक्य झाले. यामुळे इंग्लंडमधील कारखान्यात तयार झालेला माल दूरवर अतिपूर्वेकडील देशांत नेऊन विकणे शक्य झाले.

वाढती लोकसंख्या, वाढत्या वसाहतीमुळे उपलब्ध झालेल्या हुकमी बाजारपेठा, वाहतुकीच्या क्षेत्रातील क्रांती, आणि मुक्त व्यापाराचे धोरण या कारणांमुळे विपणनशास्त्र उदयास आले. वस्तू खपविणे हा उद्देश आला. दोन महायुद्धांमुळे (१९१४ ते १९ नि १९३९ ते ४५) आंतरराष्ट्रीय व्यापारात अडचणी आल्या; टंचाई, नियंत्रण हे शब्द रूढ झाले. आर्थिक विकासाच्या नव्या पर्वास सुरुवात झाली. या सर्व कारणांमुळे विपणनकार्ये वाढत गेली. प्रमाणीकरणाचे महत्त्व वाढले. बँका, व्यापारी संघटना यांच्या विकासात आधुनिकता आल्याने विपणनातील अडथळे दूर झाले. गेल्या दशकात यंत्रोत्पादित वस्तू आणि शेतमाल यांच्या उत्पादनात मोठ्या प्रमाणावर चढ-उतार दिसत आहेत.

वस्तूंचे उत्पादन आणि विकसन हे विपणनाचे सूत्र बनले असून विपणन व्यवस्थापनास अनन्यसाधारण महत्त्व प्राप्त झाले आहे. घाऊक आणि किरकोळ वस्तुवितरणाची विविध माध्यमे, जाहिरात व विक्रयवृद्धी, बाजारपेठेचे संशोधन यामुळे विपणनाच्या राष्ट्रीय मर्यादा कमी झाल्या असून संपूर्ण जग ही एकच बाजारपेठ बनली आहे. त्यामुळे जगाच्या एखाद्या कोपऱ्यात वस्तूंच्या उत्पादनावर झालेला परिणाम किंवा आघात जगातील सर्व ठिकाणच्या पणनप्रणालीवर पडसाद उमटवू शकतो. म्हणूनच विपणनाने उत्पादनाचा चेहरामोहरा बदलून टाकला आहे.

वस्तूचे उत्पादन झाल्यापासून ती अंतिम ग्राहकाच्या हाती पडेपर्यंत अनेक अवस्थांतून तिला जावे लागते. वस्तू ही कृषि–उत्पादन असेल किंवा यंत्रोत्पादित असेल. मानवी जीवनाच्या सुरुवातीला या वस्तूंचा या अवस्थांमधून होत असलेला प्रवास विशेष दृश्य नव्हता; कारण उत्पादक आणि ग्राहक यांच्यात प्रत्यक्ष संबंध होता. ग्राहकाच्या गरजेनुसार, मागणीनुसार, आवडीनुसार उत्पादन होत होते. परंतु, आधुनिक समाजजीवनात हा प्रत्यक्ष संबंध नष्ट झाल्याने विपणनाचे महत्त्व उत्तरोत्तर वाढत गेले. विपणनकार्ये म्हणजे कालमानानुसार विपणनाच्या प्रक्रियेचे बदलत गेलेले स्वरूप होय.

विपणन या प्रक्रियेत पुढील तीन गोष्टी येतात.

१) वस्तूंचे एकत्रीकरण (Concentration).

२) वस्तू प्रसारण (Dispersion).

३) समानीकरण (Equalisation).

वस्तूंचे एकत्रीकरण

अनेक उत्पादकांकडून वस्तू एके ठिकाणी किंवा बाजारपेठेत एकवटतात. या क्रियेला वस्तूंचे एकत्रीकरण म्हणतात. हे एकत्रीकरण अनेक वस्तूंचे, अनेक उत्पादकांकडून निर्मित वस्तूंचे, अनेक ठिकाणच्या वस्तूंचे असे विविध असते.

एकत्रीकरणाची आवश्यकता

१) प्रत्येक उत्पादक, मग तो कृषी मालाचे उत्पादन करणारा असो की, औद्योगिक उत्पादित वस्तू उत्पादन करणारा असो, आपापल्या उत्पादनक्षमतेनुसार उत्पादन करीत असतो. अशा प्रत्येक उत्पादकाच्या वस्तू एकत्रित आल्या तरच समाजाची त्या वस्तूची मागणी पूर्ण होऊ शकते.

२) उत्पादित मालाची प्रत, आकारमान, वापरक्षमता भिन्न असल्याने अशा भिन्नभिन्न प्रकारच्या वस्तू एकत्रित येण्यामुळे विभिन्न थरांतील ग्राहकांच्या गरजा भागू शकतात.

३) उत्पादनाचे निरनिराळे हंगाम असतात. विशेषतः कृषिमालाच्या बाबतीत ठराविक हंगामात माल निर्माण होतो व त्याचे एकत्रीकरण झाले नाही तर त्या मालाला असलेली नेहमीची गरज भागणे अशक्य ठरते.

४) उत्पादित कच्चा माल आणि यंत्राद्वारे होणाऱ्या उत्पादनासाठी लागणारा शेतमाल औद्योगिक संस्थेत पोचविण्यासाठी असा सर्व माल प्रथम मध्यवर्ती ठिकाणी एकत्रित करणे आवश्यक ठरते.

५) आधुनिक उत्पादनाचे स्वरूप म्हणजे 'यंत्रांचा वापर आणि मागणीपूर्व उत्पादन' यासाठी लागणारा कच्चा मालदेखील मोठ्या प्रमाणावर लागतो. यासाठी प्रथम अनेक उत्पादकांकडून या मालाचे मध्यवर्ती ठिकाणी केंद्रीकरण करावे लागते.

एकत्रीकरणाची गरज आणि व्याप्ती उद्योगधंद्यातील विशेषीकरण, उत्पादकतेतील तफावत, मागणी, परिवहनखर्च, ग्राहकांच्या उत्पन्नातील चढ-उतार इ. घटकांशी निगडित असते.

एकत्रीकरणाच्या प्रक्रियेत खरेदी, खरेदीसाठी पैशांची जुळणी, मालवाहतूक, मालाचा विमा, संग्रहण, वर्गीकरण, प्रमाणीकरण आणि श्रेणीकरण ही कार्ये होतात.

कृषिपदार्थांचे एकत्रीकरण धान्य खळ्यातून बाहेर आले की, सुरू होते. शेतकरी आपल्यापुरते धान्य ठेवून बाकीचे धान्य प्राथमिक बाजारपेठेत विकतो. या पेठेत दलाल, अडते इ. लोक हा माल खरेदी करतात व जवळच्या मोठ्या बाजारपेठेतील मोठ्या दलालांना विकतात. मोठे दलाल अन्य भुसार व्यापाऱ्यांना हा माल विकतात व त्यांच्याकडून हा माल ग्राहकापर्यंत पोचतो. या प्रत्येक ठिकाणी एकत्रीकरण ही क्रिया होत असते.

एकत्रीकरणासाठी मध्यस्थ आवश्यक असतात. यात विशेषकरून घाऊक व्यापारी असतात. आपल्यासारख्या देशात मध्यस्थांचे कार्य सरकार पार पाडते.

वस्तुप्रसारण

एका मध्यवर्ती ठिकाणावरून वस्तू अंतिम उपभोक्ता किंवा औद्योगिक ग्राहक यांच्यापर्यंत पोहोचविण्याच्या क्रियेस वस्तु-प्रसारण म्हणतात. उपभोग हे उत्पादनाचे ध्येय असते. त्यादृष्टीने पाहता वस्तूचा प्रसार होणे हे नैसर्गिक म्हटले पाहिजे. म्हणजे 'वस्तु-प्रसरणाकरताच वस्तु-एकत्रीकरण' हे सूत्र असते. प्रसरण कार्ये म्हणजे वस्तु-वितरण कार्ये होत. यांत पुढील गोष्टींचा समावेश होतो : वस्तू-नियोजन आणि विकसन, विक्री, बाजारपेठेचे संशोधन, रोख व उधारी नियंत्रण, माल साठवण, बांधणी, किंमत, माल वाहतूक इ.

या क्रियेत ग्राहकाकडून मागणी येईल त्याप्रमाणे वस्तू पुरविणे हे मुख्य कार्य येते. यात घाऊक व्यापारी, किरकोळ व्यापारी, अभिकर्ते, सरकार इ. संस्था आणि व्यक्ती भाग घेतात.

समानीकरण

वस्तूंचे एकत्रीकरण आणि प्रसरण यांमधील क्रिया म्हणजे मागणीप्रमाणे पुरवठ्यात बदल करण्याची समानीकरण ही प्रक्रिया होय. शेती, कारखाने या ठिकाणचे उत्पादन हे विशिष्ट आदेशानुसार होत नसते तर संपूर्ण बाजारपेठेसाठी असते. बाजारपेठेचे स्वरूप नेहमी बदलत असते. ग्राहकांच्या मागणीनुसार उत्पादनाचे स्वरूप रहावे आणि मागणी व पुरवठ्यात समानता रहावी हे या क्रियेमागील उद्दिष्ट असते.

एकत्रीकरण, प्रसारण आणि समानीकरण या क्रिया एकापाठोपाठ एक अशा घडत नाहीत तर एकत्रितरीत्या सुरू असतात आणि या क्रिया घडून येण्यासाठी विपणनाची कार्ये महत्त्वाची असतात. हाउस्ले, क्लार्क आणि क्लार्क यांनी वर्णिल्याप्रमाणे,

"Concentration, equalisation and dispersion are the heart of marketing. It is the need for the performance of these operations that makes marketing necessary."

विपणनकार्यांचे वर्गीकरण

(Classification of the Functions of Marketing)

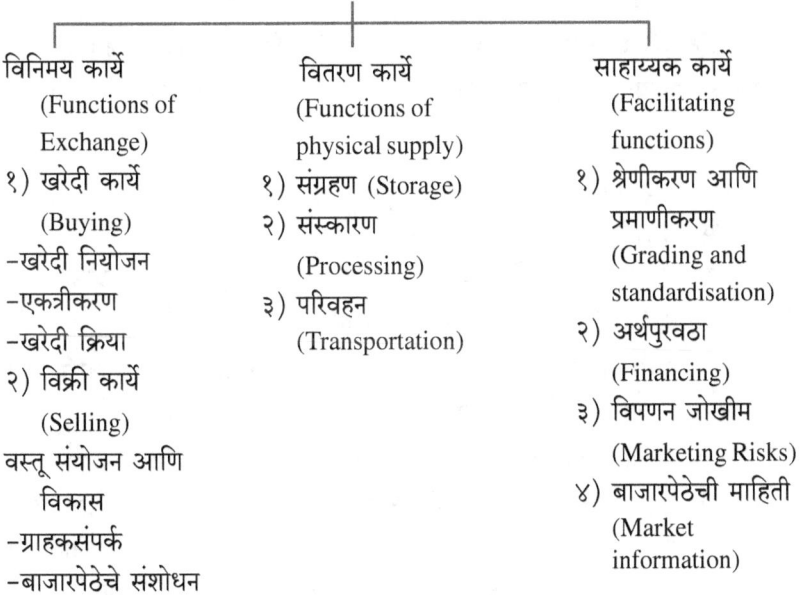

विनिमय कार्ये (Functions of Exchange)	वितरण कार्ये (Functions of physical supply)	साहाय्यक कार्ये (Facilitating functions)
१) खरेदी कार्ये (Buying) -खरेदी नियोजन -एकत्रीकरण -खरेदी क्रिया २) विक्री कार्ये (Selling) वस्तू संयोजन आणि विकास -ग्राहकसंपर्क -बाजारपेठेचे संशोधन -विक्री व जाहिरात	१) संग्रहण (Storage) २) संस्कारण (Processing) ३) परिवहन (Transportation)	१) श्रेणीकरण आणि प्रमाणीकरण (Grading and standardisation) २) अर्थपुरवठा (Financing) ३) विपणन जोखीम (Marketing Risks) ४) बाजारपेठेची माहिती (Market information)

विनिमय कार्ये

वस्तूंच्या खरेदी–विक्रीशी संबंधित असलेली कार्ये म्हणजे पणनकार्ये होत. या कार्यामुळे वस्तूच्या प्रवासास सुरुवात होते. उपयोगितेचा वापर म्हणजे उपभोग ; आणि उपयोगितेची निर्मिती म्हणजे उत्पादन. त्यामुळे उपभोग हा प्रत्येक उत्पादित वस्तूचा शेवट असतो. ते त्या वस्तूचे जीवित कार्य असते. या कार्यामुळे उत्पादकाकडील वस्तू आणि माल हा मध्यस्थाकडे जातो ; म्हणून याला विनिमयकार्ये असे म्हणतात.

१) खरेदी कार्ये

एकत्रीकरण ही विपणनातील पहिल प्रक्रिया आहे. एकत्रीकरण सुलभ होणे हेच खरेदीचे उद्दिष्ट असते. चांगली खरेदी ही निम्मी विक्रीच होय. या उक्तीनुसार खरेदी योग्य होणे आवश्यक ठरते. खरेदीसाठी पुढील गोष्टी योग्य लागतात ;

योग्य वस्तू
योग्य बाजारपेठ
योग्य वेळ
योग्य किंमत
योग्य परिणाम

खरेदीतही यथायोग्यता साधण्यासाठी खरेदीचे नियोजन करावे लागते. यात खरेदीचे अंदाजपत्रक तयार करणे, अर्थपुरवठा, धोरण आखणे, बाजारपेठ निवडणे इ. कामे येतात.

२) विक्री व कार्ये

प्रमुख विक्री कार्ये पुढीलप्रमाणे –

वस्तू नियोजन आणि विकसन : उत्पादित वस्तूंचे स्वरूप ग्राहकांच्या गरजांनुसार ठेवण्यासाठी सातत्याने करावे लागणारे प्रयत्न.

ग्राहकांशी संपर्क : हा संपर्क अनेक पद्धतींनी साधता येतो. वस्तूला मागणी निर्माण करणे हे या कार्याचे उद्दिष्ट आहे.

बाजारपेठेचे संशोधन : उत्पादित वस्तू आणि सेवा यांचे स्थानांतरण व त्यांची विक्री होताना जे प्रश्न निर्माण होतात त्या सर्व प्रश्नांशी संबंधित माहिती गोळा करणे, आकडेवारीची नोंद करणे व नंतर तिचे विश्लेषण करणे या क्रियेला बाजारपेठेचे संशोधन असे म्हणतात. वस्तूविश्लेषण, बाजारपेठेचे विश्लेषण, वितरण पद्धतीचे विश्लेषण आणि स्पर्धाविश्लेषण ही बाजारपेठेच्या संशोधनाची चतुःसूत्री मानली जाते.

विक्री : प्रत्यक्ष विक्री हे विक्रयकार्यातील शेवटचे कार्य होय. यात विक्री

अंदाजपत्रक, धोरण, विक्रीव्यवहार पद्धती इ. कामे येतात.

जाहिरात : विविध माध्यमांद्वारे जाहिरात व प्रसिद्धी.

३) संग्रहण कार्ये

मालाला योग्य भाव मिळेपर्यंत त्याचे संग्रहण आवश्यक असते म्हणून वितरणकार्याची सुरुवात संग्रहणातून होते. संग्रहणाची आवश्यकता दिवसेंदिवस वाढत आहे. वस्तूचे गुण टिकवून ठेवणारे संग्रहण ही आधुनिक विपणनाची एक आवश्यक बाब ठरली आहे. याची कारणे पुढीलप्रमाणे सांगता येतील :

१) उत्पादक आणि उपभोक्ता यांच्यात अंतर निर्माण झाल्याने व उपभोक्त्याला वस्तूची गरज ताबडतोब भागवावी लागल्याने उत्पादित माल उपभोक्त्यांच्या म्हणजेच बाजारपेठेच्याजवळ साठविण्याची गरज भासत आहे.

२) उत्पादनकाल व उपभोगकाल यांत फरक असतो. वर्षभर उत्पादित होणारा माल ठराविक काळातच वापरला जातो. या ठराविक काळात उत्पादित मालाचा उपभोग घेणे शक्य व्हावे म्हणून संग्रहणाची आवश्यकता भासत आहे.

३) मागणीपूर्व व मोठ्या प्रमाणावरील उत्पादनामुळे उत्पादित झालेला माल मागणी येईपर्यंत संग्रहित करण्याची गरज निर्माण झालेली आहे.

४) वितरणाच्या साखळीतील किरकोळ व्यापारी आणि ग्राहक यांना मोठ्या प्रमाणावर मालाचा साठा करून ठेवणे परवडणारे नसते व शक्यही नसते. त्यामुळे संग्रहणाची जबाबदारी उत्पादक किंवा घाऊक व्यापाऱ्यास घ्यावी लागते. त्याखेरीज विक्री अशक्य होऊन बसते.

५) मागणीप्रमाणे पुरवठा करता यावा व किमतीत स्थैर्य रहावे याकरिता मालाच्या संग्रहणाची गरज भासते.

६) यंत्रोत्पादित वस्तूंचे उत्पादन अखंडितपणे करता येण्यासाठी कच्च्या मालाच्या संग्रहणाची गरज असते.

७) नाशवंत वस्तू अधिक काळपर्यंत टिकवून ठेवण्यासाठी त्या वस्तूचे संग्रहण आवश्यक असते.

४) संस्करण कार्ये

वस्तुवितरणातील दुसरे महत्त्वाचे कार्य म्हणजे एकत्रित केलेल्या वस्तूंवर संस्कार करून त्या विक्रीयोग्य बनवणे. यात पुढील गोष्टी येतात.

१) वस्तूची बांधणी २) चिन्हांकन ३) मूल्यपत्रक लावणे ४) विक्रयोत्तर सेवा ५) जाहिरात व प्रसिद्धी ६) वस्तू प्रदर्शन ७) व्यापारी प्रात्यक्षिक इ. या बाबींना व्यापारी सेवा असेही म्हणतात; कारण वस्तूवर हे संस्कार झाले की वस्तू वितरणास

योग्य बनते. या संस्कारणामुळे वस्तू सहज ओळखता येते, वस्तूला स्वतःची अशी प्रतिमा लाभते. यामुळे वस्तू 'बोलकी' होते.

५) परिवहन

वस्तू किंवा मालाचे उत्पादन झाल्यानंतर त्या अंतिम ग्राहकाच्या हातात पडेपर्यंत विपणन कार्य पूर्ण झाले असे मानता येत नाही. आधुनिक काळात उत्पादनाचे ठिकाण आणि बाजारपेठांचे ठिकाण यांत कित्येक कि.मी. अंतर असते. वस्तू उत्पादनाच्या ठिकाणापासून बाजारपेठांच्या ठिकाणापर्यंत नेऊन पोचविणाऱ्या यंत्रणेस 'वस्तू परिवहन' असे म्हणतात. परिवहनसेवेची गरज पुढीलप्रमाणे आहे:

१) वस्तूंचे वितरण जलद होणे.

२) वस्तूंचे वितरण कार्यक्षमरीत्या सुस्थितीत होणे.

३) वस्तूंचे वितरण मोठ्या प्रमाणावर होणे.

परिवहनाचे पुढील ३ मुख्य प्रकार आहेत. जमिनीवरील वाहतूक, जलद वाहतूक आणि हवाई वाहतूक.

६) श्रेणीकरण

ठरविलेल्या प्रमाणांच्या आधारावर वस्तू किंवा मालाची प्रतवारीनुसार विभागणी म्हणजे श्रेणीकरण होय. यालाच 'प्रतवारी लावणे' असेही म्हणतात. यंत्रोत्पादित वस्तूपेक्षा शेतमालाच्या बाबत श्रेणीकरण महत्त्वाचे असते. श्रेणीकरणापासून पुढील लाभ मिळतात.

१) श्रेणीकरण केलेल्या पदार्थास विशिष्ट श्रेणी किंवा छाप देता येतो. त्यामुळे ग्राहकाच्या मनात सदर पदार्थांविषयी विश्वास निर्माण होतो.

२) माल सरमिसळ विकण्यापेक्षा प्रतवारीने लावून विकल्यास चांगल्या प्रतीच्या मालास जास्त किंमत येते.

३) श्रेणीकरण केलेल्या वस्तू या नमुने आणि वर्णन (जाहिरात) यांच्या आधारावर विकता येत असल्यामुळे वस्तूंना विस्तृत बाजारपेठ उपलब्ध होते.

४) श्रेणीकरण केलेल्या मालाच्या तारणावर बँकेकडून अधिक सुलभपणे कर्ज मिळू शकते.

५) श्रेणीकरण केलेल्या मालाच्या बाबतीत भविष्यकालीन वायदेव्यवहार शक्य होतात.

६) भेसळीपासून ग्राहकाचे संरक्षण होते. त्यामुळे ग्राहकसंख्या सदैव वाढती रहाते.

७) प्रमाणीकरण

सारख्याच प्रकारच्या, गुणधर्माच्या आणि आकारच्या गटांत वस्तूंचे वर्गीकरण करणे सुलभ व्हावे म्हणून त्यांचे पदार्थांचे विशिष्ट गुणांनुसार प्रमाण ठरविले जाते. प्रमाणीकरणामुळे श्रेणीकरण सुलभ होते. प्रमाणीकरण कायद्याने सुरक्षित असल्याने एकदा प्रमाण ठरविल्यानंतर दीर्घकाळापर्यंत त्याचा उपयोग होतो. प्रमाणित वस्तू याचा अर्थ ती वस्तू विशिष्ट निश्चित गुणधर्मांनी युक्त आहे असा असतो. प्रमाणांना एकसूत्रता आणि दीर्घ कालावधीसाठी उपयुक्तता प्राप्त होण्यासाठी ती त्या देशाच्या शासनाने ठरविणे जरुरीचे असते. १९४७ साली आपल्या देशात स्थापना झालेली Indian Standards Institution ही संस्था मर्यादित वस्तूसाठी प्रामाण्ये ठरविते.

शेतमाल प्रतवारी आणि मार्किंग कायद्यान्वये शेतमालासंबंधी प्रमाणे निश्चित केली जातात. यानुसार केंद्रीय कृषिविपणन खात्याने प्रामाणित केलेल्या मालाला Agmark ॲगमार्क Agricultural Marketing हा छाप देण्यात येतो.

८) अर्थपुरवठा

वस्तू किंवा माल तयार झाल्यापासून त्या अंतिम ग्राहकाच्या हाती पडेपर्यंत जी विपणनकार्ये पार पाडावी लागतात, त्या प्रत्येक कार्यास पैशांच्या नियमित पुरवठ्याची आवश्यकता असते. यासाठी प्रथम गरजा निश्चित करून पैसा उभारण्याचे मार्ग निश्चित करावे लागतात. सामान्यतः विपणनासाठी मध्यम व अल्प मुदतीचा अर्थपुरवठा लागत असल्याने हा पैसा बँकांमार्फत उभा राहू शकतो. यंत्रोत्पादित वस्तूंची निर्मिती ही हल्ली भांडवलाधिष्ठित प्रक्रिया बनल्याने स्वतःचा पैसा विपणनकार्याची गरज भागवण्याकडे वापरणे शक्य होत नाही. अल्प मुदतीची कर्जे, ठेवी इ. माध्यमांद्वारा पैसा उभारता येतो. १९५१ मध्ये नेमलेल्या गोरवाला समितीने आपल्या ग्रामीण पतपुरवठा अहवालात शेतमालाच्या विपणनासाठी नियंत्रित स्वरूपात पतपुरवठा व्हावा अशी शिफारस केली असून 'पत पुरवठा आणि विपणन' यांची साखळी जोडली पाहिजे. (Linking credit with marketing) असे आग्रहाने प्रतिपादिले आहे. अर्थपुरवठ्याबरोबर आर्थिक नियोजन व नियंत्रण असले पाहिजे. जीवनावश्यक वस्तू/सेवा यांची खरेदी वाढावी म्हणून सरकार वेळोवळी अनुदानयोजना जाहीर करते त्यामुळे मागणीत वाढ होते.

९) विपणन जोखीम

वस्तू व मालाच्या मालकीमुळे उत्पन्न होणारे पण ज्यावर मोठ्या प्रमाणावर मानवी नियंत्रण राहू शकते. अशा धोक्यांना विपणन धोके म्हणतात. अनिश्चिततेमुळे,

धोक्यामुळे जोखीम निर्माण होते. वस्तूच्या उत्पादनापासून अंतिम ग्राहकाकडून उपभोग होईपर्यंत अनेक प्रकारची अनिश्चितता असते. तिचा स्वीकार करून त्यापासून नुकसान होणार नाही याची खबरदारी म्हणजेच जोखीम होय. जोखीम तीन प्रकारची असते. स्थलविषयक जोखीम, कालविषयक जोखीम, स्पर्धात्मक जोखीम.

१०) बाजारपेठेची माहिती

विपणनातील धोके टाळण्याचा महत्त्वाचा उपाय म्हणजे बाजारपेठेचा अचूक अंदाज. अलीकडे बाजारपेठेचे ज्ञान हे केवळ फायदेशीर नव्हे तर अत्यावश्यक ठरते. कारण व्यापाऱ्यांना आपापले विपणनविषयक धोरण ठरविताना बाजारपेठेचे संपूर्ण ज्ञान असावे लागते. विपणनासंबंधी शासकीय अध्यादेश, परिपत्रके, व्यापारी संस्थांचे नियम, बाजारपेठेतील ताज्या घडामोडी, मागणी-पुरवठ्यातील चढउतार, आंतरराष्ट्रीय बाजारपेठेतील स्थिती इ.ची माहिती मागील संदर्भासह उपलब्ध असणे हे अत्यावश्यक ठरते. बाजारपेठेच्या उपलब्ध माहितीवरून बाजारपेठेचे संशोधन करणे सोयीचे होते. तसेच उपलब्ध माहिती आणि संशोधित माहिती यांवरून अनुमान काढणे शक्य होते.

१.४ विपणन संयोग (व्यामिश्र)

विषयप्रवेश :

व्यवसायात विपणन हे कार्य किती महत्त्वाचे आहे हे आपण पाहिले. तीव्र स्पर्धा, जागतिकीकरण आणि तंत्रज्ञानाचा सार्वत्रिक वापर यांमुळे बाजारपेठांचे स्वरूप बदलून गेले आहे. व्यवसायात तग धरून राहण्यासाठी संपूर्ण व्यवसाय हा विपणनाभिमुख करण्याची गरज आपण पाहिली. विपणन व्यवस्थापनाला लाभलेले महत्त्व लक्षात घेता विपणनकार्य हे व्यवसायाचे अत्यंत संवेदनशील व उच्च प्रतीचे मानले जाते. म्हणूनच या क्षेत्रात अनेक सल्लासेवा संस्था, व्यावसायिक कंपन्या, संशोधनसंस्था यांनी प्रवेश केला आहे. व्यवसाय व्यवस्थापनातील पहिल्या क्रमांकाचे आव्हानात्मक कार्य म्हणून हे क्षेत्र ओळखले जतो.

विपणन व्यवस्थापनाची सुरुवात ही विपणनकार्यक्रमाच्या आखणीपासून सुरू होते. कोणत्या वस्तू? कोणत्या किमतीला? कशा प्रकारे बाजारात आणायच्या? वितरण कसे करायचे? इ. विविध प्रश्नांची उत्तरे शोधून त्यासाठी धोरणे, युक्त्या-प्रयुक्त्या यांची आखणी करावी लागते. कोणतेही धोरण ठरविताना समोर दिशा असली पाहिजे. उदाहरणार्थ ब्रेड तयार करण्याच्या म्हणजे बेकरी व्यवसायात कोणत्या प्रकारचे ब्रेड तयार करायचे? किती प्रकारचे? अन्य कोणत्या प्रकारच्या वस्तू (उपउत्पादने) बनवायचे? उदा. क्रीमरोल, पॅटिस, बनपाव इ. त्यांच्या किमतीबाबत

कोणते धोरण आखले पाहिजे? उदा. पॅकिंगचा खर्च, पॅकिंगचे स्वरूप, वितरकांचे कमिशन, उत्पादन व अन्य अप्रत्यक्ष खर्चाचे स्वरूप, स्थानिक कर, नासधूस–खराब माल यांमुळे होणारा तोटा, ब्रेड स्वतः विकायचे? मध्यस्थामार्फत विकायचे? स्थानिक बाजारात विक्री करायची? अन्य गावात विक्री करायची? ब्रेड खाण्याची सवय कशी आहे? मागणी किती राहील? त्यात बदल का व कसा होईल? सध्या किती बेकऱ्या आहेत? त्यातील आपले स्पर्धक कोण? त्यांच्याशी स्पर्धा करताना कोणते धोरण हवे? हे सर्व प्रश्न सोडविताना काही पायाभूत विचार, सूत्र किंवा नियम विचारात घ्यावे लागतात, नाहीतर धोरण व विपणनकार्यक्रम यशस्वी होणार नाही. विपणन– संयोग या संकल्पनेत अशा सर्व तत्त्वांचा विचार केला जातो. विपणन उद्दिष्टे व विपणनाचे सर्व घटक यांचा समसमासंयोग घडून आला तर विपणन कार्य चांगल्याप्रकारे पार पडते.

अर्थ : विपणन संयोग (Marketing Mix) म्हणजे विपणन कार्याची आखणी करताना नियंत्रणक्षम घटक मध्यवर्ती ठेवून त्यांची परस्परांशी कौशल्यपूर्ण जोडणी होय. हे चार घटक म्हणजे वस्तू, किंमत, प्रकार आणि वितरण ठिकाण (Marketing mix is the blend of the four controllable variables that make up the nucleaus of the marketing programme viz. product price promotion and place) फिलिप कोटलर यांनी, ''विपणन संयोग म्हणजे निर्धारित बाजारपेठेत विपणन उद्दिष्टे पार पाडण्यासाठी कंपनीने वापरलेली तंत्रे (आयुधे)'' उदा. वस्तू, किंमत, प्रकार आणि जागा असे वर्णन केले आहे.

प्रत्येक कंपनीची विपणनधोरणे वेगळी असली तरी त्या धोरणांना दिशा लागते. त्याशिवाय विपणनधोरण यशस्वी होणार नाही. विपणन संयोगातील प्रत्येक घटक विचारात घेऊन विपणनकार्यक्रम आखला तर विपणनधोरण व उद्दिष्टे यशस्वी होतात. उदाहरणार्थ, किमतीबाबत धोरण ठरविताना शासनाचे धोरण, स्थानिक कर, नियामक यंत्रणांचे कायदे इ. गोष्टी विचारात घ्याव्या लागतात. त्यानुसार वितरकांचे कमिशन दर ठरविता येतात. अन्य कंपन्यांचे दर कोणते? हे लक्षात घ्यावे लागते. वस्तूबाबत पदार्थातील टिकाऊपणा, विक्रीपूर्व सेवा, विक्रीपश्चात सेवा, हमी, सुटे भाग, नापसंत माल परत येण्याची शक्यता, वजन, आकार, प्रत्यक्ष ने–आण करण्यातील समस्या, वेष्टण, इ. अनेक घटक तपासावे लागतात.

'प्रसार किंवा प्रवर्तन' यामध्येदेखील अनेक सूक्ष्म घटक येतात. त्यात पुन्हा शासकीय नियम, जाहिरातीवरील खर्च, विक्री कर्मचारी संख्या इ. वितरणजागा, यात परिवहनपासून मालसाठा आणि वितरणसाखळी, वितरकांची निवड इ. घटक येतात.

या सर्व घटकांचा एकत्रित विचार करून कंपनीला विपणन उद्दिष्टे, कार्यक्रम ठरवावा लागतो. म्हणून 'विपणन संयोग' ही संकल्पना म्हणजे विपणनशास्त्रातील मंगलाचरण किंवा प्रारंभिक अध्याय असे संबोधणे संयुक्तिक ठरेल.

व्याख्या : 'कंपनीची विपणन उद्दिष्टे निश्चित करणे व त्यानुसार विपणनयोजना (कार्यक्रम) राबविण्यासाठी योजना तयार करणे यांसाठी अनुसरली जाणारी तंत्रे म्हणजे 'विपणन संयोग'

"Marketing mix is the set of marketing tools the firm uses to pursue its marketing objectives and to work out marketing plan."

या व्याख्येनुसार कंपनीची विपणन उद्दिष्टे, विपणनयोजना आणि विपणनसंयोग या ३ संज्ञा भिन्न आहेत. विपणन उद्दिष्टे हे ध्येय आहे; तर विपणनयोजना आणि विपणनसंयोग हे अनुक्रमे विधान व तंत्र आहे. एखाद्या वाहननिर्मिती कंपनीबाबत काही गोष्टी पुढीलप्रमाणे सांगता येतील.

विपणन उद्दिष्ट : भारतातील प्रवासी गाड्यांच्या बाजारपेठांचा ३० टक्के हिस्सा आपल्या गाड्यांनी व्यापणे.

विपणन योजना : वर्ष २०१४-१५ च्या पहिल्या तिमाहीत मुंबई, कोलकाता, नवी दिल्ली आणि चेन्नई या महानगरांतील बाजारपेठेसाठी आरामदायी गाड्या बाजारात आणणे.

तिसऱ्या व चौथ्या तिमाहीत 'अ' वर्ग शहर बाजारपेठ संशोधन करून त्यातील दक्षिणेकडील राज्यांत आरामदायी तसेच सुविधा गाड्या प्रयोगादाखल सादर करणे.

विपणन संयोग (व्यामिश्र)

वस्तू–	प्रवास गाड्या, मालवाहू गाड्या, मोठ्या गाड्या		
	आरामदायी, निमआरामी, उपयुक्त		
किंमत–	रु. ३ लाख,	रु. ३ ते ५ लाख,	रु. ५ लाखांचे वर
	वित्तीय सवलतीसह	वित्तीय सवलतीविना	हप्त्याने प्रिमियम किंमत
	जुनी गाडी अदलाबदल	समूह खरेदी	
प्रसार/प्रवर्तन–			
	विक्रय वृद्धी योजना,	ब्रँड अँबॅसेडर,	प्रत्यक्ष विक्री
जागा–			
	वितरक/सेवा केंद्रे	महानगर केंद्रे	इंटरनेट

व्याप्ती

विपणन संयोग हे अतिशय व्यापक तंत्र आहे. त्यात खूप नवे प्रवाह येत आहेत. विशिष्ट बाजारपेठेसाठी, विपणनसंयोग, साधताना चार 'पी' नुसार सूक्ष्म घटकांबाबत निर्णय घेतला जातो. उदा. ऑटो कंपनीच्या विपणन संयोगात वस्तू- संयोग, किंमत संयोग, प्रसार संयोग आणि जागा संयोग अशा स्वतंत्र बाबी येतील. या बाबी म्हणजेच नियंत्रणक्षम घटक होत. हे घटक विशिष्ट वस्तू किंवा वस्तू समूहाबाबत तसेच ठराविक बाजारपेठेनुसार ठरवावे लागतात. त्यात पुन्हा बाजारपेठेच्या प्रकारानुसार फरक पडतो. उदा. स्थानिक बाजारपेठेचे विपणन संयोग हे आंतरराष्ट्रीय बाजारपेठेच्या विपणनासाठी उपयोगी नसतात.

विपणन संयोगाचे चार 'पी' हे मॅक कॅर्थी या तज्ज्ञाने सर्वप्रथम मांडले. त्यावेळी त्याच्यासमोर प्रामुख्याने कारखान्यात तयार होणाऱ्या वस्तू होत्या. अलीकडील काळात सेवा व्यवसायाची वाढ झाल्याने या चार 'पी' मध्ये आणखी तीन 'पी' ची भर पडली आहे. विपणन संयोगातील 'पी' म्हणजे प्रोड्यूसर किंवा उत्पादकाच्यादृष्टीने विचारात घेतलेले घटक आहेत. परंतु, विपणनाची कार्यक्षमता ही ग्राहकांच्या प्रतिसादावर अवलंबून असल्याने रॉबर्ट लॉटरबॉर्न यानी चार 'पी' ला समकक्ष चार 'सी' जोडले आहेत. त्याच्या दृष्टीने उत्पादनाला, उपभोगाचा संदर्भ जोडून धोरणे आखली पाहिजेत.

	चार 'पी'	चार 'सी'
१)	वस्तू	ग्राहकाला गवसलेला उपाय
२)	किंमत	ग्राहकांचा खर्च
३)	जागा	ग्राहकाची सोय
४)	प्रसार/प्रवर्तन	ग्राहकाला होणारे ज्ञान/मिळणारी माहिती

महत्त्व – विपणन संयोगासंबंधी धोरण ठरविणे, त्यात गरजेनुरूप बदल करणे हे चांगल्या विपणन व्यवस्थापनाचे गमक होय. कंपनीच्या विपणन प्रयत्नाचे यश हे तिच्या विपणन योजनेवर व विपणन कार्यक्रमांवर अवलंबून असते. विपणन संयोग तंत्राच्या साहाय्याने कंपनीला वितरकांवर प्रभाव पाडणे शक्य होते. वितरण जर ग्राहक- मान्य ठरले तर ग्राहकांना जिंकता येते. बाजारपेठेवर प्रभाव पाडणे शक्य होते. विपणन संयोगांतर्गत वस्तू, किंमत, जागा व प्रवर्तन या घटकांनुसार पर्याय दृष्टिपथात येतात. त्यामुळे कंपनी गरजेनुसार वस्तूच्या किमतीत बदल करू शकते. विक्री पद्धती बदलू शकते. जाहिरातीवरील खर्च कमी-जास्त करता येतो.

दर तिमाही किंवा दरमहा विपणन प्रयत्नांचा आढावा घेता येतो. सध्या अनेक उद्योगांत विशेषतः महानगरांत अगर आंतरराष्ट्रीय बाजारपेठेत उद्योगनिहाय 'विपणन

संयोग' उपयोगात आणून आपले विपणन अंदाजपत्रक आखतात. विपणनक्षेत्रातील अनेक सल्ला सेवा संस्था/कंपन्या ह्या विपणन संयोगाचे प्रमाणीकरण करून आपला व्यवसाय वाढवितात.

<hr>

प्रश्नसंच

(१) **पुढील विधाने चूक की बरोबर ते सांगा.**
१) बृहद् विपणन म्हणजे मोठ्या प्रमाणावरील विपणन होय.
२) राजकीय व सामाजिक क्षेत्रांतही विपणनकार्ये भूमिका बजावतात.
३) श्रेणीकरण केलेल्या मालाच्याबाबत वायदे बाजारात प्रवेश लाभतो.
४) विपणन हे शास्त्र व कला, दोन्ही आहे.

(२) **चार ओळींत उत्तरे लिहा.**
१) बाजारपेठेचे दोन अविभाज्य घटक कोणते?
२) 'विपणनामुळे बाजारातील माहिती व ज्ञानाचे आर्थिक मूल्यात परिवर्तन होते.' उदाहरणे द्या.
३) बाजारपेठेचे दोन प्रमुख प्रकार कोणते?
४) ग्राहकांच्या दृष्टीने विपणनाचे महत्त्व दर्शविणारे दोन मुद्दे सांगा.
५) वस्तू प्रसारण (प्रवर्तन) आणि वस्तू वितरण यांतील भेद सांगा.
६) ग्राहक समाधान म्हणजे काय?
७) विपणन जोखीम म्हणजे काय?

(३) **कंसातील सूचनेनुसार सोडवा.**
१) औद्योगिक क्रांतीनंतर .... उत्पादन होऊ लागले.
पुढीलपैकी योग्य पर्याय लिहा.
(अ) मागणी पूर्व (ब) मागणी प्रमाणे (क) औद्योगिक (ड) कृषि
२) विपणन ही संज्ञा .... या एका महत्त्वाच्या संकल्पनेवर आधारित आहे. पुढीलपैकी योग्य पर्याय लिहा.
(अ) विपणी (ब) विक्री (क) विनिमय (ड) किंमत
३) .... शेतमालाला स्थल-काल-मूल्य उपयोगिता लाभली.
पुढीलपैकी योग्य पर्याय लिहा.
(अ) शहरीकरणामुळे (ब) यांत्रिकीकरणामुळे
(क) औद्योगिकीकरणामुळे (ड) चलनवाढीमुळे

(४) **योग्य जोड्या लावा.**

गट–अ	**गट–ब**
विपणन	विपणनकार्य
विपणन संयोग	इंडियन स्टँडर्ड्स इन्स्टिटट्यूट
एकत्रीकरण	फोर 'पी'
प्रमाणीकरण	मालकीचे हस्तांतर

(५) विपणन उद्दिष्टे आणि विपणनकार्ये यांत फरक काय?

(६) विपणन व्यवस्थापनाची व्याप्ती सांगा?

(७) विपणन व्यवस्थापन कार्याचे महत्त्व थोडक्यात वर्णन करा.

(८) विपणन संयोगाची (व्यामिश्र) व्याप्ती सांगा.

(९) पुस्तक प्रकाशन व्यवसाय, बेकरी व्यवसाय किंवा टुरिझम उद्योग यांपैकी कोणत्याही एका व्यवसायासाठी, एक वर्ष कालावधीसाठी विपणन संयोग-तंत्रांचा वापर करून विपणन योजना व कार्यक्रम तयार करा.

प्रकरण २

विपणन वातावरण

Marketing Environment

२.१ विषयप्रवेश, अर्थ आणि स्वरूप, वैशिष्ट्ये

विषयप्रवेश :

विपणनकार्य आणि विपणनव्यवस्थापन अभ्यास यांची पूर्व तयारी म्हणजे विपणनकार्य प्रभावित करणाऱ्या सभोवतालच्या परिस्थितीचे आकलन आणि परिशीलन करणे, हे होय. कोणतेही व्यावसायिक कार्य ते कच्च्यामालाचे पक्क्यामालात रूपांतरणाचे असो, वित्त उभारणीचे असो, विक्री किंवा विपणनाचे असो ते जर कोणत्या गोष्टीने परिसीमित असेल तर ती म्हणजे भोवतालची परिस्थिती. बाजारपेठ ही जरी मागणी पुरवठ्याच्या आर्थिक सिध्दान्ताने स्पष्ट होणारी असली तरी विपणनकर्ते, ग्राहक, अभिकर्ते यांना निर्णय घेणे, अंदाज बांधणे, खरेदी-विक्री करणे यांसारखी कार्ये पार पाडायची असतात. त्यात चुकीचा ठरलेला निर्णय हा जबरदस्त आर्थिक/व्यापारी आघात ठरू शकतो. कंपनीच्या दृष्टीने म्हणूनच सभोवतालची परिस्थिती जाणून घेऊन विपणनसल्ला देण्यासाठी तज्ज्ञ नेमले जातात. विपणन सल्ला सेवा संस्थांचे हे मोठे काम असते. विपणन वातावरणाचे घटक हे विपणनप्रयत्न व योजना मोठ्या प्रमाणात प्रभावित करतात. त्यामुळे अनेकदा नवीन वस्तूचे बाजारातील पदार्पण, वितरणकार्य, बाजारपेठ, संशोधन तसेच संपूर्ण विपणन व विक्री अंदाजपत्रक इ. कोलमडतात.

अर्थ आणि स्वरूप

विपणन वातावरण म्हणजे अन्य गोष्टींसमवेत कंपनीचे विपणनकार्य प्रभावित करणारी सभोवतालची परिस्थिती होय.

The marketing environment is an environment which influences the firms performance of marketing along with other things.

यात विपणन कार्य व अन्य कार्ये यांचेवर विभिन्न घटकांचा पडणारा प्रभाव या दोन बाबी मोडतात.

'विपणन वातावरण' या संज्ञेत विपणन हे कार्य आणि बाजारपेठ अशा दोन्ही गोष्टी येतात. विपणन हे एक व्यवस्थापकीय व सामाजिक कार्य आहे. लक्ष्य केलेल्या बाजारपेठेसाठी ग्राहकांच्या आवडीनिवडी विचारात घेऊन केलेले वस्तुसंयोजन, जाहिरात व प्रसिद्धी, वितरकांचे जाळे आणि त्यांच्यामार्फत राखलेले उपभोक्ता संबंध ही कार्ये पार पाडताना सभोवतालच्या परिस्थितीचे सदैव भान ठेवावे लागते; कारण खरेदीदार, वितरक, किरकोळ व्यापारी हे यातील मानवी व सामाजिक संबंधाचे प्रतिनिधित्व करतात. बाजारपेठ ही केवळ तांत्रिक संज्ञा नाही. ती खरेदी-विक्री क्रिया घडविणारी, किंमत व मूल्य ठरविणारी प्रक्रिया व प्रणाली असते. ती एक स्वतंत्र संस्थाच असते. जागतिकीकरणाच्या काळात बाजाराचे प्रमाणीकरण झाले आहे. उद्योग-व्यापार प्रवृत्ती, फॅशन्स, क्रेझ इ. चा बाजारपेठेवर विलक्षण प्रभाव उमटतो. इंटरनेट, टि.व्ही., मोबाइल फेसबुक, ट्विटर या क्षेत्रांतील क्रांतीमुळे संपूर्ण जग ही एकच बाजारपेठ बनली असून त्यातील सर्व घटक हे परस्परांशी संलग्न आहेत. त्यामुळे विपणन प्रयत्न एकवटताना विपणनकार्याचे स्वरूप ठरविताना हे बाह्य घटक व त्यांचा प्रभाव विचारात घ्यावा लागतो.

वरील बाह्य वातावरणाबरोबर कंपनीचे अंतर्गत किंवा सूक्ष्म वातावरण तेवढेच महत्त्वाचे ठरते. कंपनीचे प्रवर्तक, संचालक ज्या उद्योग-व्यवसायात ती आहे त्याचे स्वरूप, तसेच त्यातील कंपनीचा लौकिक देखील महत्त्वाचा असतो. स्पर्धकांची संख्या, तंत्रज्ञान पातळी, कायदेशीर बाजू, कर्मचारी, पेटंट्स व ट्रेड मार्क्स इ. गोष्टी तेवढ्याच महत्त्वाच्या असतात. सेवा उद्योगात तर यांचे महत्त्व अधिक असते.

विपणन उद्दिष्टे धोरणे व कार्यक्रम ठरविताना सभोवतालच्या परिस्थितीचा कल, अंदाज व प्रभाव क्षेत्रे जाणून घ्यावी लागतात. व्यवस्थापकीय धोरणे व निर्णय हे परिस्थितीजन्य असतात. परिस्थिती ही विपणनप्रयत्नांना पूरक असेल किंवा नसेल परंतु त्यांचा किती प्रमाणात लाभ होणार आहे किंवा नाही हे वातावरण परिशीलनावर अवलंबून असते.

वैशिष्ट्ये

विपणन वातावरणाचे स्वरूप पुढील आकृतीवरून स्पष्ट होईल.

विपणन वातावरण

अंतर्गत घटक	बाह्य घटक
स्वतःच्या संस्था किंवा कंपनी पुरवठादार, वितरक, ग्राहक, बँका, परिवहन किंवा वाहतूक यंत्रणा, विपणन व जाहिरात संस्था	लोकसंख्याविषयक घटक, आर्थिक घटक, नैसर्गिक घटक, तंत्रज्ञान-विषयक घटक, राजकीय/कायदेशीर घटक, सामाजिक व सांस्कृतिक घटक, व्यापार किंवा व्यावसायिक घटक

१) अंतर्गत घटक हे विपणनकार्याशी प्रत्यक्ष निगडित असतात. म्हणून त्यांना 'मोहीम वातावरण' 'Task Environment' अशी संज्ञा आहे; कारण या घटकांची जी स्थिती किंवा तत्परता असेल तसे विपणन कार्यफलित दिसणार असते.

२) बाह्य घटक हे समग्रलक्षी किंवा स्थूल वातावरण निर्देशित करतात. त्या घटकावर कंपनीला किंवा विपणनकर्त्याला नियंत्रण ठेवणे कठीण असते. तथापि, यशस्वी कंपन्या स्थूल वातावरणाचे विश्लेषण करून त्यातून विपणन संधी शोधण्यासाठी नवनवी तंत्रे उपयोगात आणतात.

३) लक्ष्य केलेल्या बाजारपेठेच्या प्रकारानुसार विपणन वातावरणाचे स्वरूप बदलते. उदा. विदेशी बाजारपेठ असेल तसेच गृहोपयोगी वस्तू-सेवा घेतली (उदा. खाद्यपदार्थ) तर सांस्कृतिक व सामाजिक घटक अधिक महत्त्वाचे ठरतात. स्थानिक बाजारपेठ व टिकाऊ पदार्थांचे विपणन असेल तर सांस्कृतिक घटकांना कमी महत्त्व येते.

४) कृषीमालाचे विपणन असेल तर नैसर्गिक घटक प्रभावी ठरतात. जीवनोपयोगी वस्तूंचे विपणनकार्य विचारात घेतले तर शासकीय पुरवठा धोरण, शासकीय वितरणव्यवस्था महत्त्वाची ठरते.

५) औद्योगिक किंवा व्यावसायिक विपणनकार्यात घाऊक-खरेदी-विक्री असते. अशावेळी आर्थिक वातावरणातील सर्वसाधारण तेजी-मंदीच्या प्रवाहानुसार विपणनप्रयत्न एकवटावे लागतात. बाजारपेठेचे स्थान बदलावे लागते. तसेच अतिरिक्त मालखरेदी करावी लागते.

६) विपणन घटकांची विभागणी नियंत्रण ठेवता येणारे व अनियंत्रित अशा गटांत केली जाते; पण ही विभागणी विपणन घटक समजून येण्याकरता असते. तात्त्विकदृष्ट्या समग्र/स्थूल आणि सूक्ष्म असे सर्व वातावरणघटक नजरेतून सुटू नयेत याची खबरदारी घ्यावी लागते, जाण झाल्याखेरीज प्रभावक्षेत्र समजत नाही. तसेच त्यामुळे विपणनप्रयत्नातील गुणात्मक व संख्यात्मक बदल करता येत नाही.

२.२ विपणन वातावरणाचे घटक

मागील भागात पाहिल्याप्रमाणे विपणन प्रभावित करणाऱ्या घटकांची जाण असणे महत्त्वाचे आहे, कारण वातावरणाचा अंदाज आला नाही तर कोणत्याही प्रयत्नांना दिशा सापडत नाही. अंदाजपत्रक, योजना फसण्याचा संभव असतो. विपणन-प्रयत्नांचे अपयश हे व्यवसायाचे अपयश ठरते. म्हणून विपणनकार्य प्रभावित करणाऱ्या घटकांचा सविस्तर आढावा घेतला पाहिजे.

अभ्यासाच्या दृष्टीने घटकांचे वर्गीकरण पुढीलप्रमाणे -

अ) विपणन वातावरणाचे बाह्य घटक.

ब) विपणन वातावरणाचे अंतर्गत घटक.

क) व्यापार व व्यावसायिक घटक.

अ) वातावरणाचे बाह्य घटक

विपणन वातावरणाच्या बाह्य घटकांची चर्चा पुढे दिली आहे.

१) **लोकसंख्याशास्त्राशी निगडित घटक :** देशातील किंवा लक्ष्य केलेल्या ठिकाणाची लोकसंख्या, तिची रचना, वाढीचा दर, गुणात्मक वर्गीकरण, उत्पन्न, व्यवसाय, इ. माहिती या घटकात मोडते.

२) **आर्थिक वातावरण :** आर्थिक वातावरण म्हणजे देशातील आर्थिक विकासाचा वेग, राष्ट्रीय उत्पन्न आणि त्याचे विभाजन, भांडवलनिर्मितीचा वेग, नैसर्गिक साधनसामग्री, वित्तीय व्यवस्था आणि संस्था इ. गोष्टी होत. या सगळ्यामुळे अर्थव्यवस्थेतील आधारभूत साधने विकसित होत असतात. रस्ते, दळणवळण सोयी, शिक्षण, प्रशिक्षणविषयक संस्था इ. घटकांमुळे व्यवसाय तसेच विपणनकार्य यांची व्याप्ती ठरत असते. बाजारपेठेचा अंदाज घेण्यासाठी अर्थव्यवस्थेशी निगडित आकडेवारी उपयोगी पडते.

३) **राजकीय व कायदेशीर वातावरण :** राजकीय वातावरण हे शासनसंस्थेशी निगडित असते. राजकीय व्यवस्था म्हणजे राजकीय पक्षांची संख्या, त्यांचे

कार्यक्रम, त्यांची प्रगल्भता, निवडणूक यंत्रणा, आर्थिक कायदे इ. बाबी यात येतात. सरकारी किंवा शासन निवड प्रक्रिया समजल्याने, त्यांच्या धोरणाबद्दल अंदाज रेखाटता येतात.

४) **सामाजिक वातावरण :** सामाजिक वातावरण घटक म्हणजे कुटुंबसंस्था, सामाजिक मूल्ये, नातेसंबंध तसेच अन्य संस्था उदा. कामगार संघटना, ग्राहक चळवळ, ग्राहकमंच, भागधारकांच्या संस्था इत्यादी या घटकांमुळे व्यावसायिक नीती, उपभोक्त्यांची सामाजिक व वैयक्तिक आधारमूल्ये तसेच दृष्टिकोन लक्षात येतात. या घटकांतील बदल त्यामधील वर्तन यावर विपणन नियोजन आणि धोरण अवलंबून असते.

५) **सांस्कृतिक वातावरण :** संस्कृती म्हणजे समाजाची धारणा होय. राहणी, दर्जा, सवयी, दृष्टिकोन, पोशाख, चालीरीती, धर्मश्रद्धा, भाषा, शिक्षण, संगोपन इ. घटक या प्रकारात मोडतात. यांचा उपयोग ग्राहक म्हणून समजून घेताना होतो. वितरणपद्धती निवडण्यात होतो. वस्तू धोरण आखताना होतो.

६) **तंत्रज्ञानविषयक वातावरण :** तंत्रज्ञान म्हणजे वस्तू सेवा उत्पादनात वापरले जाणारे ज्ञानविषयक घटक होत. तंत्रज्ञानाच्या सर्वसामान्य पातळीवर वस्तू विकास अवलंबून असतो. तंत्रज्ञानाचे प्राथमिक, मध्यम आणि उच्च असे तीन स्तर असतात. या घटकांवर वस्तू उत्पादन क्षमता, उत्पादन संख्या, उत्पादनास लागणारा कालावधी इत्यादी संबंधीचे निर्णय अवलंबून असतात.

७) **पर्यावरणविषयक घटक :** निसर्गदत्त परिस्थितीशी या घटकांचा संबंध असतो. पृथ्वी, आप, तेज, वायू, आकाश ही पंचमहाभूते सर्वांवर प्रभाव पाडत असतात. पृथ्वीवरील सर्व सजीव सृष्टी ही या पंचमहाभूतांनी बद्ध असते. नैसर्गिक घटकांचे संरक्षण होणे महत्त्वाचे असते. या घटकांचा विचार न करता कोणत्याही प्रकारचे विपणनविषयक साहस केवळ अशक्य आहे.

८) **आंतरराष्ट्रीय वातावरण :** सध्याच्या जागतिकीकरण प्रक्रियेत आंतरराष्ट्रीय वातावरणास अनन्यसाधारण महत्त्व आहे. आंतरराष्ट्रीय बाजाराचा स्थानिक, राष्ट्रीय बाजारावर प्रभाव पडतो. जागतिक शांतता, युद्धे, खनिजतेल किमती इत्यादींसारखे प्रश्न त्या त्या देशापुरते मर्यादित न राहता ते जगत्व्याप्त बनतात. युरो, डॉलर्स, सोने-चांदी इ. मध्ये होणारे मागणी पुरवठाजन्य बदल याचा प्रभाव भांडवली स्थितीवर, गुंतवणुकीवर होतो.

ब) वातावरणाचे अंतर्गत घटक

हे घटक कंपनीशी निगडित असतात. तसेच त्यांपैकी बहुतेक घटक हे कंपनीचे व्यवस्थापन तसेच संचालकाशी निगडित असल्याने त्यावर नियंत्रण ठेवणे शक्य असते. यामध्ये भांडवल व वित्तीय साधने, इमारती, यंत्रसामग्री, जमीन यांसारख्या आधारभूत सुविधा, मानव संसाधन किंवा मानवी भांडवल, तांत्रिक शोध, पेटंट्स, व्यवस्थापकीय मूल्ये, व्यावसायिक नीति घटकांचा समावेश होतो.

या घटकांच्या विश्लेषणातून व्यवसायाची बलस्थाने तसेच कमकुवत दुवे दृष्टिक्षेपात येतात. व्यावसायिक नियोजन, विपणन योजना तयार करण्याच्या दृष्टीने हे घटक विचारात घेणे इष्ट ठरते. योग्य उपाययोजना करून या घटकांच्या प्रभावामुळे निर्माण होणारे तोटे कमी करता येणे शक्य आहे.

हे घटक अंतर्गत तसेच बहिर्गत असे दोन्ही स्वरूपाचे असतात. यात मुख्यतः पुढील अंतर्गत घटकांचा समावेश होतो–

१) बाजारपेठेत कंपनीचे असलेले लौकिक मूल्य.

२) संशोधन आणि विकास विभागाची परिणामकारकता.

३) बाजारपेठ विभाजन आणि भौगोलिक फायदे.

४) कंपनीचा दर्जा, सेवा इ. संबंधी प्रसिद्धी.

५) आर्थिक स्थैर्य.

६) समाधानी आणि कार्यक्षम कर्मचारी.

७) उत्पादकता.

८) वितरण खर्च किमान.

९) परिणामकारक विक्री फौज.

क) व्यापार व व्यावसायिक घटक : यांत लाभप्रदता, रोखता आणि कर्जफेडीची क्षमता या गोष्टी येतात. त्यावर

अ) उद्योजकीय संधी आणि भविष्यकालीन आव्हाने.

आ) देशातील लोकसंख्या आणि तिच्या वाढीचा वेग.

इ) सरकारी धोरणातील बदल.

यांसारखे बाह्य घटक अधिक प्रभाव पाडतात. तसेच त्यामुळे सर्वसाधारण अर्थव्यवस्थेत किंवा विशिष्ट उद्योगांत स्पर्धा तयार होते.

जागतिकीकरण व उदारीकरणाच्या काळात 'स्पर्धा' हा एक महत्त्वाचा घटक म्हणून उदयाला आलेला आहे.

२.३ सूक्ष्म (Micro) आणि समग्र (Macro) विपणन वातावरण

मागील भागात विपणनावर प्रभाव पाडणाऱ्या घटकांची यादी दिलेली आहे. त्यांचे आकलन होण्यासाठी स्वरूप जाणून घेणे गरजेचे आहे. उदाहरणार्थ, आर्थिक घटकांपैकी चलनफुगवट्याचा दर घेतला तर त्यामुळे जनतेच्या क्रयशक्तीवर परिणाम होतो. किंमतपातळीत वाढ झाली की ग्राहक खरेदी टाळतो. मागणीत घट होते. विपणनयोजना आखताना हा प्रभाव कितपत पडेल याचा अंदाज बांधताना इतर बाह्य घटक उदा. स्पर्धक, आयातमाल किंवा अन्य पर्यायी वस्तूंचा पुरवठा इ. विचारात घ्यावे लागतात. नियंत्रणयोग्य परिस्थिती किंवा अनियंत्रित स्थिती या दोन्ही गोष्टी जाणून घेण्यासाठी प्रथम एखाद्या घटकाचे प्रभावक्षेत्र, व्याप्ती समजून घेणे गरजेचे असते. त्यासाठी घटकांचे सूक्ष्म व समग्र विपणन वातावरण असे विश्लेषण करणे उचित ठरते. त्यासाठी 'वातावरणात्मक तपासणी' (Environmental Scanning) केली जाते. त्याचा उद्देश दुहेरी असतो. (१) वातावरणघटकांचा प्रभाव जाणून घेऊन त्यांच्या अपेक्षित परिणामांसाठी (पूरक अथवा मारक) विपणन विभाग तत्पर ठेवणे. म्हणजेच विपणनांतर्गत येणारी कार्ये कार्यक्षमरीत्या पार पाडली जावीत यासाठी अंगभूत नियंत्रणे कार्यान्वित करणे आणि (२) नवीन विपणनसंधींचा माग काढणे, विपणन ही आपोआप घडून येणारी क्रिया नसते. त्यासाठी योग्य दिशेने प्रयत्न करावे लागतात. ते एक प्रकारचे 'मिशन' असते. संधी आपोआप गवसली जात नाही. 'संधी' ही नेहमी हवेप्रमाणे सर्वत्र, विविध स्वरूपात भरलेली असते. ती साधावी लागते. विपणन पद्धतीद्वारे नवी बाजारपेठ, नवे वितरक, नवे ग्राहक, नवे विक्रीतंत्र, जुन्या वस्तूसाठी नवा उपयोग इ. प्राप्त होऊ शकतात. यशस्वी विपणनकर्ता 'बाजारपेठ संधी विश्लेषण' तंत्राच्या साहाय्याने 'संधी आणि आव्हाने साचा' तयार करतो. त्यावरून संधी व आव्हान यांतील सहसंबंध स्पष्ट होतात.

वातावरणजन्य आव्हाने

विशिष्ट परिस्थितीमुळे किंवा वातावरणातील प्रभावी घटकामुळे कंपनीच्या विपणन कार्यावर होणारा परिणाम अधोरेखित करण्यासाठी बाह्य व अंतर्गत अशा दोन्ही प्रकारच्या घटकांचे हे प्रभावविश्लेषण उपयुक्त ठरते.

अशा प्रकारच्या विश्लेषणाद्वारे ग्राहक, स्पर्धक, वितरक व पुरवठादार हे सूक्ष्मवातावरण नायक (खलनायक) कसे व किती प्रमाणात भूमिका बजावतात हे समजते.

लोकसंख्याविषयक परिस्थिती, आर्थिक वातावरण, तंत्रज्ञानस्थिती, राजकीय व कायदा स्थिती, सामाजिक व सांस्कृतिक वातावरण ही समग्र वातावरणाची कळीची फौज ठरते. या सर्व घटकांचा प्रभाव बाजारपेठेवर होत असतो.

उपभोक्त्या बाजारपेठेचे प्रमुख भाग पुढीलप्रमाणे

(१) लोक (२) क्रयशक्ती (३) वैशिष्ट्यपूर्ण वस्तूची गरज आणि (४) उपलब्ध वस्तूच्या माध्यमातून सदर गरज भागविण्याची इच्छाशक्ती.

"Market are people" 'लोक हीच बाजारपेठ' अशी म्हण आहे. ही म्हण भारताच्या संदर्भात १९९१ च्या नंतरच्या काळात कशी बरोबर ठरली हे आपण अनुभवीत आहोत. वरील सर्व घटकांमुळे भारत ही ग्राहकोपयोगी वस्तूंची जागतिक बाजारपेठ ठरली आहे. आपल्या अर्थव्यवस्थेला उभरती बाजार अर्थव्यवस्था (emerging market economy) असे नामाभिधान लाभले आहे.

लोकसंख्याशास्त्रविषयक घटकांचा विपणनावरील प्रभाव :

लोकसंख्याशास्त्र (Demography) म्हणजे लोकांचा अभ्यास करणारे शास्त्र होय. त्यातील विविध घटक – लोकसंख्यावाढीचा दर. वयोमान, उपजीविका, शिक्षण व वैद्यकीय सोयी यांचा प्रभाव बाजारपेठेवर पडतो. तसेच लोकसंख्येत जशी गुणात्मक वाढ होईल त्याप्रमाणे गुणात्मक मागणी तयार होते. नव्या वस्तू व सेवा बाजारात येतात. जुन्या वस्तूचे नवे उपयोग वाढतात.

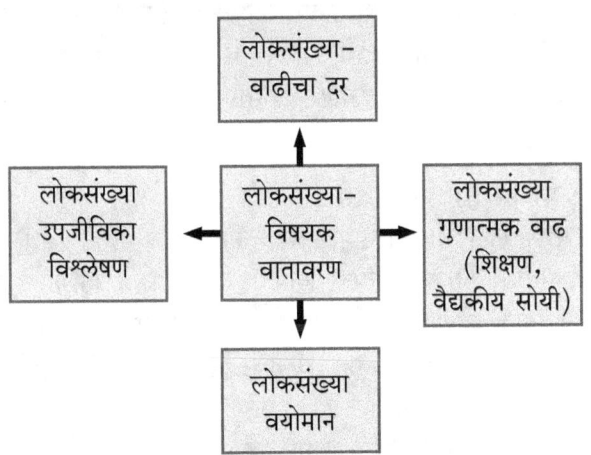

लोकसंख्याविषयक वातावरण घटक

या घटकांचा संक्षिप्त आढावा पुढील विवेचनात घेतला आहे.

१) लोकसंख्या : जगातील लोकसंख्या दिवसेंदिवस वाढते आहे. जन्मदर स्थिर असून मृत्यूदर कमी कमी झाला आहे. याचा परिणाम मागणीत वाढ होण्यात होतो. अर्थात, त्यामुळे बाजारपेठा वाढतात असे नाही. जन्मदर कमी झाला

तर काही व्यवसायांवर चांगला परिणाम होतो; तर काहींवर वाईट परिणाम होतो.

२) **वयोगट :** वयोगटानुसार लोकसंख्येत होणारी घट अगर वाढ यामुळे काही उद्योगांवर चांगला किंवा वाईट परिणाम होऊ शकतो. उदा. ३० ते ५० या वयोगटातील लोकसंख्येत वाढ झाल्यास बांधकाम व्यवसाय, कापड उद्योग, मोटार सायकल, मोटर गाड्या उद्योग यांना लाभ होतो; तर ५ ते १० वयोगटात झालेली घट ही खेळणी, मुलांचे कपडे इ. उद्योगाला हानिकारक ठरते.

३) **शिक्षण :** लोकसंख्येत शिक्षणाचे प्रमाण वाढले तर गुणात्मक वस्तू किंवा आधुनिक वस्तू सेवा उद्योग यांना चालना मिळते. लोकसंख्याविषयक घटकांचा अभ्यास करून त्यावर सतत संशोधन करण्याकडे कंपन्यांचा कल असतो.

त्याशिवाय विपणनाच्या दृष्टीने देशातील आर्थिक आणि राजकीय धोरणेदेखील महत्त्वाची ठरतात. त्यानुसार कंपनीच्या वस्तू उत्पादन साखळीचा फेरविचार करता येतो. वस्तू उत्पादनाचे सुलभीकरण, विस्तृतीकरण, वस्तू निष्कालन अशा प्रकारचे धोरणपर्याय निवडणे सोपे जाते.

बाजारातील मध्यस्थ उदा. पुरवठादार, अभिकर्ते, बँका इ. घटक यांचा अभ्यास करून त्यांना त्या पद्धतीने हाताळावे लागते. कोणत्याही स्थितीत भोवतालच्या वातावरणाचा अगर परिस्थितीचा विचार न करता विपणनधोरणाचा विचार अशक्य ठरतो.

आर्थिक वातावरणाचा विपणनावरील प्रभाव

बाजारपेठांना लोकांची त्याचप्रमाणे क्रयशक्तीची गरज भासते. अर्थव्यवस्थेतील क्रयशक्ती उपलब्धता ही विद्यमान उत्पन्न, किमती, बचती, कर्जे आणि पत उपलब्धता यांवर अवलंबून रहाते. विपणनकर्त्यांना उत्पन्न आणि उपभोक्त्यांकडून होणारा खर्च यांतील कल बारकाईने पहावे लागतात. वस्तूंची किंमत, आकार, संवेष्टन, वितरण मार्ग ठरविताना ही माहिती मोलाची ठरते.

विपणनासाठी करण्यात येणारे बाजारपेठांचे वर्गीकरण कोष्टकामध्ये दिले आहे. (कृपया कोष्टक पहावे)

जगात सर्वत्र श्रीमंतांच्या संख्येत वाढ होत आहे. हा कल गेल्या ३ दशकांपासून दिसून येत आहे. भारतात गेल्या २ दशकांपासून दृश्य बदल होत आहेत. ज्याप्रमाणे उपभोक्ताबाजारपेठा वाढतात त्याप्रमाणे उत्पादक/नवी उत्पादने बाजारात आणतात. भारतातील नागरीकरणाचा वेग वाढत आहे. त्याचा प्रभाव शिक्षणावर पडत असून इंग्रजी शाळांची संख्या वाढत आहे. भारत जगातील इंग्रजी पुस्तकांची मोठी बाजारपेठ

बनली आहे. भारतातील लोकसंख्येत जशी संख्यात्मक वाढ होत आहे, तशी भारतातील शहरात घरांची मागणी, करमणूकसाधनांची मागणी, मॉल्स, उपाहारगृहे यांची संख्या वाढत आहे. जगातील सर्वाधिक मोबाइल फोन धारकांची संख्या भारतात आहे.

उपभोगखर्च हा बचती, कर्जे आणि पतपुरवठा यांवर अवलंबून असतो. भारतीय लोक बचतीत आघाडीवर आहेत. त्यासाठी ते सोने, जमीन व इमारती, शेअर्स, मायक्रो फायनान्स पसंत करतात. त्यामुळे भारतात बँका, विमा कंपन्या, बांधकाम कंपन्या यांची संख्या गेल्या २ दशकांत ५० टक्क्याने वाढली आहे.

नैसर्गिक घटकांचा विपणनावरील प्रभाव

नैसर्गिक पर्यावरण हे जगात सर्वत्र धोक्यात आले असून संयुक्त राष्ट्रसंघटनेने 'वसुंधरा बचाव' 'Save Earth' ही जागतिक स्वरूपी मोहीम सुरू केली आहे. हवा, पाणी, वनस्पती, जमीन, खनिजे यांचा अनिर्बंध वापर (गैरवापर) हा पर्यावरण-असमतोल निर्माण होण्यास कारणीभूत ठरला आहे. त्यातूनच 'हरित विपणन' 'ग्रीन मार्केटिंग' ही संकल्पना पुढे आली आहे. हरित विपणन म्हणजे केवळ पर्यावरण-संवर्धन नव्हे किंवा उद्योगाकडून होणाऱ्या बेलगाम प्रदूषणावर नियंत्रण लादणे नव्हे. तर हरित विपणन ही पर्यावरण पूरक वस्तू व सेवा यांचेसाठी उपभोक्ताबाजारपेठ तयार करणे. पर्यायी वस्तू व सेवांचा वापर, निसर्गदत्त स्रोतांची बचत करून नवे स्रोत शोधण्यावर भर देणे. यात अन्न, वस्त्र, निवारा या मूलभूत गरजा भागविण्याऱ्या उत्पादनांपासून ते चैनीच्या वस्तूंचा समावेश होतो. उच्चभ्रू समाजातील लोकांनी त्यांचा स्वीकार केला तर पर्यावरणसंतुलन राखण्यात मदत होईल.

नैसर्गिक पर्यावरणाच्या ऱ्हासामुळे कच्च्या मालाचा तुटवडा, इंधनखर्चात वाढ, पर्यावरणहानी विरोधी कारवाई आणि शासनाचा हस्तक्षेप इ. गोष्टी घडून आल्याचे दिसते. उद्योग-व्यापार क्षेत्राने आता नैसर्गिक कारखानदारीकडे वळले पाहिजे.

तंत्रज्ञानविषयक वातावरणाचा विपणनावरील प्रभाव

आज तंत्रज्ञानाने आधुनिक लोकजीवन व्यापून गेले आहे. उद्योगविश्वात तंत्रज्ञानक्रांती घडून आली असून त्याच्या साहाय्याने अन्य क्षेत्राप्रमाणे विपणन क्षेत्र प्रभावित झाले आहे. विपणनकर्त्यांना तंत्रज्ञानातील बदल, नवनिर्मिती संधी, वस्तुसंशोधन व विकासकार्य आणि शासकीय नियमन यासंदर्भात सतर्क रहावे लागते. व्यक्तिगत संगणक (P.C.), डिजिटल उपकरणे, व्हिडिओ कॅमेरा, फॅक्स, इंटरनेट इ. नव्या वस्तूंचा विकास केवळ तंत्रज्ञानातील घोडदौडीमुळे दिसून येत आहे. जैवतंत्रज्ञान

क्षेत्रातील तज्ज्ञ आता नवी औषधे, नवे व पर्यायी खाद्य, नवीन खनिजे तयार करतात. इलेक्ट्रॉनिक संशोधक हे स्मार्ट चिप्स तयार करून त्याचे साहाय्याने मोटारगाड्या, घरे, कचेऱ्या इ. ठिकाणच्या सुविधांत क्रांती घडवून आणली आहे. तंत्रशास्त्रातील विविध शाखा परस्परसंबंध प्रस्थापित होऊन आता नवे तंत्रज्ञान व नवी उत्पादने उदयास येत आहेत. वस्तू व सेवा निर्मितीमध्ये तंत्रज्ञानवापर वाढल्यामुळे विपणनाच्या दृष्टीने समस्या निर्माण होतात. (१) बाजारपेठ अनिश्चितता - अशा वस्तूंना सुरुवातीला ग्राहकांचा शून्य प्रतिसाद असतो. (२) तंत्रज्ञान अनिश्चितता - तंत्रज्ञान न रुळलेले, नवे व प्रायोगिक स्तरावरील असल्याने त्याचा यशाबद्दल ग्राहक व विपणनकर्ते दोघे संभ्रमात राहतात. (३) शासकीय नियंत्रणे धोरणाचा भाग म्हणून शासन तंत्रज्ञान-हस्तांतरावर बंधने लादते. तंत्रज्ञानविषयक अन्य परिणाम म्हणजे नवनिर्मितीच्यादृष्टीने अनेक संधी प्राप्त होणे. विशेषतः जैवतंत्रज्ञान, संगणक, सूक्ष्म इलेक्ट्रॉनिक्स, दूरसंचार-विज्ञान, रोबोटिक्स आणि डिझायनर मटीरियल इ. यांचा वापर करून अनेक नवी उत्पादने - वस्तू - सेवा बाजारात उपलब्ध आहेत. बँका व वित्तीय व्यवसाय, औषधनिर्मिती, खते, कृषि अवजारे, खाद्य पदार्थ, कृषिमाल इ. मधील नव्या वस्तू व सेवा पाहिल्या तर याची प्रचिती येईल.

राजकीय व कायदेविषयक वातावरणाचा प्रभाव

राजकीय आणि कायदेविषयक परिस्थितीमुळे विपणन निर्णय प्रत्यक्षरीत्या प्रभावित होतात. यात कायदे, शासकीय यंत्रणा आणि राजकीय दबाव गट यांचा समावेश होतो. काही वेळा हे घटक नव्या विपणनसंधी जन्माला घालतात. परंतु, बऱ्याच बाबतींत या घटकांकडून विपणनप्रयत्न कुंठित होतात. बाजारपेठात शिरकाव करण्यात आडकाठी येते. भारतातील काही शहरांत के.एफ.सी. कंपनीला किंवा एन्रॉन कंपनीला झालेला विरोध, अमेरिकन शहरांत पर्यावरणाला हानी पोहोचते या मुद्द्यांवर चिनी बनावटीच्या खेळण्यावर आलेली बंदी.

विपणनकर्त्यांना उद्योग व्यापार विषयक विविध कायद्यांचे ज्ञान असले पाहिजे. भारतात विशेषतः ग्राहक संरक्षण कायदे, नियामक संस्था, राज्य व केंद्र सरकारचे अधिकार व वैधानिक बाबी त्यांतील बदल यासंबंधी सतर्क राहिले पाहिजे.

भारतासारख्या लोकशाही देशात तसेच अन्यत्र राजकीय उद्दिष्टातून किंवा मूळ हेतू उदात्त असलेले अनेक प्रादेशिक, राष्ट्रीय दबाव गट अस्तित्वात आहेत. त्यांच्या संख्येत वाढ दिसून येत आहे. ग्राहकसंरक्षण व खरेदीअधिकार या संदर्भातील प्रश्नावर संघटित होण्याचे लोकांचे प्रमाण वाढले आहे. त्यांचा पूरक उपयोग करून घेतल्यास ते विपणनातील अडथळे ठरणार नाहीत.

सामाजिक व सांस्कृतिक वातावरणाचा विपणनावरील प्रभाव

जनरीत, लोकविश्वास, मूल्ये इ. गोष्टींचे संवर्धन समाजात होते. लोक लोकमान्यता व समाजमान्यतेला कवटाळतात. त्यामुळे स्वतःमधील परस्परसंबंध, लोकवर्तन इ. बाबतची परिमाणे निश्चित होतात. समाजाची जशी रूढी व परंपरा तीच लोकांची व्यक्तिगत व जनमान्य सवय होते. त्यातून समाज पुढे जात असतो. पन्नास वर्षांपूर्वी लोकांना 'थोडक्यात समाधान', 'आनंदप्राप्ती' हे उद्दिष्ट वाटे. अल्पसंतुष्टपणा किंवा 'समाधानी वृत्ती' हा आधार होता. 'बाबावाक्यं प्रमाणम्' ही भावना होती. भारतासारख्या देशात कुटुंबसंस्था माणसाच्या जीवनात अधिकार गाजवत असे.

आज या सामूहिक जीवनात बदल झाला आहे. एकत्र कुटुंबपद्धतीची घसरण सुरू आहे. विभक्त राहिल्यामुळे व्यक्तीची कुटुंबाशी असलेली नाळ तुटली आहे. यातून 'स्वहितजाणीव' वाढली असून 'व्यक्तिगतता' (Individuation) आली आहे. याचे परिणाम पुढे दिले आहेत. पायाभूत मूल्यांसंबंधी एकमत राहिले नाही. सांस्कृतिक विलगता, जाणवू लागली आहे. (भाषा, जाती-पोटजाती, ग्रामीण-नागरी इ.) भारतासारख्या खंडप्राय देशात ही सांस्कृतिक विलगता एका अर्थाने उपकारक म्हणता येईल; त्यामुळे नव्या वस्तू व सेवा संयोजन कार्य वाढेल. गटा-तटासाठी स्वतंत्र बाजारपेठ निर्माण झाल्याने (Neiche Market) बाजारपेठ विस्तार होईल. लेखन, वाचन, चित्रकला, संगीत, चित्रपट, नाट्य, क्रीडा, पोषाख, खाद्यपदार्थ, सार्वजनिक सेवा इ. क्षेत्रांवर याचा प्रभाव जाणवतो आहे.

औद्योगिक व व्यावसायिक बाजारपेठेवरील प्रभाव

वरील सर्व प्रकारचे घटक हे औद्योगिक व व्यावसायिक बाजारपेठेवरदेखील प्रभाव पाडतात. या बाजारपेठेतील मागणी ही 'पराश्रित मागणी' 'Derived demand' असते. वस्तू व सेवांची मागणी निर्माण होते; कारण त्या वस्तू उद्योगात उत्पादन - प्रक्रियेसाठी लागतात. उदा. एखाद्या मोटार गाडीला आलेली मागणी ही ग्राहकाकडून आलेली 'प्रत्यक्ष मागणी' असते. परंतु, मोटर गाड्या तयार करणारी कंपनी ही मोटार- गाडीसाठी लागणारे सर्व सुटेभाग स्वतः बनवते असे नाही. ती कंपनी इंजिन एकाकडून, पत्रा एकाकडून, टायर्स एकाकडून, बॅटरी दुसरीकडून, इलेक्ट्रॉनिक व इलेक्ट्रिकल भाग तिसरीकडून विकत आणते. या वस्तूंना गाडी खरेदीदाराकडून प्रत्यक्ष मागणी असत नाही. या वस्तूंना, सुट्या भागांना असलेली मागणी ही दुसऱ्यासाठी मागणी असते. बांधकाम, जहाजबांधणी, ऑटोमोबाइल, यंत्रे, वस्त्रप्रावरणे, खाद्यपदार्थ जवळजवळ अनेक उद्योगांतील खरेदी ही अशा प्रकारची असते. ग्राहकोपयोगी वस्तूच्या एकूण उत्पादन खर्चापैकी किमान ४० ते ५० टक्के खर्च हा अशा प्रकारच्या औद्योगिक

किंवा व्यावसायिक खरेदीवर होतो; म्हणून औद्योगिक विपणन हे अंतिमतः अंतिम वस्तूला असलेल्या ग्राहकमागणीवर अवलंबून असते. ग्राहकोपयोगी वस्तू निर्मिती उद्योगात खरेदी ही घाऊक व हंगामानुसार होते. त्यामुळे कच्चा माल, सुटे भाग यांचा खूप साठा केला जातो. ग्राहकबाजारातील मागणी कमी झाली किंवा फॅशन आवड-निवड बदलली, नवीन पर्यायी वस्तू बाजारात आली तर त्याचा परिणाम उत्पादक पेठेवर होतो. अशा तऱ्हेने ग्राहकबाजारपेठेतील विपणन आणि औद्योगिक बाजारपेठेतील विपणन कार्य यांत सहसंबंध असतो.

औद्योगिक बाजारपेठेतील खरेदी ही प्रत्यक्ष खरेदी असते. मध्यस्थांकडून खरेदी करण्यापेक्षा थेट उत्पादकाकडून खरेदी केली जाते. काही उद्योगात औद्योगिक वितरके असतात. (उदा. औषधे, सौंदर्य प्रसाधने, पुस्तक, स्टेशनरी इ.)

२.४ विपणननिर्णय आणि वातावरण

वरील चर्चेवरून एक गोष्ट निश्चित म्हणता येईल की विपणनयोजना, कार्यक्रम आणि निर्णय या गोष्टी वातावरणामुळे प्रभावित होतात. तसेच त्याचा प्रभाव विपणनाला पूरक किंवा मारक ठरेल, म्हणून विविध वातावरणघटकांचा प्रभाव विचारात घेऊन धोरण आखणे इष्ट असते. गेल्या दशकात विपणनाच्या प्रत्येक बाजूवर परिस्थितीनुसार बदल घडून आलेला आहे. त्यातील प्रमुख टप्पे पुढे वर्णन केले आहेत.

विपणन पद्धती व धोरणे : पूर्वी-सध्या-उद्या

	पूर्वी	सध्या	उद्या
१) विपणनाचे स्वरूप	वस्तू आधारित समग्र किंवा तमाम बाजारपेठ हे लक्ष्य करणे	बाजारपेठेनुसार विभागाला लक्ष्य करणे	बाजारपेठ निर्मिती बाजारपेठेचा विशिष्ट हिस्सा व ग्राहक लक्ष्य करणे
२) कार्याचे स्वरूप	कार्यानुवर्ती	प्रक्रियानुवर्ती	फलनिष्पत्ती अनुवर्ती
३) स्पर्धा व स्पर्धक	स्पर्धकांशी बरोबरी	स्पर्धक हेच प्रमाण	स्पर्धकांशी हात-मिळवणी
४) पुरवठादार, वितरक, वितरण साखळी	पुरवठादार वितरक अंधारात ठेवणे	पुरवठादाराला, वितरकाला महत्त्व देणे	पुरवठादाराशी, वितरकाशी भागीदारी करणे
५) किंमत	किंमत आधारित वस्तू विकास	गुणवत्ता आधारित वस्तू विकास	मूल्याधारित वस्तू विकास

विनिमय (देवाणघेवाण) घडवून आणण्याच्या कार्यात विपणनप्रणालीचे पुढील घटक भूमिका पार पाडत असतात. (१) संघटना (२) बाजारपेठ (३) विपणन आणि मध्यस्थ (४) पुरवठादार (५) स्पर्धक. या पाच घटकांभोवती वित्तीय संस्था, सर्वसाधारण जनता, शासन व कायदे ही रचना असते. तसेच अनियंत्रित असे परिस्थितिजन्य बाह्य घटक उदा. पर्यावरण, लोकसंख्याविषयक, आर्थिक, सामाजिक, सांस्कृतिक, तंत्रज्ञानविषयक घटक असतात. विपणनकार्याच्या प्रत्येक टप्प्यावर कंपनीला किंवा संघटनेला परिस्थितीजन्य घटकाशी सामना करावा लागतो. सर्वसाधारण संघटना येणाऱ्या परिस्थितीला कशीबशी सामोरी जाते. परंतु, प्रभावी किंवा नवनिर्मितिक्षम संघटना बाह्य परिस्थिती बदलण्याचा तसेच तिचा योग्य उपयोग करून पूरक लाभ करून घेण्याचा प्रयत्न करते. हे कार्य प्रत्येक स्तरावर पार पाडले जाते. विपणनयोजना दुरुस्त करण्यापासून ते नवीन वस्तू किंवा सेवा बाजारात आणण्यापर्यंत बाजारात आणलेली वस्तू काढून घेण्यापर्यंत. विपणन संयोग (व्यामिश्र) धोरण हे या या विपणनवातावरणाच्या संदर्भातच विचारात घेतले जाते. वातावरणातील बदल हा विपणनप्रयत्नाचा प्रारंभ असतो. विविध उद्योगांतील उदाहरणांवरून हे सहज दिसून येते. वातावरणबदलाचा यथायोग्य मागोवा हाच विपणनसंधीचा स्रोत असतो.

परिशिष्टे

१) कोष्टक : शहरी आणि ग्रामीण भारत यांतील उत्पन्न-खर्च प्रमाण

एकूण टक्केवारी	ग्रामीण	महानगरे	भरभराटीला आलेली शहरे	चोखंदळ शहरे	अन्य शहरे	एकूण	एकूण शहरी विभाग
कुटुंबांची संख्या	६९.३	८.१	१.९	०.७	२०.१	३०.७	१००
लोकसंख्या	७०.५	७.४	१.८	०.७	१९.७	२९.५	१००
उत्पन्न	५६.०	२४.६	४.५	१.७	१३.१	४४.०	१००
खर्च	६३.९	१६.४	३.४	१.३	१५.०	३६.१	१००
अतिरिक्त उत्पन्न	३२.५	४९.०	७.९	२.९	७.७	६७.५	१००

(स्रोत : मार्केटिंग इन इंडिया, एल.नीलमेघम पृष्ठ क्र. ५१)

२) एन. सी. ए. ई. आर. पाहणीनुसार भारतातील ग्राहक बाजारपेठेच्या वृद्धिदरानुसार २० कळीची शहरे

अ) महानगरे (मेट्रोज) : (८) – मुंबई, दिल्ली, कोलकाता, चेन्नई, बंगळुरू, हैदराबाद, अहमदाबाद आणि पुणे

ब) भरभराटीला आलेली शहरे : (७) – सुरत, कानपूर, जयपूर, लखनौ, नागपूर, भोपाळ आणि कोइम्बतूर

क) चोखंदळ शहरे : (५) – फरिदाबाद, अमृतसर, लुधियाना, चंदीगड आणि जालंदर

या २० शहरांची एकत्र लोकसंख्या राष्ट्रीय लोकसंख्येच्या केवळ १० टक्के असली तरी ती शहरे ३१ टक्के अतिरिक्त उत्पन्न निर्माण करतात. देशातील एकूण शहरी उत्पन्नाच्या ५५ टक्के उत्पन्न या शहरांचे आहे. भारतातील अनेक कंपन्यांनी (ब) आणि (क) स्तरावरील शहरांकडे विपणनाचे दृष्टीने लक्ष केंद्रित करण्यात सुरुवात केली आहे. (मॅकेन्झी अभ्यासात भारतातील ग्राहकांची वर्गरचना नव्याने अधोरेखित केली असून त्याचा तपशील पुढील कोष्टकावरून स्पष्ट होईल.)

३) भारतीय ग्राहकवर्गातील संक्रमण

उपभोग व उत्पन्नानुसार कुटुंबाचा गट	वार्षिक उत्पन्न प्रमाण	कुटुंबांची संख्या (दशलक्ष)	व्यवसाय	खरेदी कल (वस्तू, मालमत्ता इ.)
वैश्विक भारतीय	रु. १० लाख+	१.२	उद्योग-व्यापार कंपन्यातील नोकरी, जमीनदार, बडे सरकारी अधिकारी, उद्योगपती, राजकीय वरदहस्त असणाऱ्या व्यक्ती	जागतिक दर्जाच्या आवडी निवडी : परदेश प्रवास, वातानुकूलित वाहने, उच्च प्रतीच्या वस्तू, महाग टि.व्ही., दागिने इ.
उभरते भारतीय	रु. ५ ते १० लाख	२.४	यशस्वी व्यापारी, व्यावसायिक, वरिष्ठ सरकारी नोकर, श्रीमंत शेतकरी, लघू उद्योजक	आधुनिक, आलिशान घरे, इलेक्ट्रॉनिक उपकरणे, परकीय बनावटीच्या वस्तू, देशी-विदेशी प्रवास
चोखंदळ भारतीय	रु. २ ते ५ लाख	१०.९	तरुण कार्पोरेट, नोकर, पांढरपेशे नोकर, मध्यम व्यापारी	मोटर गाड्या, टि.व्ही. मोबाईल, कूलर, फ्रीज, मोटर सायकल
महत्त्वाकांक्षी भारतीय	रु. ९० हजार ते २ लाख	२.४	छोटे व्यापारी, छोटे शेतकरी, कारखान्यातील कमी कौशल्य असलेले कामगार	जीवनावश्यक वस्तू खरेदी करतात. परंतु, आरामदायी वस्तूंसाठी धडपड करतात.

(स्रोत : मार्केटिंग इन इंडिया, एल नीलमेघम)

४) भारतातील कौटुंबिक खर्चाचे वर्गीकरण

खर्च शीर्षक	टक्केवारी (%)
आरोग्य	९
शिक्षण –करमणूक	९
संज्ञापन	१२
वाहतूक-प्रवास	७
व्यक्तिगत वस्तू-सेवा	८
गृहोपयोगी वस्तू	५
निवारा सुविधा	५
वस्त्र प्रावरणे	५
अन्न	३

५) २१ व्या शतकातील उपभोक्ता प्रवाह

१ विरोधाभास	:	जीवन हे एकीकडे चांगले आहे तर त्याचवेळी ते अत्यंत वाईट बनले आहे.
२ विसंबू नका Trust not	:	डॉक्टर्स, शाळा, टि.व्ही. बातम्या, वृत्तपत्रे, सरकार, महानगरपालिका.
३ एकला चालोरे	:	मी माझ्या स्वतःवर विश्वास ठेवतो. तज्ज्ञावर नाही.
४ स्मार्ट व्हा	:	जो ब्रँड (वस्तू) तुम्हाला ज्ञात नाही तो खरेदी करू नका.
५ बळी नको	:	बाह्यांग महत्त्वाचे असेल पण जादा पैसे मोजून नव्हे. घर ही शोभेची वस्तू नसून निवांतपणा मिळवण्याचे स्थळ आहे. आहार महत्त्वाचा आहे, चव नव्हे.
६ ताणतणाव	:	काही नको, पण शून्य ताणतणाव हवा.
७ एकमेकां साहाय्य करू	:	जीवन म्हणजे एकमेका साहाय्य करू.
८ माझे जग	:	हे जग मी निर्मिले आहे, तू नाही.

६) विपणन आणि सभोवतालची परिस्थिती : वार्ताशोध

* मोबाइलमधील कॅमेऱ्याची फिचर सुधारल्याने ग्राहकांनी कॉंपॅक्ट डिजिटल कॅमेऱ्याकडे पाठ फिरविली असल्याचे 'असोचेम' च्या पाहणीत स्पष्ट झाले. ९२% ग्राहकांनी हायएंड मोबाइल फोन घेण्यास प्राधान्य दिले आहे. (म.टा. एप्रिल २०१३).
* इंटरनेट क्षेत्रात सर्वत्र आपले वर्चस्व प्रस्थापित करण्याच्या प्रयत्नात असलेल्या गुगलने आपले भविष्यातील प्लॅन्स जाहीर केले आहेत. गुगल नाऊ, गुगल+, हॅशटॅग, ऑटो इन्व्हॅन्स, हँग आउट, प्ले स्टोअर, गेमिंग, मॅप्समध्ये फ्यूज्ड, लोकेशन प्रोव्हायडर इत्यादी. यामुळे गुगलच्या स्पर्धकांमध्ये खळबळ माजली आहे.
* जगाची लोकसंख्या ७ महापद्म आहे आणि त्यापैकी १.२ महापद्म भारतात आहे. यापैकी ५ महापद्म संख्या हे विपणनकर्त्यांच्या दृष्टीने खरी ग्राहक बाजारपेठ आहे. हा समूह सर्वत्र वाढतो आहे. तसेच या समूहाची मागणी–आवडी–निवडी उच्च प्रणालीकडे जात आहेत. भारतातील ही संख्या ८४० दशलक्ष आहे. आधुनिक भारतातील विपणनकार्य हे उभरत्या आकांक्षांचे ग्राहक ठरविणार आहेत. भारतातील ग्रामीण व नागरी लोकसंख्येत हा नवग्राहक वर्ग विखुरलेला आहे. त्याला नवे ब्रँड, नव्या वस्तू–सेवा यांची तहान लागलेली आहे. लोकसंख्या ही भारताची सर्वश्रेष्ठ संपत्ती आहे. विपणनाची ही खरी ताकद आहे. विभिन्न उद्योगांतील कंपन्यांनी सर्वसमावेशक विपणनधोरण स्वीकारले पाहिजे. बाजारपेठेचा मूलभूत पाया असलेल्या 'पिरॅमिडच्या' तळचा हा ग्राहकवर्ग हेच विपणनाचे मोठे आव्हान आहे. ही सर्वात मोठी संधी आहे.

प्रश्नसंच

कंसातील सूचनेप्रमाणे सोडवा

(१) चूक की बरोबर ते सांगा.

१) विपणन वातावरणाचे घटक विपणनप्रयत्न व योजना मोठ्या प्रमाणावर प्रभावित करतात.

२) विपणनप्रयत्नांचे अपयश हे अर्थव्यवस्थेचे अपयश होय.

३) किंमतपातळी वाढली की ग्राहकांची वस्तूंची खरेदीदेखील वाढते.

४) लोकसंख्याशास्त्र म्हणजे सरकारी अधिकृत आकडेवारी होय.

५) बाजारपेठेत केवळ लोकांची गरज असते.

(२) **कंसातील योग्य पर्याय निवडून वाक्य पूर्ण करा.**

१) पाच ते दहा या वयोगटातील मुलांच्या संख्येत झालेली .... ही खेळणी व मुलांचे कपडे या उद्योगांना हानिकारक ठरते.

(अ) वाढ   (ब) घट   (क) विभागणी   (ड) वृद्धी

२) जगातील .... दिवसेंदिवस वाढत आहे.

(अ) लोकसंख्या (ब) नैसर्गिक साधने (क) पाणी साठा (ड) दारिद्र्य

३) औद्योगिक बाजारपेठेतील खरेदी ही .... खरेदी असते.

(अ) अप्रत्यक्ष   (ब) प्रत्यक्ष   (क) रोख   (ड) उधारीने

४) औद्योगिक बाजारपेठेतील मागणी .... या प्रकारात मोडते.

(अ) लवचिक मागणी   (ब) स्थिर मागणी

(क) परश्रित मागणी   (ड) अस्थिर मागणी

(३) ग्राहक बाजारपेठ आणि औद्योगिक किंवा व्यावसायिक बाजारपेठ यांतील फरक सांगा.

(४) बाजारातील स्पर्धकांची संख्या या घटकाचे कोणते परिणाम होतात?

(५) आर्थिक वातावरण म्हणजे काय? सोदाहरण स्पष्ट करा.

(६) हरित विपणन म्हणजे काय? उदाहरणे द्या.

(७) 'लोक हीच बाजारपेठ' चर्चा करा.

(८) विपणनप्रणालीचे घटक कोणते?

(९) तंत्रज्ञानविषयक घटकामुळे विपणनात कोणत्या समस्या उद्भवल्या आहेत?

(१०) परिशिष्टातील माहिती अध्यापकांकडून समजून घ्या. त्यावर आधारित एक टिपण तयार करा.

(११) विपणनवातावरणाचे सांस्कृतिक घटक कोणते? तुम्ही ज्या ठिकाणी रहाता तेथील समाजाचे सांस्कृतिकदृष्ट्या विवरण करा.

(१२) 'जग ही एक बाजारपेठ आहे' यावर चर्चासत्र आयोजित करा.

(१३) ग्राहकोपयोगी टिकाऊ वस्तू आणि (एफ. एम. सी. जी.) त्वरेने सरकणाऱ्या वस्तू यांची यादी करा. गेल्या १० वर्षांत त्या वस्तुविपणनात झालेले फरक ओळखा. (फरक ओळखण्यासाठी घटक : वस्तुरचना, किंमत, जाहिरात उपयोग)

(१४) विपणन प्रभावित करणारे उद्योग. व्यवसायसंस्थेतील अंतर्गत घटक कोणते? एखाद्या व्यवसायसंस्थेला भेट देऊन अशा घटकांचा आढावा घ्या. त्याचा सदर संस्थेच्या विपणनकार्यावर कोणता परिणाम झाला हे समजून घ्या. अहवाल तयार करा.

प्रकरण ३

खरेदीदाराचे वर्तन

Buyer Behaviour

३.१ प्रस्तावना – संकल्पना, महत्त्व, अर्थ आणि व्याख्या

३.२ खरेदीदाराचे वर्तन ठरविणारे घटक आणि खरेदी निर्णय प्रक्रिया आणि नमुने

३.१ प्रस्तावना – संकल्पना, महत्त्व, अर्थ आणि व्याख्या

सध्याच्या काळात आपण अनेक सुधारणा आणि बदल अनुभवत आहोत. या बदलत्या परिस्थितीनुसार लोकांच्या गरजा बदलत आहेत. त्यानुसार प्रत्येक उद्योगातील व्यवसायसंस्था या बदलत्या स्थितीला अनुरूप ठरतील अशा नव्या वस्तू, सेवा बाजारपेठेत आणत आहेत. गेल्या कित्येक दशकांपासून व्यावसायिक हे ग्राहकाला 'राजा' मानून त्याला समाधान देण्यासाठी विविध कार्ये पार पाडत आहेत. सध्याच्या बाजारपेठेवर नजर टाकली असता याची अधिक प्रकर्षाने प्रचिती येते. केवळ स्पर्धा अधिक तीव्र झाली आहे एवढेच नव्हे, तर बाजारपेठा विविध वस्तूंनी ओसंडून वाहत आहेत. त्यामुळे व्यावसायिक/विक्रेते यांच्यापुढे नित्य नवी आव्हाने उभी रहात आहेत. ग्राहकांची वर्तनभिन्नता आणि त्यानुसार वस्तू-सेवा यांचे सादरीकरण करणे, हे ते प्रमुख आव्हान आहे. सध्या कंपनीचे नाव हे तिचे ग्राहक कमावतात आणि राखतात. अशा तऱ्हेने व्यवसायसंस्थेचे यश हे ती संस्था किती परिणामकारकपणे ग्राहकांच्या गरजा भागवते, त्या गरजांनुसार वस्तू अगर सेवा देते, या गोष्टींवर अवलंबून आहे, असे विधान केले तर ते अप्रस्तुत ठरणार नाही.

विपणन समजून घेण्यासाठी खरेदीवर्तन समजून घेणे गरजेचे आहे; कारण विपणनाचे यशापयश हे ग्राहकांच्या व्यक्तिगत तसेच सामूहिक प्रतिसादातून व्यक्त होणाऱ्या खरेदीप्रकारावर अवलंबून असते. बाजारपेठेतील विविध विभागांसाठी विपणन कार्यक्रम अनुसरण्यापूर्वी विपणनव्यवस्थापनाला पुढील प्रश्नांची उत्तरे शोधावी लागतात:-

खरेदीवर्तन कशावरून ठरते? खरेदी करण्याचा निर्णय कोणाचा असतो? प्रत्यक्ष खरेदी कोण करते? सरतेशेवटी वस्तूचा वापर कोण करते?

हे लक्षात घेतले पाहिजे की, खरेदीप्रक्रियेशी विभिन्न व्यक्ती संबंधित असतील किंवा एकच व्यक्ती सर्व कामे पार पाडत असेल किंवा वस्तूचा प्रत्यक्ष वापर करणारी व्यक्ती ही ठरविणारी, निर्णय घेणारी किंवा खरेदीदार असेल. या प्रत्येक बाबतीत वेगवेगळे विपणन धोरण किंवा विचार करावा लागेल.

खरेदी वर्तन : संकल्पना आणि महत्त्व

वस्तू किंवा सेवा कोण खरेदी करतात? खरेदीदारांना प्रोत्साहित कोण करतात? त्यांना खरेदीसाठी कोण भरीस घालतात? किती वरचेवर ते खरीदतात? केव्हा खरेदी करतात? ते त्या (वस्तू, सेवा) का खरेदी करतात? किती वरचेवर ते त्या वापरतात? वैशिष्ट्यपूर्ण वस्तू (ब्रँडेड) का खरेदी केल्या जातात? विशिष्ट दुकानातूनच वस्तू का खरेदी केली जाते? एका दुकानाकडून दुसऱ्या दुकानाकडे तसेच एका प्रकारच्या वस्तूकडून दुसऱ्या प्रकारच्या वस्तूकडे बदल का होतो? लोक नवीन वस्तूंना कसा प्रतिसाद देतात? खरेदीनिर्णयाप्रत येण्यापर्यंत ग्राहक कोणकोणत्या टप्प्यांतून जात असतो? इ. अनेक प्रश्न हे विपणनात महत्त्वाचे आहेत. या प्रश्नांवर संस्थेची विपणन विषयक धोरणे अवलंबून असतात. विपणनकार्य आखतेवेळी व्यवसायसंस्थेने किंवा संस्थेच्या विपणन व्यवस्थापनाने खरेदीवर्तनासंबंधी आडाखे बांधलेले असतात. खरेदीदारांसंबंधीचे ज्ञान, त्याचे खरेदीकारण (हेतू) आणि खरेदीसवयी यांची अचूक जाण असणे, हे विपणन व्यवस्थापनाचे महत्त्वाचे काम असते.

संशोधनांती असे सिद्ध झाले की, ग्राहकांचे खरेदीविषयक निर्णय हे सर्वसाधारणतः अगदी थोड्या माहितीवर आधारित असतात. त्यामुळे ग्राहकाला आवश्यक असलेली ही माहिती कोणती हे समजून घेणे, तसेच ही माहिती त्याला किती प्रमाणात पाहिजे, हे जाणून घेणे अगत्याचे असते.

ग्राहकांच्या प्रकाराप्रमाणे त्यांचे खरेदीवर्तन समजून येते. ग्राहकांचे वर्गीकरण केले असता मुख्यतः खालीलप्रमाणे तीन घटकांनुसार वर्ग पाडता येतात. उत्तेजित करणारे घटक, प्रतिसाद घटक आणि मध्यस्थ घटक.

अ) उत्तेजित करणारे घटक म्हणजे जाहिराती, प्रत्यक्ष वस्तू आणि वासनेची तीव्रता. हे घटक व्यक्तीमध्ये तसेच सभोवती सावलीप्रमाणे अस्तित्वात असतात. त्यामुळे ग्राहकाला संवेदना प्राप्त होतात.

आ) प्रतिसाद घटक म्हणजे उत्तेजनप्राप्तीमुळे वस्तूंची खरेदी किंवा खरेदीकडे होणारा

कल होय. प्रतिसाद घटकामुळे व्यक्तींवर मानसिक किंवा क्रियात्मक आघात होतात. हे आघात अर्थातच उत्तेजित घटकांमुळे होतात.

इ) मध्यस्थ घटक म्हणजे उत्तेजनेचे रूपांतर प्रतिसादात होण्यासाठी कारणीभूत ठरणाऱ्या गोष्टी होत. उदा. व्यक्तिगत मूल्ये, लहरीपणा, ज्ञान, दृष्टिकोन इ. याशिवाय ग्राहकावर प्रभाव पाडणारे आणखी काही व्यक्तिगत घटक असे असतात की, जे प्रत्यक्षपणे अभ्यासणे अवघड असते. उदा. व्यक्तिमत्त्व, माहितीची पातळी, बाह्य परिस्थितीबाबतचे आकलन इ. त्यामुळे ग्राहकांवर प्रभाव पाडणाऱ्या घटकांचे अंदाज बांधताना, संबंधित घटकांचा प्रभाव पहावा लागतो. ज्याप्रमाणे एखाद्या वैज्ञानिकाला प्राणवायू दिसत नाही परंतु प्राणवायूचा इतर घटकांवर पडणारा प्रभाव तो अभ्यासू शकतो; त्याप्रमाणे ग्राहकशास्त्रातील तज्ज्ञाला ग्राहकांच्या प्रतिसादावरून संबंधित घटकांचा प्रभाव शोधावा लागतो.

खरेदी वर्तन : अर्थ आणि व्याख्या

वेब्स्टर शब्दकोशानुसार ''खरेदीवर्तन म्हणजे वस्तू आणि सेवांचे स्वयं मूल्यांकन, खरेदी, उपभोग, प्रसारण इ. बाबत संभाव्य ग्राहकाची मनोवैज्ञानिक, सामाजिक आणि क्रियात्मकस्वरूपी एकंदर वर्तणूक होय.''

"Buyer behaviour is all psychological, social and physical behaviour of potential customer as they become aware of, evaluate, purchase, consume and tell other people about products and services."

खरेदी वर्तन ही एक क्रमवार प्रक्रिया म्हणता येईल, कारण त्यात व्यक्ती ही वस्तू आणि सेवांबाबत निर्णय घेण्याच्या दृष्टीने भोवतालच्या परिस्थितीचा अंदाज घेत असते.

खरेदीवर्तनाची प्रमुख वैशिष्ट्ये पुढीलप्रमाणे वर्णन करता येईल.

- आपल्याला वस्तू आणि सेवांपासून समाधान लाभावे यासाठी ग्राहक ज्या बौद्धिक आणि क्रियात्मक गोष्टी करतात, त्यांचा समावेश वर्तन गुणवैशिष्ट्ये म्हणून केला जातो.

- खरेदीवर्तनात काही प्रतिक्षिप्त किंवा सूक्ष्म शारीरिक कार्ये किंवा हालचाली यांचादेखील समावेश होतो. उदा. बाजारात फेरफटका मारणे, विक्रेत्यांनी जाहीर केलेल्या आकर्षक योजना माहीत करून घेणे, खरेदी सौदा पार पाडणे. तसेच काही सूक्ष्म अशा बौद्धिक क्रिया समाविष्ट होतात. यात विक्रयवृद्धीच्या घोषणांबाबत अंदाज, विशिष्ट ब्रँडबाबत उत्साह इ.

❖ खरेदीवर्तन हे नेहमी गुंतागुंतीचे तरल आणि संयुक्तस्वरूपी असते, कारण त्यात विविध घटकांचा प्रभाव पडतो. ते विपणनप्रयत्नांमुळे सदैव बदलणारे असते. त्याचे स्वरूप संयुक्त असते म्हणजे त्यात बौद्धिक आणि क्रियात्मक दोन्ही घटक गुंतलेले असतात.

ग्राहकाचे सहज स्पष्ट वर्तन हे आणि बाजारातील खरेदीविषयक निर्णय या दोन्ही गोष्टी परस्परानुवर्ती असून त्या अंतर्गत (व्यक्तिगत) बाबी (उदा. गरजा, हेतू, दृष्टिकोन, आकलनशक्ती) त्याचप्रमाणे बहिर्गत (परिस्थितिजन्य) बाबी (उदा. कुटुंब, शिकविणारे समूह, सांस्कृतिक पार्श्वभूमी, आर्थिक क्षमता) यांच्याशी निगडित आहेत.

३.२ खरेदीदाराचे वर्तन ठरविणारे घटक आणि खरेदी निर्णय प्रक्रिया आणि नमुने

गेली अनेक वर्षे विविध व्यवस्थापनतज्ज्ञांनी विविध ठिकाणी संशोधन करून खरेदीवर्तनाबाबत सिद्धान्त मांडले आहेत. खरेदीक्रियेचा अभ्यास करून, ग्राहक वर्तनाच्या नोंदी ठेवून त्यांच्या निष्कर्षावर आधारित काही प्रमेये किंवा सिद्धान्त प्रस्थापित करण्यात तज्ज्ञांना यश आले आहे. त्यानुसार 'खरेदीदार वर्तन नमुना' (Buyer Behaviour Model) विकसित करण्यात येतो. हे काम अर्थातच संबंधित व्यवसाय- संस्थेला करावे लागते. प्रत्येक आर्थिक, ज्ञानाधिष्ठित, मनोविश्लेषणात्मक, सामाजिक इ. ग्राहक अधिकारांचा समावेश होतो. यावरून खरेदीदारांचे वर्तन प्रभावित करणारे घटक कोणते हे निश्चित केले गेले.

विविध क्षेत्रांतील तज्ज्ञांनी त्यांनी विकसित केलेल्या प्रत्येक नमुन्यात 'खरेदीवर्तन' हे महत्त्वपूर्ण मानले आहे. व्यक्तीच्या अस्तित्वाशी ते निगडित असल्याने त्यावर विविध दृष्टिकोनांतून सतत संशोधन सुरू आहे. 'खरेदी-क्रिया' ही गुंतागुंतीची असल्याने त्याच्या परिशीलनावर विपणन किंवा विक्रीचे यश अवलंबून असते.

खरेदीवर्तनावर प्रभाव पाडणारे घटक पुढीलप्रमाणे तीन गटांत विभागता येतात:-
(अ) आर्थिक (आ) मनोवैज्ञानिक (इ) समाजशास्त्रीय
या घटकांचे सविस्तर विवेचन पुढीलप्रमाणे आहे.

अ) आर्थिक घटक

खालील आर्थिक घटक हे ग्राहकांचे खरेदीवर्तन ठरवितात:-
१) व्यक्तिगत अतिरिक्त उत्पन्न, २) ढोबळ कौटुंबिक उत्पन्न, ३) उत्पन्नाच्या भविष्यकालीन अपेक्षा किंवा प्रवाह, ४) स्वतःच्या मालमत्तेची रोखता किंवा तरलता, ५) ग्राहक पत व्यवस्था, स्वरूप, अटी, उपलब्धता ६) राहणीमान पातळी

१) **व्यक्तिगत वापर योग्य उत्पन्न :** एखाद्याचे उत्पन्न हे त्याच्या आर्थिक प्रयत्नांचा मोबदला होय. उत्पन्न म्हणजेच शक्ती-क्रयशक्ती. विपणन किंवा विक्रीच्या संदर्भात उत्पन्न हे 'वापरयोग्य उत्पन्न' आणि 'अखत्यारीतील उत्पन्न' अशा दोन प्रकारे विचारात घेतले जाते. वापरयोग्य उत्पन्न म्हणजे ग्राहकाकडे खर्चासाठी किंवा बचतीसाठी, दोन्हींसाठी उपलब्ध असणारे उत्पन्न होय. वापरयोग्य उत्पन्न घटले की ग्राहक खर्च कमी करतात. हे उत्पन्न जसे वाढत जाते तसे ग्राहकखर्च वाढतो. तो विलासी तसेच चैनीच्या वस्तू खरेदी करतो. दुसऱ्या शब्दांत असे सांगता येईल की, वापरयोग्य उत्पन्नामुळे विविध वस्तू आणि सेवांच्या मागणीत बदल होतो. याउलट, 'अखत्यारीतील उत्पन्न' हे प्राथमिक गरजांवरील खर्च भागविल्यानंतर राहणारे अतिरिक्त उत्पन्न होय. अशा उत्पन्नात बदलांचा प्रभाव परिस्थितिसापेक्ष असतो. त्यामुळे काही प्रमाणात ग्राहकखर्चात वाढ होते.

२) **ढोबळ कौटुंबिक उत्पन्न :** ग्राहक ज्यावेळी एखाद्या कुटुंबाचा घटक असतो, त्यावेळी त्याचे खरेदीवर्तन त्याच्या व्यक्तिगत उत्पन्नापेक्षा कौटुंबिक उत्पन्नावर अवलंबून असते. कुटुंबातील एकूण मिळवत्या व्यक्तींच्या उत्पन्नाची बेरीज, म्हणजे कौटुंबिक उत्पन्न होय. अर्थात यात व्यक्तिगत उत्पन्नाला महत्त्व नसते असे नाही. विशेषतः एकत्र कुटुंबपद्धतीत याला अधिक महत्त्व असते.

३) **उत्पन्नाच्या भविष्यकालीन अपेक्षा किंवा प्रवाह :** काही वेळा ग्राहकाला भविष्यात मिळणारे एखादे उत्पन्न हा त्याचे खरेदीवर्तन ठरण्यातील महत्त्वाचा घटक बनतो. बँक ठेवीचे उत्पन्न, विमा पॉलिसीचे उत्पन्न इ. याउलट भविष्यात उत्पन्नप्राप्तीचे स्रोत कमी होत असतील, तर ग्राहक सध्याच्या खर्चाला कात्री लावतात. अधिक बचत करतात. अर्थात, खर्च किंवा बचत करण्याची ही प्रवृत्ती ग्राहकाच्या गरजेवर अवलंबून असते.

४) **मालमत्तेची तरलता :** मालमत्ता किंवा जिंदगी ही रोकड पैसा, सोने-चांदी किंवा अन्य सहजपणे रोख रकमेत रूपांतरित करण्याजोग्या स्वरूपात असेल, तर त्याला 'रोखता' किंवा 'तरलता' असे म्हणतात. बँकेतील मुदत ठेवी, शेअर्समधील गुंतवणूक, बचत प्रमाणपत्रे इ. प्रकार यात मोडतात. जर ग्राहकाची मालमत्ता अधिक तरल किंवा रोख असेल तर तो सैलहाताने खर्च करतो.

५) **उपलब्ध ग्राहक पत व्यवस्था :** ग्राहक पत व्यवस्था म्हणजे, व्यवसाय संस्थेने, खरेदीपोटी देय रक्कम भविष्यात भरण्याबाबत ग्राहकाला दिलेली सवलत होय. यात उधारी, व्यापारी बिले, क्रेडिट कार्ड, विविध खरेदी पद्धती इ.

येतात. अशा सोयींमुळे ग्राहक हा खरेदी टाळण्यापेक्षा खरेदी करण्याकडे प्रवृत्त होतो.

६) **राहणीमान पातळी :** ग्राहकाच्या राहणीमानाचा प्रभाव त्याच्या खरेदीवर्तनावर पडतो. ग्राहकाचे उत्पन्न कमी झाले तर त्या प्रमाणात लगेच त्याच्या खर्चाचे प्रमाण कमी होत नाही, कारण त्याला त्याच्या राहणीमान पातळीवरून सहजासहजी खाली येणे जमत नाही. याउलट, उत्पन्नात वाढ झाल्याने राहणीमानात सुधारणा होते.

आ) मनोवैज्ञानिक घटक

यात प्रामुख्याने पुढील घटकांचा समावेश होतो.

१) संप्रेरके, २) दृष्टिकोन, ३) जाणीव किंवा ज्ञान, ४) प्रवृत्ती किंवा कल, ५) व्यक्तिमत्त्व

१) **संप्रेरण :** 'ग्राहकवर्तनातील' का आणि कसे या दोन प्रश्नांची उत्तरे शोधणे हे विपणन व्यवस्थापकाचे उद्दिष्ट असते. यासंबंधी नीट विचार केला असता, विशिष्ट वर्तनामागील प्रेरणा जाणून घेऊन या प्रश्नांची उकल करता येते. प्रेरणा म्हणजे व्यक्ती जिचे समाधान करण्याच्या मागे लागते, अशी उत्तेजित गरज होय. 'प्रेरणेत' रूपांतरित होण्यासाठी 'गरज' उत्तेजित झाली पाहिजे. विशिष्ट पद्धतीने वागण्यास एखादा तयार होतो, त्याला संप्रेरण असे म्हणतात. संप्रेरण हे जाणीवपूर्वक असू शकेल किंवा अजाणतेपणी असू शकेल. विपणनाच्या दृष्टीने ग्राहक हा खरेदी करण्याच्या क्रियेपर्यंत पोचण्यासाठी कोणती महत्त्वाची संप्रेरके जबाबदार ठरतात, ते समजणे हे महत्त्वाचे असते.

गरजांचा श्रेणीक्रम : अब्राहम मॅस्लो यांनी संप्रेरण सिद्धान्त विकसित केला असून त्यांनी मानवी गरजांचा श्रेणीक्रम कसा असतो, हे दर्शविले आहे. विशिष्ट वेळी व्यक्तीला अनेक प्रेरणा मिळतात. परंतु, तो एकाच वेळी बहुधा साऱ्यांचा विचार करीत नसावा; म्हणून प्रत्येक व्यक्तीची स्वतःची प्रेरणांची श्रेणी (उत्तर) असते. प्रेरणांच्या प्राधान्यानुसार उतरत्या श्रेणीत त्या अवतीर्ण होतात. त्यांपैकी महत्त्वाच्या असलेल्या प्रेरणांची व्यक्ती प्रथम दखल घेते; त्यानुसार गरजांची क्रमवारी लागते.

अ) **शारीरिक गरजा :** भूक, तहान, झोप, निवारा, शारीरिक संबंध, सुख इ. या गरजा भागविल्या गेल्या नाहीत, तर अन्य गरजा कमी महत्त्वाच्या ठरतात.

आ) **सुरक्षा गरजा :** यांत आर्थिक, सामाजिक सुरक्षांचा समावेश होतो.

इ) **साहचर्य गरजा :** विविध प्रकारच्या आदान प्रदानामुळे व्यक्तीचे साहचर्य निर्माण होते. अशामुळे ज्या गरजा निर्माण होतात, त्यांना साहचर्य गरजा म्हटले जाते. आई-वडील, पति-पत्नी, मुलगा, मुलगी हे नातेसंबंध, प्रेम, स्वीकार इ. गोष्टी यांमुळे या गरजा निर्माण होतात.

ई) **स्वसन्मानविषयक गरजा :** समाजातील स्वतःचे नाव, वेगळेपणा यातून या गरजा निर्माण होतात.

उ) **आत्मप्रकटीकरण गरजा :** स्वतःच्या क्षमतांचा विकास होण्याची गरज या प्रकारात येते. व्यावसायिक संस्थेला वस्तुउत्पादनाच्या माध्यमातून अशा प्रकारच्या जास्तीत जास्त गरजा भागविण्याचा प्रयत्न करावा लागतो.

२) **दृष्टिकोन :** व्यक्तीच्या विश्वात स्वतःच्या अशा दृष्टीला महत्त्व असते. ही एक गरज निर्माण करणारी प्रेरणा असते. तिचे स्वरूप बाह्य असते. या दृष्टिकोनामुळे कार्य कसे आणि किती, केव्हा पाहायचे ? अनुभवायचे ? चाखायचे ? हे ती व्यक्ती ठरविते. दृष्टिकोनामुळे विचार बनतात. विचारातून कृती घडते; म्हणून दृष्टिकोनाची प्रक्रिया उकलत नेणे, म्हणजेच विपणनक्रिया असे मानले जाते. व्यक्तीचा दृष्टिकोन हा तिच्या गरजा, लहरी, स्मरण, मूल्ये इ. घटकांद्वारे दृग्गोचर होतो. म्हणूनच विपणनपद्धतीत, ग्राहकांपर्यंत वस्तूंबाबत योग्य, अचूक माहिती पोहोचणे महत्त्वाचे असते. त्यामुळे त्याच्या दृष्टिपथात वस्तू येऊ शकते.

३) **जाणीव किंवा ज्ञान :** ज्ञात किंवा अवगत होणे म्हणजेच जाणून घेण्याची प्रक्रिया होय. यात पुनरावृत्ती, प्रेरणा देणे, पूरक परिस्थिती निर्माण करणे, नाते जोडणे आणि संघटन करणे हे घटक येतात.

४) **प्रवृत्ती किंवा कल :** स्वतःबाबतची जाणीव, स्वयंविश्वास, मते यांद्वारे घडणारे मन किंवा तयार होणारी मनोभूमिका, म्हणजे प्रवृत्ती होय. कुटुंब, मित्रमंडळी इतर सामाजिक समूह यांतून होणारे आदान-प्रदान आणि अनुभव यांमुळे प्रवृत्ती किंवा कल वाढीस लागतो. त्याचे दोन घटक असतात.

अ) **मानसिक किंवा आकलनीय घटक :** आकलन ही मानसिक क्रिया असते. त्यात माहिती गोळा करणे आणि ती तर्कशुद्धपणे रूपांतरित करणे या दोन अवस्था येतात. या प्रक्रियेद्वारे व्यक्ती एखादी गोष्ट चांगली किंवा वाईट असे ठरविते.

आ) **वात्सल्य घटक :** त्यांचा संबंध व्यक्तीच्या भावनांशी असतो. प्रेम, आपलेपणा यांसारख्या घटकांमुळे व्यक्तीला एखादी गोष्ट आनंददायी, त्याज्य किंवा रोचक ठरते.

५) **व्यक्तिमत्त्व :** व्यक्तिवर्तनातील वेगळेपण म्हणजेच व्यक्तिमत्त्व होय. व्यक्तिमत्त्वाचे विविध पैलू हे व्यक्तिवर्तनाला कारणीभूत ठरतात. त्यात दबाव, आक्रमकता, सामाजिकता, जबाबदारी इ. घटकांचा समावेश होतो.

इ) **समाजशास्त्रीय घटक :** समाजशास्त्रीय घटकांचा खरेदी वर्तनावर पडणारा प्रभाव नेहमी महत्त्वाचा असतो. विशेषतः भारतासारख्या देशात समाज आणि सामाजिक संस्था या व्यक्तीच्या जीवनात निर्णायक स्वरूपी ठरतात. त्यातील प्रमुख म्हणजे कुटुंब, समाज गट, सामाजिक नेते, सामाजिक वर्ग, जात, संस्कृती इत्यादी.

१) **कुटुंब :** कुटुंब हा प्राथमिक तसेच नैसर्गिक स्वरूपी सामाजिक गट मानला जातो. ग्राहकाचे अनेक निर्णय हे कौटुंबिक चौकटीत घेतलेले असतात. त्यांवर संपूर्ण कुटुंब तसेच प्रत्येक व्यक्ती यांच्या आशा-अभिलाषा, दृष्टिकोन निगडित असतात. ग्राहकाच्या खरेदीवर्तनावर कुटुंबाचा पडणारा प्रभाव दोन प्रकारचा असतो. व्यक्तिगत गुणवैशिष्ट्ये, दृष्टिकोन आणि खरेदीनिर्णयाचे मूल्यमापन, व्यक्तिगत खरेदी ही संपूर्ण कुटुंबाचा चर्चेचा विषय असतो.

'कुटुंब आयुर्मान चक्र' हेदेखील खरेदी धोरण प्रभावित करीत असते. अन्न, वस्त्र प्रावरणे, शिशु-बालके यांच्याशी निगडित बाबींची खरेदी कुटुंब आयुर्मान चक्रानुसार वाढत जाते.

२) **संबंधी समूह :** व्यक्ती ही कुटुंबाची उपजत घटक बनते त्याचप्रमाणे तिला कुटुंबाबाहेरील अनेक संघटना, समूह यांचे औपचारिक-अनौपचारिक सदस्यत्व लाभते. हे समूह/संघटना यांना 'संबंधी समूह' असे म्हटले जाते. या समूहातील अन्य व्यक्ती ह्या त्या व्यक्तीचे 'परिमाण' बनते. इतर व्यक्तींचे वर्तन, त्यांची मते/आवड यांचा प्रभाव व्यक्तीवर पडतो.

३) **अभिप्राय अग्रणी :** अभिप्राय देणाऱ्या किंवा मते व्यक्त करणाऱ्या व्यक्तींना 'अभिप्राय अग्रणी' म्हणतात. ते संबंधित क्षेत्रातील जणू नेते किंवा अग्रेसर असतात. आजकाल अशा संघटना अस्तित्वात आल्या आहेत. अनेक व्यावसायिक संस्था अशा अग्रणी व्यक्ती-संस्था यांच्या शोधात असतात. त्यांचे अभिप्राय जाहीररीत्या प्रसिद्ध केले जातात.

४) **वर्ग आणि जात :** व्यक्तीच्या खरेदीवर्तनावर त्यांचा वर्ग आणि त्यांची जात यांचा मोठा प्रभाव पडतो. सामाजिक वर्ग हा पेशा किंवा आर्थिक स्तराशी निगडित असतो, तर जात ही जन्मावर ठरते. आजकाल नागरी कुटुंबात जातीचा प्रभाव कमी झाला आहे. परंतु, वर्ग (नोकरदार, शेतकरी, व्यापारी, अधिकारी, बँकर्स, डॉक्टर्स, वकील इ.) हा गट प्रभावी आहे. प्रत्येक वर्ग किंवा जात ह्यांचे स्वतःचे असे राहणीमान, आवड-निवड यांचा स्वतःचा ठसा असतो.

५) **संस्कार** : व्यक्तीवर झालेले संस्कार हा ग्राहकवर्तन प्रभावित करणारा आणखी एक घटक होय. व्यक्तीची वर्तणूकपद्धती, कलाकुशलता, परंपरा इ. एका पिढीकडून दुसऱ्या पिढीकडे संक्रमित होत जाणे, म्हणजे संस्करण होय. त्यातून व्यक्तीची एक मूस तयार होते. मनोभूमिका, दृष्टिकोन, पाप-पुण्य कल्पना, राहणीमान यांचा त्यात समावेश होतो. प्रगतीचा आणि संस्कृतीचा संबंध असतो. त्यातून सांस्कृतिक स्तर किंवा गट तयार होतात. सांस्कृतिक प्रवाह किंवा सांस्कृतिक बदल यांचा विपणनकार्याशी विशेषतः बाजारपेठ विभागीकरण, वस्तुविकास, जाहिरात, व्यापार, ब्रँडिंग, संवेष्टन इत्यादींशी घनिष्ठ संबंध असतो. त्यामुळे व्यावसायिक संस्थांना विपणनधोरणे आखताना त्यांचा संदर्भ वापरावा लागतो.

खरेदी निर्णय प्रक्रिया

ग्राहक 'खरेदी निर्णय' कसे घेतात? या मूलभूत प्रश्नाचा विचार केला असता असे दिसून येते की, यात मूलभूत मानसशास्त्रीय प्रक्रियांची भूमिका अत्यंत महत्त्वाची असते. त्यातही विक्रेत्यांना ग्राहकवर्तनातील प्रत्येक प्रश्न मानसिक भूमिकेतून समजून घ्यावा लागतो. कोण? काय? केव्हा? कोठे? कशी? हे ते प्रश्न असतात. आधुनिक व्यवसायव्यवस्थापनात ह्या ग्राहकांच्या खरेदीनिर्णयातील, सर्व अनुभव उदा. वस्तूंची जाणीव, निवड, हाताळणी, वापर आणि विल्हेवाटसुद्धा इ. पूर्णपणे समजून घेण्याचा प्रयत्न केला जातो. सर्वसाधारणपणे खरेदीवर्तन प्रक्रियेतील प्रमुख टप्पे पुढीलप्रमाणे असतात :-

अपूर्ण राहिलेली गरज	माहिती व ज्ञानासाठी शोध	उपलब्ध पर्यायांचे मूल्यमापन	प्रत्यक्ष खरेदीचा निर्णय	खरेदीनंतरचे वर्तन

खरेदी निर्णय प्रक्रिया – प्रमुख टप्पे

या टप्प्यांचे थोडक्यात स्पष्टीकरण खालीलप्रमाणे :–

१) **अपूर्ण राहिलेली गरज :** खरेदी प्रक्रिया ही ग्राहकाच्या अपूर्ण राहिलेल्या गरजेतून उगम पावते. त्यामुळे व्यावसायिक संस्था किंवा विक्रेते ही गरज ओळखण्यासाठी शोध घेतात. अशी अपूर्ण गरजही ओळखली जाते. याचे कारण म्हणजे व्यक्तीला लाभणाऱ्या आंतरसंवेदना तसेच बाह्यसंवेदना. उदा. एखादी व्यक्ती शेजाऱ्याची सायकल किंवा मोटारगाडी हाताळत असेल किंवा त्याच्याकडे बारकाईने चौकशी करत असेल तर तो स्वतः सदर खरेदीचा विचार करतो आहे, असे मानता येते.

२) **माहिती व ज्ञानासाठी शोध :** अपूर्ण राहिलेल्या गरजांचा शोध विपणन–संशोधनाद्वारे घेतल्यानंतर, पुढील टप्पा आहे तो गरज भागविण्यासंबंधी माहिती किंवा ज्ञान शोधण्याचा. हा शोध ग्राहक स्वतः घेऊ शकत नाही (औद्योगिक खरेदीबाबत ग्राहक हा शोध स्वतः घेईल). मात्र, ग्राहकाचा कल व्यक्त करत असतो. याला ग्राहक अभिव्यक्ती असे म्हणतात. याची सुरुवात वस्तूसंबंधीच्या उंचावलेल्या अवधानाने होते. त्यानंतर तो त्या वस्तूबाबतच्या बातम्या वाचतो, पाहतो, जाहिरातींचे निरीक्षण करतो, मित्रांशी चर्चा करतो, इंटरनेटवरून माहिती घेतो, जवळच्या दुकानातून माहिती मिळवतो. अशी माहिती प्राप्त होण्याचे विविध मार्ग म्हणजे :
– व्यक्तिगत-कुटुंब, मित्रमंडळ, शेजारीपाजारी, ओळखीच्या व्यक्ती, वरिष्ठ किंवा अन्य प्रभावी व्यक्ती.
– व्यापारी – जाहिराती, वेबसाईट्स, विक्रेते, एजन्ट्स, वेष्टन, चित्रपट.
– सार्वजनिक माध्यमे – वृत्तपत्रे, रेडिओ, टि. व्ही., ग्राहक संघटना, शासकीय/निमशासकीय यंत्रणा स्वानुभव-वस्तू हाताळणी, वस्तू परीक्षण, वस्तू वापर या माहितीमुळे वस्तूबाबत सर्वसाधारण जाणीव होऊ शकते. प्रत्येक वस्तूची निवड ही तांत्रिक बाबी तसेच लोकप्रिय ब्रँड या गोष्टींवर अवलंबून असते; कारण या अवस्थेत ग्राहकाला स्वतः निर्णय घ्यायचा असतो. त्यासाठी अनेक व्यावसायिक कंपन्या सर्व ब्रँडबद्दलची माहिती एकत्रितरीत्या ग्राहकाच्या निर्णय प्रक्रियेलाही मदत म्हणून तयार ठेवतात. सदर माहिती प्रसिद्ध केली जाते.

३) **पर्यायांचे मूल्यमापन :** ग्राहकाकडून अनुसरली जाणारी पर्यायमूल्यमापन क्रिया हादेखील एक महत्त्वपूर्ण टप्पा आहे. ग्राहकाचे ध्येय 'गरज भागवली जाणे' हे असते. विविध उपलब्ध वस्तू किंवा उत्पादक यांच्या योजना काय

आहेत, हे तो पहात असतो. प्रत्येक वस्तू ही कोणत्या उपयोगितागुणांनी युक्त आहे, याचा बोध करून घेण्याचा ग्राहक प्रयत्न करत असतो. ग्राहकाचा वस्तूबाबतचा कल हा अनेक बाबींवर अवलंबून असतो. गरज भागविण्याची क्षमता या निकषांवर जर वस्तूंकडून होणारे लाभ सर्वाधिक असतील तर ग्राहकाचा शोध तेथे थांबतो. निवड आणि अग्रक्रम यांच्या आधारे ग्राहक पर्याय निवडतात.

४) **प्रत्यक्ष खरेदी निर्णय :** या अवस्थेत वस्तू किंवा ब्रँडची अंतिम पसंती होते. सामान्यपणे खरेदीनिर्णय पार पाडताना ग्राहक पुढील गोष्टींकडे लक्ष देतात. ब्रँड खरेदीक्षण, परिमाण, खरेदीची वेळ, रक्कम देण्याची पद्धती, सर्व ग्राहकोपयोगी वस्तू खरेदीबाबत वरील गोष्टी लागू पडतात. उदा. किराणामाल खरेदी आणि वाहन किंवा घर खरेदी या निर्णयांत फरक राहणार.

५) **खरेदीनंतरचे वर्तन :** व्यवसायातील एक महत्त्वाचे सूत्र म्हणजे एकदा विक्रीपेक्षा पुनः पुन्हा विक्री महत्त्वाची. ग्राहकाच्या पहिल्या खरेदीनंतर त्याचे वस्तू तसे उत्पादक कंपनीचे व्यापारी यांच्याशी नाते निर्माण होते. त्यातूनच पुढे वारंवार विक्री होते. त्यामुळे ग्राहकांचे खरेदीनंतरचे वर्तन महत्त्वाचे असते. ग्राहकाच्या मन:पटलावर वस्तूचा ठसा उमटणे, हे खरेदीवर्तनातील अंतिम सत्य असते. ते जाणून घेणे, जोपासणे यांसाठी खूप प्रयत्न करावे लागतात. खरेदीनंतरची ही (फील गुड) अवस्था हा खरेदीवर्तनातील अंतिम टप्पा असतो.

प्रश्नसंच

(१) कंसातील सूचनेप्रमाणे सोडवा.

१) ग्राहकाचे खरेदीविषयक निर्णय अगदी थोड्या .... अवलंबून असतात. (मोकळ्याजागी खालीलपैकी एक पर्याय लिहा.)

   (अ) पैशावर   (ब) उत्पन्नावर (क) क्रयशक्तीवर   (ड) माहितीवर

२) आपल्याला वस्तू आणि सेवापासून .... लाभावे यासाठी ग्राहक प्रयत्न करीत असतो.

   (अ) समाधान   (ब) उत्पन्न   (क) वैभव   (ड) श्रेय

३) व्यक्ती ज्याचे समाधान करण्याच्या मागे लागते अशी उत्तेजित गरज म्हणजे .... होय.

(अ) मागणी (ब) मूल्य (क) प्रेरणा (ड) समाधान

(२) चूक की बरोबर सांगा.

१) ग्राहकाचा दृष्टिकोन तयार करणे म्हणजेच विपणनक्रिया असे मानले जाते.

२) ग्राहकवर्तनातील किती? आणि कशी? या दोन प्रश्नांची उत्तरे शोधणे हे विपणनव्यवस्थापकाचे उद्दिष्ट असते.

(३) जोड्या जुळवा.

भाग १	भाग २
मानवी गरजांचा श्रेणीक्रम	खरेदीक्रिया व ग्राहक वर्तन नोंदी
राहणीमान	खरेदीवर्तनाचा समाजशास्त्रीय घटक
पाप-पुण्य कल्पना	खरेदीवर्तनाचा आर्थिक घटक
खरेदीदार वर्तन नमुना	अब्राहम मॅस्लो

(४) खरेदीप्रक्रियेतील प्रमुख टप्पे सांगा.

(५) खरेदीनंतरचे वर्तन म्हणजे काय? ते का जाणून घेतले जाते?

(६) ग्राहकांवर खरेदी-प्रभाव पाडणारे घटक कोणते? सोदाहरण सांगा.

(७) 'खरेदीवर्तन हे विपणन प्रयत्नामुळे सदैव बदलणारे असते.' स्पष्ट करा.

(८) खालील प्रकारच्या निवडक ग्राहकांचा आर्थिक व मनोवैज्ञानिक दृष्टिकोनातून अभ्यास करा. त्यावर आधारित अहवाल तुमच्या अध्यापकांना सादर करा.

(अ) स्त्री ग्राहक (ब) शालेय विद्यार्थी

(क) वयोवृद्ध ग्राहक (ड) औद्योगिक (व्यावसायिक) ग्राहक

(९) खालील प्रकारच्या खरेदीवर्तनाचे निरीक्षण करा. त्यासाठी अभ्यासप्रकल्प तयार करून तुमच्या अध्यापकांना दाखवा.

१) खरेदीदार एकाच प्रकारची वस्तू वरचेवर का खरीदतात?

२) एका दुकानाकडून दुसऱ्या दुकानाकडे जाण्याची कारणे प्रमाण का व किती आहे?

३) खरेदीदार एका प्रकारच्या वस्तूकडून दुसऱ्या प्रकाराकडे का, किती व केव्हा वळतो?

प्रकरण ४

बाजारपेठ विभागीकरण

Market Segmentation

४.१ विषयओळख

४.२ बाजारपेठ विभागकीकरण – प्रकार आणि पद्धती

४.१ विषयओळख :

विपणनाच्या आधुनिक कल्पनेप्रमाणे सर्व उत्पादनप्रयत्नांचा आधार म्हणजे विपणन होय. वस्तू आणि सेवा ही मागणीनुसार तयार केली जात नाही तर तयार झालेली वस्तू आणि सेवा यांना मागणी कशी प्राप्त होईल हे पाहिले जाते. विपणन-प्रयत्नात उत्पादित वस्तू या कोणती ना कोणती मागणी पूर्ण करणाऱ्याच असतात; कारण त्यांतील अंगभूत उपयोगितेमुळे वस्तूंचा उपयोग अपरिहार्य असतो. परंतु, सदर उपभोग हा निश्चितपणे कोणत्या ठिकाणच्या व कोणत्या पद्धतीच्या मागणीसाठी आहे हे विचारात घेतले पाहिजे. म्हणजेच कोणतेतरी वितरण किंवा उपभोग उद्दिष्ट समोर ठेवून विपणनकार्य केले पाहिजे. हवा जशी सर्वत्र भरून राहिलेली आहे परंतु एखाद्या व्यक्तीला विशिष्ट वेळी विशिष्ट ठिकाणी श्वासोच्छ्वासाकरता ती गरजेची असते. त्यामुळे ती तेथे कशी उपलब्ध होईल हे त्या व्यक्तीचे उद्दिष्ट ठरते. त्याचप्रमाणे वस्तूची गरज ही विश्वात्मक आहे. प्रत्येक व्यक्तीला त्या वस्तूचा उपयोग होणार आहे परंतु म्हणून वस्तुनिर्माता जगभर ही वस्तू खपवू शकत नाही. सर्वप्रथम त्या उत्पादकाला एकूण ग्राहकांपैकी आपले ग्राहक कोण हे उद्दिष्ट ठरवावे लागते. हे उद्दिष्ट ठरविण्यासाठी त्याला केवळ उपभोग म्हणून नव्हे तर बाजारपेठेतील ग्राहकवर्गाचा सर्व दृष्टींनी विचार करावा लागतो. दुसऱ्या शब्दांत असे म्हणता येईल की, उत्पादकाला सर्वप्रथम ग्राहक समजून घ्यावा लागतो. ग्राहक म्हणजेच 'मागणी'. परंतु, ती सर्वत्र आहे असे मानून चालत नाही. ग्राहकाला अधिक जवळून समजून घेऊन त्यानंतर कोणत्या ग्राहक-

वर्गासाठी आपण प्रयत्न करायचे त्याचा विचार उत्पादकाला करावा लागतो. या दृष्टीने जी क्रिया केली जाते त्या क्रियेला 'बाजारपेठ विभागणी' अशी संज्ञा आहे.

व्याख्या आणि अर्थ

बाजारपेठ विभागणी म्हणजे विशिष्ट आधार समोर ठेवून एकूण बाजारपेठेचे विविध गटांत विभाजन करणे होय.

फिलिप कोटलर यांनी बाजारपेठ विभागणीची केलेली व्याख्या पुढीलप्रमाणे :-

"बाजारपेठ विभागणी म्हणजे बाजारातील खरेदीदारांनी त्यांच्या विविध वस्तूंच्या गरजेनुसार विविध गटांत केलेली विभागणी होय."

बाजारपेठेत ग्राहक असतात आणि या ग्राहकांत भिन्नत्व असते. त्यांच्या गरजा वेगळ्या असतात. गरज भागवण्याची साधने भिन्न असतात, त्यांचे राहणीमान, स्थान, क्रयशक्ती, क्रयदृष्टी आणि खरेदीपद्धती विविध प्रकारच्या असतात. ही विविधता समजून घेणे म्हणजेच बाजारपेठ विभागणी क्रिया होय.

"Market segmentation is an act of dividing a market into distinct groups of buyers who require separate products and marketing mixes."

- Philip Kotler

अन्य काही तज्ज्ञांनी केलेल्या व्याख्या पुढीलप्रमाणे आहेत.

स्टॅण्टन : Marketing segmentation consists of taking the total heterogeneous market for a product and dividing it into several sub-markets or segments-each of which tends to be homogeneous in a significant aspect.

कुण्डिफ आणि स्टिल : Market segments are grouping of customers according to such characteristic as income, age, degree of urbanization, race or ethnic classification, geographic location or education.

थोडक्यात, 'रुचिभिन्नता, आवड-निवड, उत्पन्नभेद' या आधारे ग्राहकांचे केलेले विभाजन म्हणजे बाजारपेठ विभागणी होय.

बाजारपेठेच्या अशा विभागणीद्वारे ग्राहकांना जास्त समजून घेता येते. त्यांच्या आवडीनिवडी व त्यातील भिन्नत्व, त्या भिन्नत्वाची तीव्रता जाणता येते. प्रत्येक व्यक्तिगत ग्राहक ही स्वतंत्र बाजारपेठच असते. ग्राहकाचा चोखंदळपणा, आवडीनिवडी यांच्या अभ्यासाद्वारे आपली वस्तू प्रत्येक ग्राहकाच्या पसंतीला उतरेल असे मानणे गैर आहे. या उलट, विशिष्ट गटातील ग्राहकांच्या समान आवडीनिवडी विचारात घेऊन त्या ग्राहकांसाठी किंवा ते ग्राहक ज्या ठिकाणी राहतात, ती आपली बाजारपेठ समजणे अधिक फायदेशीर ठरते. बाजारपेठ विभागणीमुळे वस्तूधोरणदेखील प्रभावित होते. कोणत्या ग्राहकवर्गासाठी

आपला विपणनप्रयत्न आहे, हे लक्षात आल्यानंतर उत्पादित वस्तूचा आकार, रंग, रूप, वेष्टन इत्यादींबाबत धोरण आखणे किंवा आखलेले धोरण बदलणे सहज शक्य होते. अशा तऱ्हेने विपणनप्रयत्न एकवटण्याच्या दृष्टीने बाजारपेठ विभागणी ही पहिली पायरी ठरते.

उदाहरणादाखल, ग्राहकोपयोगी वस्तू विक्रीसाठी भारतीय बाजारपेठ विभाजन पुढीलप्रमाणे दर्शवता येईल :-

कोष्टक : भारतीय बाजारपेठ विभागणी (एक नमुना)

आधार	विभागणी
१) भौगोलिक	: उत्तर भारत, ईशान्य राज्ये, द. भारत, प. किनाऱ्यावरील विभाग
२) लोकसंख्येची रचना	: महानगरी, शहरी, ग्रामीण– वयोगट १ ते १२, १३ ते ३५, ३६ ते ५५, ५६ च्या पुढे. उत्पन्न वार्षिक रु. १२ हजारांचे आत. रु. २५ ते ५० हजार. रु. ५० हजार ते १ लाख. रु. १ लाखांचे वर.
३) व्यवसाय	: शेती, व्यापार, नोकरी, स्वतंत्र व्यावसायिक, गृहिणी, निवृत्त, विद्यार्थी, बेरोजगार.
४) शिक्षण	: अशिक्षित, इ. ७ वी., इ. ८ ते १२, पदवीधर.
५) सामाजिक व आर्थिक स्तर	: दारिद्र्यरेषेखालील, आर्थिक दृष्ट्या मागास, कनिष्ठ मध्यम वर्ग, मध्यम वर्ग, उच्च उत्पन्न वर्ग.

४.२ बाजारपेठ विभागीकरण–प्रकार आणि पद्धती

ग्राहक समजून घेण्यासाठी कोणत्या निकषांवर बाजारपेठेची विभागणी करावी हे काही अचूकपणे सांगता येणार नाही. विपणनविभागाला विविध मार्ग हाताळून तसेच अनुभवांतून निरनिराळे आधार वापरून बाजारपेठेची विभागणी करता येते. विपणनातील हे एक क्रियात्मक आव्हान आहे.

सर्वसाधारणपणे बाजारपेठविभागणीसाठी वापरले जाणारे विविध आधार पुढे दिलेले आहेत.

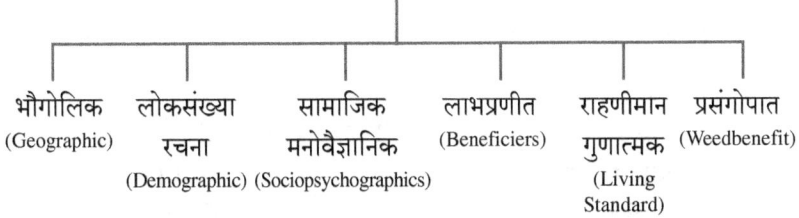

बाजारपेठविभागणी प्रकार व पद्धती
Marketing segmenting types or basis

| भौगोलिक (Geographic) | लोकसंख्या रचना (Demographic) | सामाजिक मनोवैज्ञानिक (Sociopsychographics) | लाभप्रणीत (Beneficiers) | राहणीमान गुणात्मक (Living Standard) | प्रसंगोपात (Weedbenefit) |

१) भौगोलिक विभागणी

बाजारपेठविभागणीचा हा एक अत्यंत साधा व नैसर्गिक आधार आहे. यानुसार एकूण बाजारपेठेचे शहर, जिल्हा, देश किंवा आंतरराष्ट्रीय अशा पद्धतीने विभाजन केले. यांपैकी कोणत्या विभागात प्रयत्न करायचे हे कंपनी ठरवते. सुरुवातीला आपल्या शहरात लक्ष केंद्रित करून त्यानंतर जिल्हा आणि राज्य हे उद्दिष्ट ठरवले जाते. या विभागणीत प्रादेशिक सलगता हा निकष धरलेला असतो. सर्वच प्रकारच्या वस्तूंबाबत ही विभागणी उचित ठरेल असे नाही. भारतासारख्या देशात अन्नपदार्थ विक्रीसाठी ही विभागणी योग्य आहे. परंतु, टिकाऊ ग्राहकोपयोगी वस्तूंसाठी ही विभागणी योग्य नाही.

२) लोकसंख्यारचनेनुसार विभागणी

या पद्धतीत विशिष्ट प्रदेशातील संपूर्ण ग्राहकवर्ग हा लोकसंख्याविषयक गटांत विभागला जातो. यांमध्ये (अ) वयोगट, (आ) स्त्री, पुरुष, (इ) शैक्षणिक पात्रता, (ई) उत्पन्न (उ) कुटुंबाचे आकारमान (ऊ) आयुर्मर्यादा, (ए) पेशा किंवा व्यवसाय, या पद्धतीने विभागणी ही विपणनाच्या दृष्टीने अधिक सोईस्कर असते, कारण माणसाच्या आवडीनिवडी या त्याच्या वयोमानानुसार बदलतात. तसेच ग्राहकाची मागणी ही त्याचे शिक्षण, उत्पन्न प्रमाण यांवर अवलंबून असते. लोकसंख्यात्मक दृष्टीने केलेली विभागणी ही जाहिरात दृष्टीने उपयुक्त ठरते.

३) सामाजिक व मनोवैज्ञानिक विभागणी

माणूस हा समाजप्रिय प्राणी आहे. अनेक कारणांमुळे कुटुंब आणि अनेक कुटुंबांतून समुदाय निर्माण होतात. या समुदायामुळे ग्राहकाला एक विशिष्ट सामाजिक वर्ग प्राप्त होतो. त्या वर्गामुळे त्याच्या वस्तू पसंतीविषयक आवडीनिवडी ठरतात. विशिष्ट सामाजिक गटात मोडल्याने तो संबंधित खर्च

करतो. आपल्या लग्नसमारंभात ते चित्र दिसून येते. सामाजिक वर्गातून त्या व्यक्तीची एक विशिष्ट मनोभूमिका तयार होते. ही भूमिका त्या व्यक्तीच्या प्रत्येक निर्णयावर प्रभाव गाजविते.

४) **प्रसंगोपात विभागणी**

विशिष्ट प्रसंगानुसार विशिष्ट घटनेमुळे विविध व्यक्तींमध्ये निर्माण साहचर्य यातून एक समानता लाभलेला गट निर्माण होतो. उदा. बस किंवा रेल्वेतील प्रवासी, किंवा विशिष्ट कारणाने काही काळ एकत्र आलेले व्यक्तिसमूह.

५) **गरज किंवा लाभप्रणीत विभागणी**

विपणनाच्या दृष्टीने ही विभागणी महत्त्वाची आहे. एखाद्या विशिष्ट वस्तूपासून विविध लाभ ज्यांना प्राप्त करून घ्यावयाचे आहेत, अशा ग्राहकांचा एक गट बनतो. असे लाभार्थी सर्व वयांचे तसेच सर्व व्यवसायांचे असू शकतात. टिकाऊ ग्राहक उपयोगी वस्तूंच्याबाबत अशा प्रकारे विभागणी करणे उपयुक्त ठरते.

६) **गुणात्मक विभागणी**

विशेषतः चैनीच्या वस्तू व पुनः पुन्हा खरिदल्या न जाणाऱ्या वस्तूबाबत अशा प्रकारची विभागणी उपयुक्त ठरते.

७) **राहणीमान दर्जानुसार विभागणी**

राहणीचा दर्जा हे आजकाल ग्राहक ओळखण्याचे गमक झाले आहे. विशिष्ट प्रकारच्या राहणीपद्धतीचा ग्राहक वर्ग हा आपल्या दैनंदिन जीवनाबाबत चोखंदळ असतो. अशा व्यक्तीच्या दृष्टीने उपभोगासाठी वस्तूची अगर सेवांची खरेदी याला एक वेगळा अर्थ असतो. त्याचा दर्जा या वस्तूमुळे ठरतो. अशा पद्धतीने केलेली विभागणी ही निश्चितपणे अंतिमदृष्ट्या फलदायी ठरते. जाहिरातीतील आधुनिक प्रवाह तसेच विदेशी वस्तू किंवा त्या सदृश भारतीय बनावटीच्या वस्तू यांची ओढही याबाबत विचारात घेण्यासारखी आहे.

८) औद्योगिक वस्तूंच्या विपणनातदेखील वरील तत्त्वे वापरून बाजारपेठ विभागणी करता येते. वरील आधाराने बाजारपेठेचे विभाग पाडले असता ग्राहकांना अधिक जवळून ओळखता येते. त्यांच्यातील समानता पारखून त्यांना उचित होईल अशा प्रकारे वस्तू व सेवा देता येतात.

ग्राहकविभागणीद्वारे ग्राहकांचे मानसशास्त्र समजून घेण्यास मदत होते. विशिष्ट

गटाच्या ग्राहकांबाबत काही गोष्टी ठरवता येतात. तसेच संबंधित ग्राहकांच्या प्रेरणा कोणत्या आहेत. त्यांचा वापर कसा करता येईल, हे पाहता येते. अशा तऱ्हेने बाजारपेठ विभागणी म्हणजे बाजारपेठेतील ग्राहकांचे गट पाडून त्यांच्या मनोभूमिकेबाबत अधिक विचार करण्याची संधी होय.

बाजारपेठ विभागणीचे महत्त्व

वर दिलेले आधार अगर त्याप्रमाणे आणखी सूक्ष्म आधार ठरवून बाजारपेठेची केलेली विभागणी ही विपणनविषयक धोरण व योजना आखण्याचे दृष्टीने मार्गदर्शक ठरते. जीवघेण्या स्पर्धेच्या युगात वस्तूचे वितरण, किंमत ठरवणे, विक्री प्रयत्न करणे, जाहिरात करणे इ. विपणनविषयक कामे हाती घेण्यापूर्वी बाजारपेठ व ग्राहक जाणून न घेणे म्हणजे एक प्रकारची आत्महत्याच होय. ग्राहकांची आवडनिवड समजली की, त्या ग्राहकवर्गासाठी विपणनप्रयत्न केंद्रित करता येतात. किमतीत बदल करता येतो. वस्तूचे वजन, आकार, संवेष्टन यांत परिवर्तन करता येते. जाहिरातधोरण व माध्यम बदलता येते.

बाजारपेठ आवाक्यात येण्याच्या दृष्टीने विभागीकरण वरदान ठरते. संबंधित विभागाच्या गरजा समोर ठेवून वस्तू विपणन धोरण ठरवता येते. हिमालयावर आइसक्रीम विक्रीस ठेवून काय उपयोग? निरक्षर लोकसंख्येला लेखी स्वरूपातील मजकुरापेक्षा चित्ररूपी जाहिरात जास्त उपयोगी होणार. पंजाबमध्ये दाढीचा साबण काय कामाचा? उत्तर भारतात नऊवारी साड्या खपणार नाहीत.

बाजारपेठ विभागणीमुळे संबंधित विभागासाठी विपणनखर्चाचे अंदाजपत्रक तयार करता येते. नवीन वस्तू बाजारात आणण्याच्या प्रयत्नांतील विभागणीक्रिया ही पहिली व महत्त्वाची पायरी असते. विक्रयवृद्धी जाहिरात कार्यक्रम व बाजार स्पर्धेसाठी तयारी या दृष्टीने 'बाजारपेठ विभागणी' हे विपणनातील आधारसूत्र म्हणावे लागेल.

बाजारपेठ विभागीकरण तत्त्वे

बाजारपेठ विभागणीचे प्रकार किंवा आधार पाहिल्यानंतर बाजारपेठेची विभागणी कोणत्या तत्त्वानुसार केली जाते? हे पाहणे गरजेचे आहे; कारण प्रत्येक वस्तू, सेवा यांचे ग्रहण करणारे लोक हे त्या वस्तूंबाबतदेखील वेगळ्या पद्धतीने विचार करणारे असतात. उदाहरणार्थ, आइसक्रीम या पदार्थांची ग्रहणगरज ही त्याच व्यक्तीबाबत तो थंड प्रदेशात असेल तर वेगळी असेल आणि उष्ण कटिबंधात गेला तर तीच ग्रहणगरज वेगळी राहील. यासाठी काही ढोबळ तत्त्वे विचारात घेणे अगत्याचे ठरते.

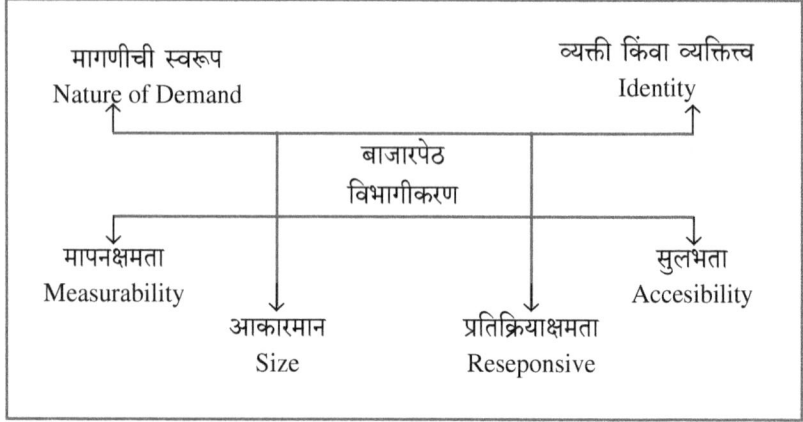

१) **व्यक्ती :** व्यक्ती ही सर्वप्रथम, संबंधित विभागाचा घटक होण्यास पात्र आहे किंवा नाही हे पाहिले पाहिजे. समानवर्तन असणारे घटक तपासून ते करता येते. उदा. स्त्री-पुरुष, मुले-मुली, तरुण-वृद्ध, शहरी-ग्रामीण इ. यांतही दोन विभाग किंवा गटांतील भेद सुस्पष्ट झाले पाहिजेत.

२) **सुलभता :** बाजारपेठेतील विविध गटांपर्यंत योग्य वितरण आणि प्रसारयंत्रणा उपलब्ध हवी. वस्तू दुरापास्त असेल तर विभागवार ग्राहक विश्लेषणाला अर्थ राहणार नाही. त्यामुळे एखाद्या व्यावसायिक संस्थेच्या दृष्टीने विभाजनप्रक्रिया पार पाडताना हे तत्त्व पाहिले पाहिजे.

३) **प्रतिक्रियाक्षमता :** विभागणी करताना तो विभाग हा विपणनघटकांना म्हणजे वस्तू, किंमत, ठिकाण इत्यादिंना प्रतिक्रिया देणारा असला पाहिजे. उदा. मोटारगाड्यांसाठी बाजारपेठ विभागणी करताना गाडीची किंमत व पेट्रोल/डिझेल किमतीतील वाढ यांसारख्या बाबीला तो ग्राहकवर्ग प्रतिसाद देणारा हवा.

४) **आकारमान :** ग्राहकसंख्या आणि त्यांची क्रयशक्ती या दृष्टीने त्या विभागाचा किंवा वर्गाचा आकार हा उचित हवा. नाहीतर एकूण विक्री किंवा नफ्याच्या प्रमाणाच्या दृष्टीने विभाग नगण्य ठरण्याची भीती असते. उदा. जलद खपणाऱ्या ग्राहकोपयोगी वस्तूंबाबत विक्री किंवा नफ्याचे प्रमाण मोठे असते.

५) **मागणीचे स्वरूप :** मागणी 'कमी' किंवा 'अधिक' आहे; विशिष्ट काळापुरती किंवा सतत आहे, या गोष्टींना महत्त्व आहे. विविध विभागांतर्गत येणारी मागणी विचारात घेतल्याशिवाय संवर्ग ठरवता येणार नाही.

६) **मापनक्षमता :** एखाद्या वर्गाविषयी किंवा विभागाविषयी निर्णय घेण्यापूर्वी त्या वर्गाचे अगर विभागाचे मापन करता येते काय हादेखील महत्त्वाचा मुद्दा ठरतो. ग्राहकाची वर्तवणूक ही नित्य परिवर्तन होणारी असते. त्याचा अभ्यास करून नंतरच विभागणी ठरते. अनाकलनीय किंवा स्पष्टता नसेल तर स्वतंत्र विभाग कसा पडणार?

बाजारपेठ विभागीकरण प्रक्रिया (Procedure of Market Segmentation)

बाजारपेठेचे विभागीकरण करण्याची प्रक्रिया पुढीलप्रमाणे तीन टप्प्यांत अभ्यासता येते. पाहणी, विश्लेषण आणि रेखाटन.

१) **ग्राहक पाहणी :** विभागीकरणातील प्रारंभिक टप्पा म्हणजे ग्राहक पाहणी होय. यामध्ये दोन कार्ये पार पाडली जातात : (अ) ग्राहकांची मानसिकता, दृष्टी आणि वर्तनक्षमता जाणून घेण्यासाठी त्यांच्याशी किंवा त्यांच्या समूहाशी चर्चा करणे त्यांच्या मुलाखती घेणे (आ) त्यावरून खालीलप्रमाणे तपशील गोळा करणे :-

– वस्तूंमध्ये ग्राहकांना आवश्यक वाटणारी गुणवैशिष्ट्ये, त्यांचा प्राधान्यक्रम,

– त्यांची 'बोधचिन्ह' जाणीव आणि बोधचिन्ह प्राधान्यक्रम.

– वस्तूवापरासंबंधी त्यांची पद्धती.

– वस्तूंबाबत ग्राहकांचे असलेले दृष्टिकोन.

– लोकसंख्यारचनाशास्त्र, मानसशास्त्र आणि प्रसारमाध्यमविषयक ग्राहकांच्या सवयी किंवा त्यांचे अंगवळण.

२) **पाहणी विश्लेषण :** वरील मुद्द्यांनुसार तपशीलवार माहिती गोळा केल्यानंतर त्या माहितीचे शास्त्रीय पद्धतीने विश्लेषण केले जाते. प्रत्येक ग्राहक समूह किंवा विभाग अलगरीत्या विचारात घेता येईल अशा उद्देशाने हे विश्लेषण केले जाते.

३) **रेखाटन :** या अवस्थेत प्रत्येक विभाग किंवा समूह हा चित्रीकरण आणि वैविध्यीकरण यांच्या माध्यमाद्वारे रेखाटला जातो. एक ग्राहक समूह म्हणून त्या स्वरूपाचे यथायोग्य चित्र या अवस्थेत साकारण्यात येते. हे चित्र रेखाटताना पूर्वी उल्लेखलेल्या खालील बाबी विचारात घेतल्या जातात :-

– लोकसंख्यारचनेतील स्थान.

– मानसशास्त्रीय बैठक.

– प्रसारणमाध्यमविषयक सवयी.

– ग्रहण किंवा उपयोगप्रवृत्ती.

– वर्तन आणि उपयोगी सवयी.

ग्राहकोपयोगी वस्तू आणि औद्योगिक वस्तू यांच्याबाबत बाजारपेठ विभागीकरण कसे केले जाते, हे पुढे वर्णन केले आहे.

ग्राहकोपयोगी वस्तूंच्या बाजारपेठांचे विभागीकरण

पुढील निकषांच्या आधारे ग्राहकोपयोगी बाजारपेठांचे विभागीकरण केले जाते.

१) **भौगोलिक आधार :** यामध्ये तापमान, प्रादेशिकता, ग्रामीण-शहरी प्रदेश, जिल्हा, प्रांत किंवा राज्य यांचा समावेश होतो. भौगोलिक घटक हे दृश्य आणि चटकन समजून येणारे असतात. कोणत्याही भूभागाचा विचार केला असता असे दिसून येईल की, 'असमानता' हा त्याचा स्थायिभाव असतो. त्यातील प्रत्येक निकष किंवा घटक हा विपणनाच्या दृष्टीने स्वतंत्र आव्हान असते. भौगोलिक असमानतेमुळे खरेदी पद्धतीमध्ये फरक पडतो. एकाच राज्यात उदा. महाराष्ट्रात प्रादेशिक असमतोलाप्रमाणे शहरी-नागरी, गरीब-श्रीमंत यानुसार खरेदीपद्धतीत फरक पडतो. तर मुंबई-पुणे-नागपूर सारख्या शहरात शिकलेले, विशिष्ट भागात राहणारे-उपनगरात राहणारे, असा फरक पडतो. ग्रामीण भागातील बहुसंख्य ग्राहक हे कमी शिकलेले, कमी उत्पन्न गटात मोडतात.

२) **लोकसंख्यारचना :** या आधारावर होणारे विभागीकरण ग्राहकोपयोगी वस्तूच्या विपणन दृष्टिकोनातून महत्त्वाचे असते. हे विभागीकरण लोकसंख्यारचनाविषयक घटकावर अवलंबून असते. उदा. वय, लिंग, विवाहित/अविवाहित, कुटुंबाचे आकारमान, वंश, धर्म, समाज, भाषा, व्यवसाय किंवा पेशा, उत्पन्नाचे प्रमाण, खरेदीक्षमता, शैक्षणिक पातळी, सामाजिक दर्जा इ. यांतील काही प्रमुख घटकांचे अधिक विश्लेषण पुढीलप्रमाणे :-

वय : लोकसंख्यारचना अभ्यासातील महत्त्वाचा घटक म्हणजे लोकसंख्येचे वय. त्यानुसार बाजारपेठ विभागणी खालीलप्रमाणे करता येईल :-

अर्भक बाजार पेठ (नवजात अर्भकापासून १ वर्ष वयोगट)

Infant Market

बालक किंवा शिशू बाजारपेठ (वय वर्षे १ ते १२)

Child Market

पौगंड/वयात आलेली बाजारपेठ (वय वर्षे १३ ते १९)

Teen-age Market

युवा बाजारपेठ (वय वर्षे २० ते ३५)

Youth Market

मध्यम वयोगट बाजारपेठ (वय वर्षे ३६ ते ५०)

Middle-age Market

वयस्कर बाजारपेठ (वय वर्षे ५० आणि त्यापुढे)

Elderly Market

सद्य: परिस्थितीनुसार सुमारे ६०% बाजारपेठ ही पहिल्या ४ गटांची बनलेली आहे. यापैकी १०% प्रमाण हे बालक बाजारपेठेचे आहे. हे प्रमाण विविध कारणांमुळे बदलत असते.

उत्पन्न : उत्पन्न हा विपणनाच्या दृष्टीने महत्त्वाचा निकष असतो; कारण उत्पन्न होणाऱ्या वाढीच्या प्रमाणात उपभोगरचना आणि वर्तनबदल यांत परिवर्तन दिसून येते. उत्पन्नात वाढ झाली की ग्राहक हे मूलभूत सोईपेक्षा सुखासीन आणि चैनीच्या वस्तू खरेदीकडे वळतात. वाढत्या उत्पन्नामुळे ग्राहक सुप्रसिद्ध कंपनीच्या वस्तू (ब्रँडेड वस्तू), चैनीच्या वस्तू, ग्राहकोपयोगी टिकाऊ वस्तू, उपकरणे यांची खरेदी; सहल– करमणूक, हॉटेलिंग इ. पूर्वी न केलेल्या गोष्टींकडे वळतात. विपणनाच्या दृष्टीने हे विभाजन करताना 'कुटुंब' हा घटक विचारात घेतला जातो. त्यात कुटुंबातील सर्व कमावत्या व्यक्तींचा समावेश होतो. त्यानुसार पडणारे विभाग खालीलप्रमाणे सांगता येतील :-

(अ) कमी उत्पन्न गट
    Low Income Group

(ब) कमी–मध्यम उत्पन्न गट
    Low-middle Income Group

(क) मध्यम उत्पन्न गट
    Middle Income Group

(ड) उच्च–मध्यम उत्पन्न गट
    Upper Middle Income Group

(इ) उच्च उत्पन्न गट
    Higher Income Group

प्रत्यक्ष उत्पन्नाचे आकडे देशातील चलन पुरवठ्याच्या किंवा महागाईच्या प्रमाणात बदलत जातात. तसेच उत्पन्नाच्या आकड्यांना राष्ट्रीय–आंतरराष्ट्रीय संदर्भ असतात. जागतिक बँक, रिझर्व्ह बँक तसेच केंद्र सरकार असे आकडे वेळोवेळी प्रसिद्ध करते.

लिंग : लिंगाच्या आधारे म्हणजे स्त्री किंवा पुरुष या विभागानुसार बाजारपेठ विभागली जाते. हे विभाग काही समान तर काही भिन्न वस्तू, उपकरणे वापरतात. वस्त्रप्रावरणे, फॅशन डिझायनिंग, सौंदर्यप्रसाधने, सुगंधी द्रव्ये, दुचाक्या, मोटारगाड्या इ. क्षेत्रांतील उद्योग कंपन्या त्यांची उत्पादन विपणन धोरण आखणी स्त्री–पुरुष स्वतंत्र गटानुसार करतात.

व्यवसाय किंवा पेशा : उत्पन्नाप्रमाणे उत्पन्नाचे साधन म्हणजेच पेशा किंवा व्यवसाय हादेखील स्वतंत्र विभाग आधार असतो. रोजगार-स्वयंरोजगार, पूर्ण वेळ-अर्धवेळ, डॉक्टर्स, वकील यांसारखे स्वतंत्र व्यावसायिक, सरकारी नोकरदार, शेतकरी, शेतमजूर, माथाडी कामगार असे विविध विभाग होऊ शकतात. शिरगणती आकडेवारीनुसार हा तपशील उपलब्ध होतो.

शिक्षण : ग्राहकांची शैक्षणिक पातळी आणि दर्जा यांवर बाजारपेठविभागणी करता येते. शैक्षणिक पातळीनुसार ग्राहकांची आवड-निवड, वस्तूंचा पसंतीक्रम बदलतो. शिक्षित लोक, सर्वसाधारणपणे स्वतःच्या हक्काबाबत अधिक जागरूक असतात. तसेच त्यांची माहिती अधिक चांगली असते. त्यामुळे त्यांची निर्णयप्रक्रिया तर्कशुद्ध असते. शैक्षणिक पातळीनुसार बाजारपेठ पुढीलप्रमाणे विभागता येते.
अशिक्षित, शिक्षित, शालान्त परीक्षेपर्यंत शिकलेले, विद्यापीठ पदवीधारक, पदव्युत्तर, डॉक्टरेट इ.

वैवाहिक दर्जा : ग्राहक विवाहित की अविवाहित, हा बाजारपेठविभागणीतील आणखी एक महत्त्वाचा घटक असतो. अविवाहित आणि विवाहित लोकांच्या वर्तन आणि उपयोग पद्धतींमध्ये फरक दिसून येतो. अविवाहित व्यक्ती खरेदी करताना एक वेगळी दृष्टी ठेवून असतात, फॅशन किंवा ट्रेंडप्रमाणे नजरेला पडणाऱ्या वस्तू खरेदी करताना त्या मागे पुढे पहात नाहीत. नव्या गोष्टी, नवे खाद्य पदार्थ यांसाठी ते अगदी जीव टाकतील. याउलट, विवाहित व्यक्ती वस्तूची निवड, खर्च याबाबत संयमी असतात. या दोन्ही बाजारपेठविभागांच्या गरजादेखील विभिन्न असतात.

कुटुंबाचे आकारमान आणि प्रारूप : कुटुंबातील व्यक्तींची खरेदी आणि एकत्र कुटुंब किंवा विभक्त कुटुंब या गोष्टीनुसार खरेदी आणि उपयोग पद्धती बदलतात. त्यामुळे तीन व्यक्तींचे कुटुंब, ४ ते ५ व्यक्तींचे कुटुंब आणि ५ पेक्षा अधिक व्यक्तींचे कुटुंब असे विभाग पाडता येतात. मोटारगाडी खरेदी, घरखरेदी, सहलीसाठी वाहन भाड्याने घेणे इ. व्यवसायाबाबतचे निर्णय या विभागणीनुसार ठरतात.
मनोवैज्ञानिक वैशिष्ट्यांनुसार बाजारपेठविभागणी होऊ शकते. यात व्यक्तिमत्त्व, जीवनशैली यांसारख्या घटकांचा समावेश होतो.

व्यक्तिमत्त्व : 'व्यक्तिमत्त्व' हे वर्तन आणि प्रतिसाद यांच्याशी निगडित व्यक्तीची 'एवं गुणवैशिष्ट्ये' यांचा परिपाक असते. ही गुणवैशिष्ट्ये म्हणजे बौद्धिक क्षमता, शारीरिक ठेवण, विचारप्रक्रिया, प्रभाव, आक्रमकता, दृष्टिकोन, वस्तुनिष्ठता इ. व्यक्तिं-व्यक्तींमध्ये भेद करणे गरजेचे असते.

जीवनशैली : प्रत्येक माणसाचे जीवन हे स्वतंत्र असते आणि समाजाला ते त्याचे योगदान असते. त्यांचे प्रत्यंतर त्याच्या खरेदीपद्धतीवर पडते. विशिष्ट जीवनशैली म्हणजे उच्चांकी गरजा. समाजातील ही उच्च जीवनशैली आभासात्मक असते. पुष्कळदा त्यांचा संबंध व्यवसाय किंवा पेशाशी निगडित असतो. इतरांचे अनुकरण हेही त्याला कारणीभूत असते. परंतु, यानुसार ग्राहकांचे उच्च, मध्यम, अति उच्च उत्पन्न, अनिवासी भारतीय अशा प्रकारे विविध विभाग पडतात.

औद्योगिक वस्तूंच्या बाजारपेठांचे विभागीकरण

औद्योगिक वस्तूंच्या बाजारपेठांचे विभागीकरण खालील आधारानुसार केले जाते :–

ग्राहकांचे आकारमान : खरेदी प्रमाणानुसार ग्राहकाचे वर्गीकरण हा यातील एक ढोबळ पूर्वापार चालत आलेला निकष आहे. त्यानुसार (अ) मोठे खरेदीदार (आ) मध्यम आकाराचे खरेदीदार (इ) लहान खरेदीदार; असे वर्गीकरण करण्यात येते.

या विभागणीचा उपयोग करून कंपन्या आपली उलाढाल वाढवू शकतात. तसेच कोणत्या विभागातील ग्राहक महत्त्वाचे आहेत, याबाबत निर्णय घेऊ शकतात. खरेदीआकारानुसार मालविक्री करताना सोयी, सवलती, उधारी इ. प्रलोभने यांची आखणी करता येते. याचा अर्थ विपणनाचे सर्व प्रयत्न केवळ मोठ्या खरेदीदारांवर एकवटले जातात असे नव्हे. औद्योगिक संस्थेची साधने उत्पादकरीत्या वापरणे हे यातील ध्येय असते.

भौगोलिक स्थान : ग्राहकाचे भौगोलिक स्थान हा विभागीकरणाचा आणखी एक महत्त्वाचा आधार असतो. विशेषतः यंत्रसामग्री, अवजड आणि खर्चिक वाहतूक, लागणारा कच्चा माल उदा. कोळसा, डांबर, इमारत साहित्य इ. गोष्टींच्या दृष्टीने बाजारपेठेचे विभाजन प्रदेश, जिल्हा, राज्य, औद्योगिक क्षेत्र, विशेष आर्थिक क्षेत्र अशा प्रकारे करता येते. वाहतूक, वितरण, पुरवठा साखळी इ. गोष्टींशी हे वर्गीकरण निगडित असते.

अंतिम वापर : काही उद्योगांत वस्तूच्या अंतिम वापरानुसार वर्गीकरण करता येते. वस्तूचा अंतिम वापर याचा संबंध खरेदी पद्धती आणि अपेक्षित लाभ यांच्याशी निगडित असतो. उदा. ॲल्युमिनिअम पत्रा खरेदी करणाऱ्यांचा 'अंतिम वापर' बांधकाम, भांडी निर्मिती, स्वयंचलित वाहन उद्योग यांपैकी एक असू शकतो. धान्य, किराणा– माल खरेदीदार हे स्वतःसाठी किंवा हॉटेल व्यवसायासाठी खरेदी करणारे असतात.

किंमत आणि खरेदी वर्तन : औद्योगिक बाजारपेठेतील खरेदीनिर्णय हे किमतीशी निगडित असतात. किंमत घसरली की खरेदी होते. किंमत वाढली की खरेदी घटते.

त्यानुसार किमतीशी निगडित बाजारपेठ, विभागणी-संवेदनशील बाजारपेठ, असंवेदनशील बाजारपेठ आणि उच्च संवेदनशील बाजारपेठ अशा प्रकारे केली जाते.

बाजारपेठ विभागीकरणाच्या मर्यादा (Limitations of Market Segmentation)
कार्यक्षम विपणन व्यवस्थापनात बाजारपेठविभागणी कार्याचे व्यवस्थापन अंतर्भूत आहे. हे कार्य पायाभूत स्वरूपाचे आहे. त्यावर विपणनयोजना अवलंबून असते. तथापि, बाजारपेठ विभागणीकरणाच्या काही मर्यादांचे भानदेखील ठेवावे लागते.

* विपणनविषयक धोरण आखताना विविध विभागाला स्वतंत्र धोरण आखण्याची आपत्ती निर्माण होते. समानता न राहिल्याने विपणनधोरणाचे महत्त्व कमी होते.

* बाजारपेठ विभाग सुस्पष्ट, मापनयोग्य आणि ओळख पटणारा असला पाहिजे. अशी विभागणी नित्य बदलत्या गोष्टींमुळे अवघड तसेच अस्थिर, कमी टिकाऊ असते.

* विभाग हा सुकर किंवा संपर्कयोग्य असला पाहिजे. म्हणजेच त्या विभागातील ग्राहकांपर्यंत वस्तू पोहोचवणे, हे आर्थिकदृष्ट्या परवडणारे असले पाहिजे.

* विभाग हा भरीव तसेच मोठा पाहिजे; तरच स्वतंत्र विपणन धोरण किंवा कार्यक्रमाची आखणी शक्य होते.

* विभाग हा प्रतिसादक्षम हवा. त्यासाठी आखलेल्या विपणनकार्यक्रमाला योग्य प्रतिसाद मिळाला नाही, तर विभागासाठी प्रयत्न करण्याला अर्थ रहात नाही.

* विविध बाजारपेठा त्यांतील विविध ग्राहक विभाग म्हणजे वितरण पद्धतीवर ताण आणि विपणनखर्चात वाढ होय.

* बाजारपेठविभागीकरणामुळे वस्तूंची बहुप्रसवता वाढते. त्यामुळे व्यवसायसंस्थेची उद्दिष्टे, ध्येये यांत परिवर्तन होते.

* संकुचित विभागीकरणामुळे विपणनप्रयत्नातील स्थलविचार बाजूला पडतो.

* बदलती जीवनशैली, तरल वृत्ती आणि व्यक्तिसापेक्ष आवडी-निवडी यामुळे विभागीकरण अवघड बनते.

* विभागीकरणापासून मिळणारे फायदे हे शेवटी व्यवस्थापनाच्या क्षमतेवर अवलंबून असतात. त्यासाठी बाजारपेठ संशोधन प्रयत्न हाती घ्यावे लागतात. विपणनाला महत्त्व देऊन त्यासाठी मोठ्या गुंतवणुकीची तरतूद करावी लागते.

प्रश्नसंच

(१) खालील विधाने चूक की बरोबर ते सांगा.
१) प्रत्येक व्यक्तिगत ग्राहक ही स्वतंत्र बाजारपेठच असते.
२) बाजारपेठेत ग्राहक असतात आणि त्यात समानता असते.

३) बाजारपेठेची शहरानुसार केलेली विभागणी म्हणजे राहणीमानानुसार विभागणी-प्रकार होय.

४) बसने जाणारे प्रवासी व रेल्वेने जाणारे प्रवासी, ही भौगोलिक प्रकारातील ग्राहकविभागणी आहे.

५) बाजारपेठ व ग्राहक न जाणून घेता वस्तूची जाहिरात करणे ही एक प्रकारची आत्महत्या आहे.

(२) कंसात दिल्यापैकी एक पर्याय वापरून विधान पूर्ण करा.

१) औद्योगिक संस्थेची साधने ..... वापरणे हे औद्योगिक खरेदीचे ध्येय असते.

(अ) कार्यक्षमरीत्या   (ब) मोफत   (क) किमान   (ड) न

२) व्यक्तिमत्त्व व जीवनशैली यांनुसार ग्राहकांची केलेली विभागणी म्हणजे .... होय.

(अ) सांस्कृतिक   (ब) राजकीय   (क) आर्थिक   (ड) मनोवैज्ञानिक

३) सद्य:स्थितीनुसार .... बाजारपेठेचे प्रमाण सुमारे १०% आहे.

(अ) वयस्कर   (ब) बालक   (क) स्त्रिया   (ड) युवा

४) पुनःपुन्हा खरेदी केल्या जाणाऱ्या वस्तूंबाबत .... विभागणी उपयुक्त ठरते.

(अ) गुणात्मक   (ब) भौगोलिक   (क) प्रसंगोपात   (ड) सामाजिक

(३) बाजारपेठविभागणीची तत्त्वे सांगा.

(४) ग्राहकोपयोगी वस्तूंच्या बाजारपेठांचे विभाजन करताना कोणते निकष लावले जातात?

(५) लोकसंख्यारचनेनुसार ग्राहकोपयोगी बाजारपेठेचे विभाजन करा.

(६) बालक (शिशू) बाजारपेठ म्हणजे काय? या बाजारपेठेतील वस्तूंची यादी करा.

(७) औद्योगिक वस्तूंच्या बाजारपेठेची विभागणी कोणत्या निकषावर केली जाते ते सोदाहरण सांगा.

(८) बाजारपेठ विभागणीकरणाच्या मर्यादा कोणत्या?

(९) तुम्ही रहात असलेल्या परिसरातील ग्राहकांची विभागणी करण्यासाठी एक योजना तयार करा. त्यासाठी प्राथमिक पाहणी प्रकल्पाची आखणी करा. खालील मुद्दे विचारात घ्या.

(१)एखाद्या वस्तूमध्ये ग्राहकांना आवश्यक वाटणारी गुणवैशिष्ट्ये व त्यांचा प्राधान्यक्रम (२) वस्तू वापर (३) खरेदी प्रमाण, पाहणीनंतर बाजारपेठेचे विभागीकरण तक्ता तयार करा.

प्रकरण ५

वस्तूविषयक धोरण

Product Decision

५.१ वस्तू संकल्पना – वस्तू वर्गीकरण

५.२ वस्तू व्यवस्थापनातील घटक – वस्तू व्यवस्थापकाची भूमिका

५.१ वस्तू संकल्पना – वस्तू वर्गीकरण

बाजारपेठेत शिरकाव करून घेण्याच्या प्रक्रियेतील मूलभूत घटक म्हणजे वस्तू होय.

'वस्तू' म्हणजे व्यावसायिक स्वरूपानुसार निर्मिलेली एखादी गोष्ट, जिन्नस, सेवा अगर कल्पना होय. (A product may be a thing, good, service or idea, depending on the nature of business) ती बाजारात आणली जाते. ग्राहक तिच्यापासून लाभाची अपेक्षा करतो. त्यामुळे वस्तूचा उपयोग काय? वस्तू म्हणजे त्यांच्या दृष्टीने काय असते? किती प्रमाणात त्यामुळे गरज भागविली जाते? याच्याशी खरेदीदार निगडित असतात.

एका अहवालानुसार, दरवर्षी अंदाजे १६ हजार नवीन वस्तू बाजारपेठेत सादर केल्या जातात. नवीन वस्तू विकास कार्य हे कंपनीची उत्पादन योजना आणि तिचे बृहद्धोरण यांचा एक भागच असते. त्यामध्ये अनेक बाजू – उदाहरणार्थ उत्पादन साखळी, उत्पादन पद्धती, संवेष्टन, खूणचिठ्ठी, मुद्रांकन विक्रयोत्तर सेवा इ. विचारात घ्याव्या लागतात. नवीन वस्तू विकास कार्य हे कंपनीच्या उत्पादन धोरणाचा भाग असते. त्यात खालील बाबींचा विचार केला जातो :–

(अ) नवीन वस्तू विकासधोरण

(आ) नवीन वस्तू विकासासाठी संघटन

(इ) वस्तू किंवा उत्पादन व्यवस्थापकाची भूमिका

(ई) नवीन वस्तू विकासातील टप्पे किंवा अवस्था
(उ) नवीन वस्तूच्या अपयशाची कारणमीमांसा
(ऊ) चाचणी विपणन पद्धती
(ए) उत्पादनाचे सुलभीकरण, विस्तृतीकरण आणि निष्कासन
(ऐ) उत्पादन साखळी आणि व्यापार मुद्रा यांचे व्यवस्थापन.
(ओ) मुद्रा धोरण.

फिलिप कोटलर यांनी केलेल्या विवरणानुसार "A product is anything that can be offered to a market to satisfy a want or need."

'वस्तू' म्हणजे, बाजारात सादर केलेली अशी कोणतीही गोष्ट की जी गरज व आवश्यकता भागविते. या व्याख्येनुसार एखादी गोष्ट 'वस्तू' या संज्ञेत मोडण्यासाठी पुढील बाबी आवश्यक ठरतात :

(१) त्यामुळे गरज व आवश्यकता भागली गेली पाहिजे.
(२) ती बाजारात सादर केली असली पाहिजे.
(३) ती दृश्य अगर अदृश्य आकारात (म्हणजे भासमान किंवा अस्तित्व राखणारी) पाहिजे.

वरील व्याख्येनुसार वस्तूमध्ये वास्तव किंवा भौतिक वस्तू, सेवा, अनुभव, प्रसंग, व्यक्ती, ठिकाण, मालमत्ता, संस्था-संघटना, माहिती, ज्ञान व कल्पना इ. सर्व गोष्टींचा समावेश होतो. विपणनाचे दृष्टीने वस्तूंच्या विविध पातळ्या असतात. त्या पातळ्या ग्राहकमूल्य प्रमाणावरून ठरतात. ग्राहकाच्या दृष्टीने उपयुक्ततेचे प्रमाण किती अंश आहे हा वस्तूंबाबत महत्त्वाचा विचार ठरतो. ग्राहक उपयुक्तता जेवढी जास्त तेवढी वस्तूंची पातळी विस्तारत जाते. ग्राहकांच्या किमान गरजा भागविणाऱ्या वस्तूंना प्राथमिक वस्तू म्हणतात त्यानंतर त्या गरजांत ज्या टप्प्याने वाढ होईल तस तशा अपेक्षित वस्तू, भर घातलेल्या वस्तू आणि संभवनीय (अव्यक्त) वस्तू अशाप्रकारे वस्तूंचे विविध स्तरांवर संक्रमण होत जाते. खाद्य आणि अन्नपदार्थ उद्योगात पोळी - भाजी ही प्राथमिक वस्तू व्हेजरोल अपेक्षित वस्तू तर पिझ्झा - बर्गर - थालीपीठ या भर घातलेल्या वस्तू म्हणता येतील. संभवनीय वस्तू मध्ये पास्टा, न्यूडल्स आणि कितीतरी प्रकार जे अद्याप बाजारात आलेले नाही असे मोडतात. अशाच पातळ्या सेवांमध्ये असतात. प्रत्येक वस्तू ही कोणत्यातरी 'कुळा'तील असते.

वस्तू वर्गीकरण

टिकाऊपणा, स्पर्शज्ञेयता (स्पर्श जाणीव) आणि वापर ही वस्तूची विपणन विषयक वैशिष्ट्ये असतात. त्यानुसार वस्तूंचे वर्गीकरण केले जाते.

वस्तू

टिकाऊपणा व स्पर्शज्ञेयता	उपभोक्ता (ग्राहकोपयोगी वस्तू)	औद्योगिक (व्यावसायिक) वस्तू
१) अस्थायी वस्तू	१) सुविधा वस्तू	१) कच्चा माल व सुटेभाग
२) स्थायी (टिकाऊ) वस्तू	२) दुकानातील वस्तू	२) उत्पादित माल व पूरक भाग
३) सेवा	३) विशिष्ठ प्रकारच्या वस्तू	३) भांडवली वस्तू
	४) न पाहिलेल्या वस्तू	४) पुरवठा वस्तू व सेवा

टिकाऊ व स्पर्शज्ञेय वस्तू

१) अस्थायी वस्तू – या वस्तू म्हणजे एकदा किंवा दोनदा वापरून झाल्यावर संपणाऱ्या टिकाऊ वस्तू होत. उदा. : साबण, टूथपेस्ट इ. या वस्तू वापरामुळे संपुष्टात येतात त्यामुळे त्यांची खरेदी वारंवार केली जाते. अशी वस्तू विक्रीसाठी अनेक ठिकाणी ठेवाव्या लागतात. त्यावरील विक्री कमिशन कमी असते; तर जाहिरात व प्रचाराचा खर्च मोठा असतो.

२) टिकाऊ वस्तू म्हणजे सामान्यत: वारंवार वापर होणाऱ्या स्थायी वस्तू. यात रेफ्रिजरेटर, यंत्र उपकरणे, वस्त्रे प्रावरणे इ. चा समावेश होतो. अशा वस्तूंना अधिक व्यक्तिगत विक्री व सेवा लागते. विक्री कमिशन अधिक असते तसेच त्याला विक्रेत्याकडून हमी आवश्यक ठरते.

३) सेवा म्हणजे नाशवंत बदलत्या अविभाज्य न होणाऱ्या आणि अस्थायी वस्तू होत. परिणामी अशा वस्तूंना गुणवत्ता नियंत्रण, पुरवठादारांची विश्वासार्हता इ. गोष्टी गरजेच्या ठरतात. उदा. ब्युटी पार्लर, गॅरेज.

उपभोक्ता वस्तू

१) सुविधा वस्तू म्हणजे अशा वस्तू की ज्या ग्राहकांना कमी श्रमात सहज व नित्य खरेदी करता येतात. त्यांची पुढील ३ प्रकारांत विभागणी होते. जिन्नस – साबण, टूथ पेस्ट, केच अप, ब्रेड इ. उत्तेजके – पुस्तके, व्हीसीडी, करमणूक साधने. आकस्मिक (सीझनल) – छत्री, रेनकोट, स्वेटर, इ. जिन्नस हे वारंवार खरिदले जातात. उत्तेजके कोणत्याही योजनेशिवाय किंवा गरज–तीव्रता वाढली की खरिदली जातात. आकस्मिक व सिझनल वस्तू या तत्काळ प्राप्त केल्या जातात.

२) दुकानातील वस्तू– या वस्तू खरेदी करताना ग्राहक त्या वस्तूची युक्तता, गुणवत्ता, किंमत आणि आकर्षकपणा यांचेकडे लक्ष देतात. फर्निचर, कपडालत्ता, पादत्राणे, इ. या वस्तूंचे उपप्रकार पुढील प्रमाणे : एकजिनसीपणा असलेल्या वस्तू या गुणवत्तेत समान असतात. परंतु, दुकानाचे दृष्टीने सोईस्कर किमतीने वेगवेगळ्या असतात; भिन्नत्व असलेल्या अशा वस्तू की ज्यात वस्तूचे गुण भिन्न असतात व ते भिन्नत्व किमतीपेक्षा महत्त्वाचे असते. उदा. औषधे, रसायने, विकलांग व्यक्तींच्या वस्तू इ.

३) वैशिष्ट्यपूर्ण किंवा खुबीदार वस्तू – ह्या वस्तूंची अशी काही गुणवैशिष्ट्ये किंवा एकमेवाद्वितीय उपयोग असतात की, त्या ओळखणे सहज शक्य होते. त्यांचे ब्रँडिंग लगेच होते. त्या खरेदी करण्यासाठी ग्राहक विशेष प्रयत्न करण्यास तयार असतात. उदा. मोटार गाड्या, इलेक्ट्रॉनिक उपकरणे, कॅमेरा, मोबाईल फोन इ. या वस्तूंच्या वितरकांना किंवा दुकानदारांना मोक्याच्या जागांची गरज नसते. ग्राहकच त्यांचा माग काढत येतात.

४) नवलाई वस्तू (Not sought after products)– अशा वस्तूंची सर्वसाधारण ग्राहकांना फारशी कल्पना नसते. त्यामुळे, अशा वस्तू खरेदी करण्याकडे त्यांचा कल नसतो. उदा. स्वयंपाकघरातील धुराची चिमणी, घराच्या प्रवेशद्वारात बसवलेले दक्षता यंत्र (सेन्सॉर), काँटॅक्ट लेन्स, जैव खाद्यपदार्थ, डायट चिवडा, विश्वकोश, वास्तुशास्त्रीय उपकरणे इ. अशा वस्तूंना जाहिरात, व्यक्तिगत विक्री प्रयत्न, आवश्यक असतात.

औद्योगिक (व्यावसायिक) वस्तू – माल

उत्पादन प्रक्रियेतील प्रवेशाचे वेळापत्रक आणि करावा लागणारा खर्च या दोन घटकांवर औद्योगिक किंवा व्यावसायिक वस्तूंचे वर्गीकरण केले जाते.

१) कच्चा, अर्धोत्पादित माल आणि सुटे भाग – ह्या वस्तू उत्पादकाच्या अंतिम उत्पादनात पूर्णपणे मिसळून जातात. त्यांचे २ प्रकार पडतात. शेतमाल आणि नैसर्गिक उत्पादन. शेतमालात धान्य, पशुधन, फळे, भाजीपाला येतो, तर नैसर्गिक किंवा खनिज उत्पादनात मासे, खनिज पदार्थ, कच्चे लोखंड इ अशा वस्तूंबाबत पुरवठा व वाहतूक कार्य महत्त्वाचे असते व ती कार्ये मध्यस्थांकडून हाताळली जातात. अशा वस्तूंना एकत्रीकरण, श्रेणीकरण, भांडारव्यवस्था, वाहतूक, जागा इ. विपणन संस्कारांची गरज असते. अशा पदार्थांसाठी स्वतंत्र विपणन व्यवस्था करावी लागते.

२) उत्पादित माल व पूरक भाग – यांचे दोन प्रकार पडतात; पूरक कच्चा माल (लोखंड, सूत, सिमेंट, लोखंडी तारा, नायलॉन धागा इ.) आणि पूरक भाग (जनित्रे, ट्यूब-टायर, कास्टिंग, कपलिंग, नट बोल्ट इ.) या मालावर आणखी प्रक्रिया केल्या जातात. हा माल व पूरक भाग उत्पादन प्रक्रियेत उशिरा समाविष्ट होतो. त्यामुळे अंतिम वस्तूत त्यांचे अस्तित्व भासमान होते. या प्रकारचा माल उत्पादक थेट विकतात. किंमत आणि विक्रयोत्तर सेवा महत्त्वाची ठरते; तर ब्रँडिंग व जाहिरात कमी महत्त्वाची असते.

३) भांडवली वस्तू – अंतिम उत्पादन किंवा वस्तू विकसित करताना ज्या वस्तूंचा उपयोग व आधार लागतो अशा टिकाऊ वस्तूंना भांडवली वस्तू असे म्हणतात. त्यांचे दोन प्रकार असतात; संस्थापित आधार साधने आणि उपकरणे पहिल्या प्रकारात इमारती, वर्क प्लॅटफॉर्म्स, कार्यालये इ. गोष्टी येतात, तर दुसऱ्या प्रकारात जेनसेट, ड्रिल प्रेस, मेनफ्रेम, कॉम्प्युटर, सर्व्हर, इलेव्हेटर इ. मोडतात. या वस्तूंची बाजारपेठ भौगोलिक दृष्ट्या विस्तृत असते. गुणवत्ता, तंतोतंत नमुन्यानुसार रचना, किंमत व सेवा हे विपणन घटक महत्त्वाचे असतात.

४) पुरवठा वस्तू व सेवा – अंतिम वस्तू विकसित करण्यासाठी लागणाऱ्या अल्पजीवी वस्तू व व्यावसायिक सेवा यांचा या गटात समावेश होतो. रंग, झाडू, वंगण योग्य पदार्थ, बॉल बेअरिंग्ज, कागद, पेन इ. एकत्रितरीत्या यांना 'मेंटेनन्स – रिपेअर्स ऑपरेशन्स' (एम. आर. ओ.) वस्तू अशी व्यावसायिक संज्ञा आहे. एकूण औद्योगिक खरेदीत या वस्तूंची ३० टक्के एवढी खरेदी असते. व्यावसायिक सेवांमध्ये देखभाल व दुरुस्ती आणि व्यवसाय सल्ला सेवा असे दोन प्रकार पडतात. देखभालीत यंत्रे स्वच्छता व देखभाल दुरुस्ती आणि सेवांमध्ये विधी, व्यवस्थापन सल्ला, विपणन संशोधन आणि जाहिरात इ. सेवांचा समावेश होतो. पुरवठादारांचा लौकिक, त्यांचे कर्मचारी यांच्या गुणवत्तेवर अशा वस्तू-सेवा खरिदल्या जातात.

वस्तुविकास कार्यातील घटक (Factors involved in new product development) कंपनी खालीलपैकी कोणताही एक पर्याय वापरून नवीन वस्तू विकसित करू शकते. यात (१) स्वतःचे संशोधन आणि विकास प्रयत्न, (२) स्वतंत्र संशोधन यंत्रणेशी झालेला करार यांचा समावेश होतो. नवीन वस्तू ही पूर्णपणे नवीन आणि कंपनीच्या उत्पादन साखळीचा भाग किंवा जुन्या वस्तूची सुधारित अगर दुरुस्त आवृत्ती असू शकते. कोणताही प्रकार असला तरी नवीन वस्तू विकास ही प्रचंड धोका व अनिश्चितता असलेली परिकल्पना आहे. कंपनीची साधनसामग्री जणू त्यामुळे पणास लागते.

नवीन वस्तू विकास कार्यात खालील घटक विचारात घेतले जातात.

१) सक्षम वस्तू (Sound product)

नवीन वस्तू आणि बाजारपेठेची निकड यांचा पूर्णपणे संगम होणे गरजेचे असते. वस्तूमुळे ग्राहकांच्या गरजा भागविल्या गेल्या पाहिजेत. सक्षम वस्तू ही ग्राहकांच्या पसंतीस उतरली आणि त्यांच्या गरजा, आकांक्षा पूर्ण करीत असेल तरच, ती बाजारपेठेत मान्यता पावते. म्हणून बाजारात आणण्याची वस्तू ही नेहमी सक्षम तसेच ती कंपनीच्या उत्पादन धोरणाबरहुकूम असावी.

२) वस्तूविश्लेषण आणि संशोधन (Product Analysis and Research)

वस्तूविश्लेषण आणि संशोधन म्हणजे ग्राहक पसंतीचा आणि ग्रहण सवयींचा अभ्यास होय. अशा अभ्यासावरून नवीन वस्तूसाठी असलेली गरज आणि तिचे प्रमाण निश्चित करता येते. तसेच ग्राहकांच्या मागणीसंबंधी प्राप्त झालेल्या विश्वसनीय माहितीवरूनच कंपनीला वस्तूमध्ये नवे गुण अगर नवे घटक आणणे शक्य होते.

३) वस्तू जीवनचक्र (Product Life Cycle)

मानवी जीवनचक्राप्रमाणे वस्तू जीवनचक्र हेदेखील पाच अवस्थांचे बनले आहे. वस्तू टिकून राहण्याची कारणमीमांसा त्यातून स्पष्ट होते. त्यानुसार उत्पादित वस्तू ही खालील पाच अवस्थांतून जाते :-

प्रवेश	–	ज्यामध्ये विक्रीस प्रारंभ होतो.
वाढ	–	विक्री वाढीचा दर सतत उंचावत जातो.
परिपक्वता	–	विक्री वाढ दर कमी होत जातो.
परिपूर्णता	–	विक्रीदर स्थिर होतो.
घसरण	–	विक्री घट सुरू होऊन, वस्तू दृष्टिआड होते.

नवीन वस्तू विकास धोरण हे वस्तूजीवनचक्र विचारात घेऊन आखावे लागते. नवीन वस्तूबाबत जीवनमान कमी ठरण्याचा धोका असतो.

४) नवीन वस्तुविकासासाठी सक्षम संघटना (Sound organization for New Product Development)

नवीन वस्तू विकसित करणे हे एक आव्हान असल्याने हे कार्य सक्षमरीत्या संघटित करावे लागते. स्वतंत्र वस्तू संयोजन आणि विकास खाते असल्यास उत्तम परंतु तसे नसल्यास विपणन व्यवस्थापन खात्यामध्ये वस्तूविकास व्यवस्थापकाची नेमणूक करून नवीन वस्तूविकास कार्याची जबाबदारी त्याचेवर सोपविणे केव्हाही इष्ट ठरते.

५) सामाजिक आणि नियामक तरतुदींची पूर्तता
(Satisfaction of Social and Statutory Requirements)

नवीन वस्तू ही शासन व समाज यांनी स्वीकारलेल्या अटी आणि तरतुदीनुसार असली पाहिजे. ग्राहक सुरक्षा, जोखीम, पर्यावरण आणि औद्योगिक गुणवत्ता मानके यांना पूरक इ. घटक यात मोडतात. नवीन वस्तू बाजारात येण्याने शासनाच्या कोणत्याही कायद्याचा भंग होत नाही याची खात्री करून घेणे गरजेचे असते.

६) काल बद्धता (Time Dimension)

नवीन वस्तू उत्पादन बाजारात आणण्याचा कार्यक्रम हा अगदी कालबद्ध हवा. 'योग्य काळ' हा यातील अत्यंत संवेदनशील घटक आहे. उद्योगात अन्य अनेक स्पर्धक एकाच कल्पनेचा पाठपुरावा करीत असतात. विकसन अवस्थेतच 'नवे उत्पादन जुने' ठरण्याची कायम भीती असते; म्हणून विकासाचा वेग कमीत कमी ठेवण्याकडे प्रवृत्ती असली पाहिजे.

७) समूह कार्य (Teamwork)

नवीन वस्तूंचा विकास हे काही नैमित्तिक उत्पादन कार्य नव्हे. उच्चतम व्यवस्थापनाने, नवीन वस्तू विकास योजनेच्या यशासाठी मानवी, तांत्रिक आणि इतर साधनांसाठी योग्य संघटन साधून सुरळीतपणा आणला पाहिजे. संशोधन आणि विकास, उत्पादन, खरेदी, विपणन, वित्त आणि मानव संसाधन इ. खात्यात/कार्यात सुसंवाद तसेच सामूहिकतेची जाणीव निर्माण झाली पाहिजे. नवीन वस्तू विकास हे आंतरक्रिया कार्य असल्याने त्यासाठी सर्वांच्या क्षमता आणि कौशल्ये एकवटणे गरजेचे ठरते.

५.२ वस्तू व्यवस्थापनाचे घटक – वस्तू व्यवस्थापकाची भूमिका

नवीन वस्तूविकास कार्यांतर्गत मोडणाऱ्या क्रियांचा तपशील पाहिला तर त्यात खूप वैविध्य आढळते. नवीन वस्तूंची कल्पना, चाचणी, विपणन ते अगदी राष्ट्रीय स्तरावर वस्तूचे अवतरण असे विविधांगी कार्य यात असते. त्यासाठी प्रखर बुद्धिमत्ता, संघटन कौशल्ये, तांत्रिक क्षमता, सामूहिकता इ. घटक गरजेचे असतात.

अनेक कंपन्यात या कार्यासाठी एखादा स्वतंत्र कार्यगट (Task group) अगर समूह तयार करण्यात येतो. हा उच्च पातळीवरील गट असून वस्तू उत्पादन व्यवस्थापक त्याचा प्रमुख असतो. त्याला पुरेसे अधिकार प्रदान केले जातात. शिवाय त्यास उच्च व्यवस्थापनाशी केव्हाही संपर्क साधण्याचा परवाना दिला जातो.

नवीन वस्तू विकास कार्याचे नियंत्रण करण्यासाठी आता नवीन तंत्रे, संगणक प्रणाली उपलब्ध झाल्या आहेत. आर्थिक उदारीकरण आणि जागतिकीकरणाच्या

आजच्या काळात वस्तू संयोजन आणि विकासकार्य महत्त्वाचे आहे. याची प्रमुख कारणे पुढीलप्रमाणे सांगता येतील :-

१) बदलत्या काळाशी अनुरूप असे वस्तू उत्पादनाचे स्वरूप ठेवण्याची वाढती गरज.

२) बदलत्या ग्राहक अभिरुचीनुसार वस्तूत बदल करण्याची निकड.

३) तांत्रिक परवाने, मुदत किंवा व्यवसाय एकत्रीकरण योजनेमुळे नव्या वस्तूचा शोध घेण्याची उद्भवलेली गरज; आणि

४) तंत्रज्ञानातील बदलामुळे वस्तूत अपरिहार्य ठरणारे बदल.

वस्तूला ग्राहकमान्यता प्राप्त करून देणे, उत्पादनात समतोलत्व, वाढत्या मागणीसाठी उत्पादन वाढ, नवीन वस्तूंचे बाजारात सादरीकरण, ही उद्दिष्टे समोर ठेवून एखाद्या कंपनीत या कार्याचे संघटन केले जाते. विपणन संचालक किंवा व्यवस्थापक वस्तू संयोजन आणि विकास समिती अगर कार्यगट – वस्तू व्यवस्थापक असे हे स्वरूप असते. या रचनेत वस्तू व्यवस्थापकाची भूमिका अत्यंत महत्त्वाची असते.

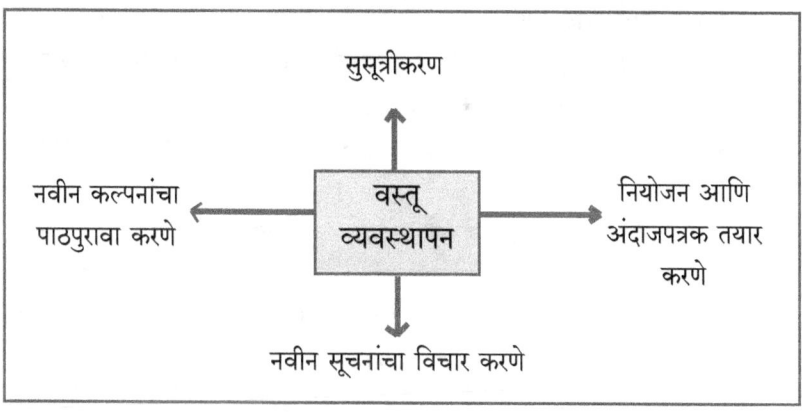

वस्तू व्यवस्थापकाची भूमिका (Role of Product Manager)

'वस्तू व्यवस्थापक' हा नवीन वस्तू विकास व्यवस्थापन कार्याची जबाबदारी सोपविलेला कंपनीचा अधिकारी होय. त्याचे काम म्हणजे नवीन वस्तू विकास कार्यगट किंवा समिती यांच्या कामकाजाचे सुसूत्रीकरण साधणे हे होय. या स्वतंत्र खात्याचा तो प्रमुख असतो. नवीन वस्तू व्यवस्थापन कार्यातील त्याची भूमिका वरील तक्त्यावरून स्पष्ट होईल.

वस्तू व्यवस्थापक हा एखाद्या वस्तू किंवा वस्तू साखळीतील विशेषज्ञ किंवा तंत्रज्ञ असतो. एखाद्या नव्याने विकसित केलेल्या वस्तूचा ग्राहकांवर पडणारा प्रभाव हा टिकाऊ होण्याचे दृष्टीने वस्तू व्यवस्थापकाला आपल्या सर्व क्षमतांची कसोटी लावावी लागते. यशापयशाची जबाबदारी, सुसूत्रीकरण, याबरोबरच त्याला सातत्याने नावीन्यतेचा शोध घ्यावा लागतो.

अनेक कंपन्यात वस्तू व्यवस्थापकाची भूमिका निसरडी असते. त्याचेवर वेळोवेळी निरनिराळ्या जबाबदाऱ्या टाकण्यात येतात. उद्योगाच्या स्वरूपावर देखील हे अवलंबून असते. मोठ्या कंपन्यात विपणन संचालक, ब्रँड मॅनेजर अशी पदे निर्माण करण्यात येतात आणि त्यांचेवर नवीन वस्तू संशोधन आणि विकास जबाबदाऱ्या सोपविल्या जातात.

साधारणत: वस्तू संयोजन आणि विकास कार्याची जबाबदारी असलेल्या व्यवस्थापकीय अधिकाऱ्याची कार्ये तसेच जबाबदाऱ्या पुढीलप्रमाणे सांगता येतील:-

१) संशोधन आणि बाजारपेठ विश्लेषण यावर आधारित माहिती आणि ज्ञानाच्या आधारे वस्तू साखळीत सुधारणा सुचविणे (वस्तू कमी करणे अगर एखादी वस्तू नव्याने वाढविणे).
२) विक्री अनुमान तयार करणे तसेच विक्रयवृद्धी कार्यावर देखरेख ठेवणे. विक्रीउद्दिष्टे गाठली जातील यासाठी सूचना करणे.
३) संशोधन अहवालावर आधारित वस्तूच्या बाह्यस्वरूपाबाबत तसेच अंतरंगाबाबत निर्णय घेणे.
४) नवीन वस्तू बाजारात आणण्याचे उद्दिष्टाने जाहिरात योजना कार्यक्रम आखणे.
५) वस्तूविकास अंदाजपत्रक तयार करणे.
६) व्यापारी किंवा व्यावसायिक विपणन सल्लागारांच्या कल्पनांवर आधारित नवीन वस्तुविकास कार्याचे सुसूत्रीकरण करणे.

प्रश्नसंच

(१) हे वस्तू व्यवस्थापनाचे कार्य आहे.

अ) नवीन वस्तूचे बाजारात सादरीकरण.

ब) नवी बाजारपेठ शोधणे.

क) वस्तू उत्पादनासाठी वित्त उभारणी करणे.

ड) वस्तू उत्पादनासाठी यंत्रे आणणे.

(२) नवीन वस्तूंचा विकास हे नैमित्तिक काम नव्हे (चूक की बरोबर सांगा.)

(३) वस्तू वर्गीकरण प्रक्रियेतील एक घटक सांगा.

    (अ) टिकाऊपणा   (ब) किमतीने स्वस्त

    (क) उधारी   (ड) रंग

(४) भांडवली वस्तू- पुरवठा व सुविधा वस्तू हे कोणत्या प्रकारच्या वस्तूंचे वर्गीकरण आहे?

    (अ) ग्राहकोपयोगी वस्तू   (ब) औद्योगिक वस्तू

    (क) नैसर्गिक वस्तू   (ड) टिकाऊ वस्तू

(५) नवलाई वस्तूंची चार उदाहरणे सांगा.

(६) खालील विधाने चूक की बरोबर ते सांगा.

    अ) पुरवठा वस्तू व सेवा ह्या उत्पादकाच्या लौकिकावर खरेदी केल्या जातात.

    ब) सिझनल वस्तू या सवडीने खरेदी केल्या जातात.

    क) ग्राहकांच्या किमान गरजा भागविल्या जाणाऱ्या वस्तूंना संभवनीय वस्तू म्हणतात.

    (ड) वस्तू व्यवस्थापकाला सातत्याने नावीन्यतेचा शोध घ्यावा लागतो.

(७) 'वस्तू जीवन चक्र' ही कल्पना स्पष्ट करा.

(८) तुम्हाला परिचित असलेल्या वस्तूच्या जीवन चक्राची मांडणी करा. पाच ते दहा वर्षांचा कालावधी विचारात घेऊन, जाहिरातींचे विश्लेषण करून तुम्हाला हे करता येईल.

(९) एखाद्या उद्योगाचे किंवा व्यवसायाचे उदाहरण घेऊन त्यातील वस्तूंची मोजदाद करा. वर्ष – वस्तू अगर ब्रँड याप्रमाणे यादी करा. कोण किती अधिक वस्तू – संख्या शोधतोय ते पाहा.

(१०) नवीन वस्तू बाजारात आणण्यासाठी 'योग्य काळ' लागतो म्हणजे काय? योग्य काळ – वेळ ठरविण्याचे दृष्टीने पुढील वस्तू – निर्मिती बाबत तुमची मते मांडा. बाजार पेठेतील प्रवाहाचा अभ्यास करा :–

    (अ) नाटक किंवा चित्रपट   (ब) क्रमिक पुस्तक

    (क) सजावटीचे रोषणाईचे सामान   (ड) मिठाई   (इ) छत्र्या व रेनकोट.

प्रकरण ६

किंमत-आकारणी धोरण

Pricing Decision

६.१ विषयओळख - किंमत आकारणीवर प्रभाव पाडणारे घटक - किंमत ठरविण्याची उद्दिष्टे, पद्धती

६.२ किंमतधोरण आणि वस्तू जीवनचक्र

६.१ विषय ओळख

वस्तूच्या विक्रीस चालना देणारा एक महत्त्वाचा घटक म्हणजे त्या वस्तूची किंमत. अर्थशास्त्रातील तात्त्विक चर्चेनुसार वस्तूची किंमत म्हणजे वस्तूचे पैशाच्या रूपातील विनिमय मूल्य होय. विनिमय म्हणजे वस्तूंची देवाणघेवाण. आजच्या अर्थव्यवस्थेत देवाणघेवाणीचे व्यवहार पैशांच्या माध्यमातून होतात. विक्रेता वस्तू देतो आणि ग्राहक पैसे देऊन वस्तू घेतो. अशा व्यवहारात वस्तूच्या विनिमयास किती पैसे द्यावे लागतील हे प्रथम निश्चित व्हावे लागते. जेथे वस्तूवस्तूचा विनिमय असेल तेथे एका वस्तूच्या मोबदल्यात दुसऱ्या किती वस्तू द्याव्या लागतील हे ठरवावे लागेल. उदा. १ किलो धान्यास २ मीटर कापड असा विनिमय दर निश्चित झाला की १० मीटर कापड देण्यासाठी किती किलो धान्य लागेल हे ठरविता येते; म्हणून एका वस्तूच्या विनिमयात जी दुसरी वस्तू मिळते ती दुसरी वस्तू पहिल्या वस्तूचे विनिमयमूल्य होय. अशा तऱ्हेने वस्तूचा विनिमय प्रथम पैशांत होतो. येथे वस्तूचे विनिमयमूल्य पैशांत व्यक्त होते. उदा. १ किलो धान्याच्या विनिमयात २ रु. मिळाले, तर १ किलो धान्याचे विनिमयमूल्य २ रु. ठरते. अशा तऱ्हेने पैशांमध्ये व्यक्त झालेल्या विनिमयमूल्यास, 'किंमत' अशी संज्ञा आहे. गेल्या १५० वर्षांत अर्थशास्त्रज्ञांनी किमतीची पातळी व मागणीची पातळी यांचा संबंध प्रस्थापित करून ठेवला आहे. याला ऐतिहासिक, तांत्रिक, सामाजिक कारणे आहेत. ॲडॅम स्मिथ, रिकार्डो यांच्या वेळच्या अर्थव्यवस्थेत विपणनास फारसे स्थान नव्हते. त्यामुळे वस्तूची मागणी ठरविणारे व वाढविणारे इतर

घटक उदा. मुद्रांकन संवेष्टण; जाहिरात इ. अस्तित्वात नव्हते. वस्तूंची विविधता, राहणीमानाचा दर्जा साऱ्याच गोष्टी मर्यादित होत्या. त्यामुळे वस्तू खरेदी केली जात असताना तिचा एकमेव दृश्य व जाणवणारा घटक म्हणजे 'वस्तूची किंमत' हा होता.

दोन वस्तूंची तुलना करताना किंमत हे सर्वमान्य व सोईस्कर मानक ठरते; कारण किमती ह्या निश्चित, नि:संदिग्ध व निराकार असतात. दर्जा, ग्राहकसेवा, वेष्टण इ. घटकांची तुलना करणे अवघड असते. ५० रु. किमतीचा कॅमेरा व २०० रु. किमतीचा कॅमेरा यातील फरक चटकन लक्षात येतो. परंतु, ह्या दोन कॅमेऱ्यांच्या कंपन्यांतील फरक, दर्जातील फरक चटकन लक्षात येत नाही.

किमतीची सांगड मागणीशी घातली जाण्याचे आणखी एक कारण म्हणजे मुक्त अर्थव्यवस्था होय. या अर्थव्यवस्थेत बाजारपेठेतील मागणी आणि पुरवठ्यावरून, एखाद्या घटकावरून वस्तूचे मूल्य निश्चित केले जाते. अशा तऱ्हेने मागणी व किंमत म्हणजे विक्री आणि किंमत असा अन्योन्य संबंध प्रस्थापित होतो.

उत्पादित वस्तूची किंमत निश्चित करण्याची प्रक्रिया

वस्तूची मागणी ठरविणारे जे घटक आहेत. उदा. मुद्रा, संवेष्टण, रंग, रूप, आकार, जाहिरात इ. यामध्ये किंमत हा घटक वैशिष्ट्यपूर्ण आहे. यामध्ये केवळ वितरण व्यवस्थापक निर्णय घेऊ शकत नाही. उत्पादन संस्थेतील अर्थविभाग, संचालक मंडळ या घटकांबरोबरच बाजारपेठेची स्थिती व सरकारी धोरण हेही घटक महत्त्वाचे असतात. वस्तूचा खर्च, किंमत आणि विक्रय यात अन्योन्य संबंध असल्याने हे तिन्ही घटक उत्पादन संस्थेच्या लाभतेस व पर्यायाने व्यवस्थापनाच्या कार्यक्षमतेस जबाबदार असतात. उत्पादन खर्च विचारात न घेता ठरविलेली किंमत किंवा उत्पादनखर्चापेक्षा कितीतरी अधिक वाढीव किंमत या दोन्ही गोष्टी अतिरेकी आहेत; म्हणून उत्पादनसंस्थेने स्वत:चे असे किंमत धोरण आखले पाहिजे. हे धोरण परिस्थितीनुरूप हवे. यात बदल करता आला पाहिजे. संस्थेने किंमतविषक धोरण आखणे पुढील प्रसंगी आवश्यक ठरते.

१) नवी वस्तू बाजारात आणते वेळी किंमत ठरवावी लागते.
२) बदललेल्या परिस्थितीमुळे वस्तूच्या किमतीत बदल घडवून आणावा लागतो.
३) धंद्यातील तीन स्पर्धेमुळे वस्तूची किंमत कमी अगर जास्त करावी लागते.
४) मागणी व उत्पादन यबाबत परस्परावलंबी अनेक वस्तू बाजारात आणताना सर्व वस्तूंच्या किंवा काही वस्तूंच्या किमतीत बदल करावा लागतो.
५) नियोजित अर्थव्यवस्थेत शासनाने किंमत निश्चित केल्यास संस्थेला वस्तूच्या किमतीत त्याप्रमाणे बदल करणे भाग पडते.

किंमत आकारणी पद्धती

१) उत्पादन खर्चाभिमुख किंमत

उत्पादन खर्चाच्या आधारावर किंमत ठरविली जाणे हे स्वाभाविक तत्त्व आहे. वस्तूवर होणारे सर्व प्रकारचे खर्च एकत्रित करून त्यांची बेरीज केली जाते व या बेरजेला एकूण निर्माण झालेल्या नगांच्या संख्येने विभागले जाते. हा जो प्रत्येक नगाचा खर्च येतो, त्यावर विशिष्ट टक्के नफ्यासाठी म्हणून मिळविले जातात व येणारी रक्कम ही वस्तूची किंमत म्हणून निश्चित केली जाते. यालाच 'उत्पादन खर्चाधारित किंमत' (Cost-plus-pric) असे म्हणतात.

मात्र, हे धोरण यशस्वी होण्यासाठी उत्पादनखर्च हा स्थिर असला पाहिजे आणि किमतीची लवचिकता सातत्याने उचित राहिली पाहिजे. किरकोळ व्यापाऱ्याच्या बाबतीत हे एक वेळ शक्य होते. परंतु, उत्पादक संस्थेला ही परिस्थिती लाभेल असे नाही. शिवाय सरासरी उत्पादनखर्चापेक्षा सीमान्त खर्च महत्त्वाचा असतो व ह्या खर्चाची येथे नोंद घेतली जात नाही. परंतु, पुढील तीन कारणांसाठी हे तत्त्व प्रशासकीय सुलभतेने व सामाजिक न्यायाच्या दृष्टीने आजही लोकप्रिय आहे – (१) मागणीपेक्षा खर्चात कमी अनिश्चितता असते. (२) जेव्हा एका उद्योगातील सर्वच संस्था हे तत्त्व वापरतात तेव्हा खर्च समान असल्याने किमतीही समान राहतात. (३) ग्राहक आणि उत्पादक दोघांनाही यात उचित न्याय मिळत असल्याने हे तत्त्व सामाजिकदृष्ट्या योग्य मानले जाते.

उत्पादक संस्था आपल्या किमतीत उत्पादन खर्चाभिमुखता आणण्यासाठी पूर्वनिर्धारित व्यापारी तत्त्व अवलंबितात. यानुसार पर्याप्त नफा आणि विक्री विचारात घेऊन व नफ्याचे उद्दिष्ट ठरवून सीमान्त उत्पादन खर्च–चिकित्सेचा वापर करून मग वस्तूचा खर्च ठरवितात. उदा. २०% दराने २० लाख नफा कमविणे हे प्रथम उद्दिष्ट ठरविले जाते. त्यानुसार उत्पादन केलेल्या करण्यात आलेल्या ८ लक्ष वस्तू प्रत्येकी कोणत्या किमतीने विकाव्यात हे ठरविले जाते. यामध्ये मागणीकडे पूर्ण दुर्लक्ष केले जाते हा मोठा दोष आहे.

२) मागणीनुसार किंमत

उत्पादनखर्चाभिमुख तत्त्वात उत्पादन खर्च व अपेक्षित नफा ह्या दोन घटकांवर किंमत ही पूर्णपणे आधारलेली असते. बाजारपेठाभिमुख किमतीत मात्र किंमत ही मागणीवर आधारलेली असते. जेव्हा व जेथे मागणी तीव्र असते, तेव्हा व तेथे किंमत अधिक आकारली जाते तर जेव्हा जेथे मागणी कमी असते तेव्हा व तेथे किंमत कमी आकारली जाते. यामध्ये उत्पादन खर्चाकडे दुर्लक्ष केले जाते.

या तत्त्वाचा अवलंब मूल्यभेद पद्धतीत (Price Discrimination) केला जातो.

याला किंमतभेद किंवा किमतीच्या संदर्भातील ग्राहकांचा भेदभाव असेही म्हणतात. या किंमतभेदाच्या दोन पद्धती रूढ आहेत– (१) व्यक्तिगत भेद आणि (२) उपयोगानुसार भेद.

व्यक्तिगत किंमतभेद : वस्तु विषयक आवड. गरजेची तीव्रता आणि क्रयशक्ती या दृष्टीने ग्राहकामध्ये फरक असतो. वेगवेगळ्या किंमतीबाबत ग्राहकांची प्रतिक्रिया वेगवेगळी होते. यामुळेच मागणी ही कमीअधिक लवचिक ठरते. मक्तेदार या लवचिकतेचा अभ्यास करून ग्राहकांचे वर्ग पाडतो आणि त्याच्या वर्गानुसार ग्राहकांना वेगवेगळ्या किमती आकारतो.

किंमतभेदाची उदाहरणे म्हणून वैद्यकक्षेत्रांचा उल्लेख करता येईल. या क्षेत्रातील तज्ज्ञ अशा डॉक्टरांची जवळजवळ मक्तेदारी स्थापन झालेली असते. आपल्याकडे येणाऱ्या रुग्णांची, गरीब, मध्यमवर्गीय आणि धनिक अशी वर्गवारी करून ही तज्ज्ञ मंडळी त्या त्या वर्गासाठी शुल्के (Fees) आकारतात. इतर व्यवसाय क्षेत्रांतही जेथे विशेषज्ञांना (Specialists) मक्तेदारी स्थापण्याची संधी उपलब्ध असते तेथे किंमत भेदाचा अनुभव येतो.

३) उपयोगानुसार किंमतभेद

कोणतीही वस्तू ही सामान्यत: विविधोपयोगी असते. वस्तूसाठी येणारी एकूण मागणी ही या विविध उपयोगासाठी असलेल्या मागणीची बेरीजच असते. मात्र, त्या त्या उपयोगाच्या संदर्भात मागणीची लवचिकता भिन्न भिन्न राहते. अशावेळी वस्तूच्या उपयोगानुसार मागणीचे वर्गीकरण करून मक्तेदार हा त्या त्या उपयोगाच्या संदर्भात वेगवेगळ्या किंमती आकारतो. हाच उपयोगानुसार किंमतभेद होय.

वीज ही घरी प्रकाशासाठी वापरली जाते, तशीच कारखान्यात यंत्रचलनासाठी वापरली जाते. अशावेळी विद्युत पुरवठा करणारी संस्था त्या त्या कारणासाठी विजेचे दर वेगवेगळे आकारते. आगगाडीने प्रवासी जातात तशीच मालवाहतुकही होते; आणि त्या त्या संदर्भात भाडेही वेगवेगळे रहाते.

व्यक्तिगत किंमतभेद आणि उपयोगानुसारी किंमतभेद याबरोबरच कधी कधी प्रादेशिक संदर्भातही किमतीचा भेदभाव केला जातो. एकंदर बाजारपेठेची प्रादेशिक विभागणी करून मक्तेदार हा एका विभागात एक किंमत तर दुसऱ्या विभागात दुसरी किंमत आकारण्याचे धोरण अवलंबितो. कधी कधी परकीय बाजारपेठ हस्तगत करण्यासाठी निर्यात वस्तूची किंमत मुद्दाम अत्यल्प ठेविली जाते. यालाच (Dumping) असे म्हणतात. यात होणारा तोटा स्वदेशात जास्त किंमत आकारून भरून काढला जातो.

किमतीच्या बाबतीत केला जाणारा भेदभाव हा मूलत: मागणीच्या लवचिकतेवर आधारित रहातो. जेथे मागणी अधिक लवचिक तेथे किंमत कमी ठेवली जाते; कारण अशा धोरणाने मागणी फार मोठ्या प्रमाणावर वाढण्याची शक्यता असते. याउलट, जेथे मागणी कमी लवचिक म्हणजेच ताठर तेथे किंमत अधिक आकारली जाते; कारण तेथे मागणी कमी होण्याचे भय नसते. किंमतभेदाचे प्रयोग करताना वाजवी नफ्यातून अधिक नफा मिळावा आणि तो सर्वाधिक असावा एवढीएकच दृष्टी मक्तेदाराची असते. प्रत्येक किंमत आकारताना त्या किमतीच्या संदर्भात सीमान्त प्राप्ती आणि सीमान्त खर्च यात समतोल राहील याची तो दक्षता घेतो. असा समातोल साधला तरच मक्तेदाराचे नफ्याचे उद्दिष्ट साध्य होते.

४) स्पर्धाभिमुख किंमत

ज्यावेळी संस्था किंमत ठरविताना केवळ स्पर्धकाने आकारलेली किंमत विचारात घेते, त्यावेळी त्यास स्पर्धाभिमुख किंमत असे म्हणतात. स्पर्धकाएवढी किंमत ठेवणे हे ध्येय नसते; तर त्याने वस्तूची निश्चित केलेली किंमत विचारात घेऊन त्यापेक्षा कमी किंवा अधिक अशा स्वतःच्या वस्तूची किंमत ठेवता येते. या तत्त्वात वस्तूचा उत्पादनखर्च, मागणी आणि तिची किंमत यांचा संबंध अभ्यासिला जात नाही. उत्पादन खर्च किंवा मागणी हे घटक वाढोत किंवा कमी होवोत, जो पर्यंत स्पर्धक किमतीत बदल करीत नाही, तोपर्यंत स्वतः आपल्या वस्तूच्या किमतीत बदल करावयाचा नाही, हे यातील मुख्य सूत्र असते. उत्पादनखर्च आणि मागणी बदलली असताही केवळ स्पर्धकाने किमतीत बदल केला आहे; म्हणून एखादी संस्था आपल्या वस्तूच्या किमतीतही बदल करते. हे धोरण ज्यावेळी बाजारपेठेची संख्या कमी असते. त्यावेळी वापरल्यास अपेक्षेप्रमाणे परिणाम दिसून येतात.

५) चालू किंमत किंवा अनुगामी किंमत

हे एक अत्यंत लोकप्रिय तत्त्व असून यानुसार एखाद्या उद्योगधंद्यात प्रचलित असलेली किंमत म्हणून ही प्रत्येक उत्पादन संस्था निश्चित करते. ही सरासरी किंमत असून बाजारपेठेत स्थिरावलेली व विपणनाची जोखिम कमी करणारी असते. जेव्हा उत्पादनखर्चाचे मापन करणे कठीण असते, त्यावेळी त्या उद्योगधंद्यात निश्चित झालेली किंमत स्वीकारणे उचित ठरते. समान गुणधर्माच्या विक्रीच्यादृष्टीने हे तत्त्व योग्य ठरते. चालू किमतीपेक्षा चढ्यादराने वस्तू विक्रीसाठी आणल्यास ग्राहक मिळतीलच असे सांगता येत नाही. किंमत निश्चित करताना व त्यात बदल करताना संपूर्ण उद्योगधंद्याचा विचार केल्याने किंमत ठरविताना उत्पादनखर्च व मागणी आपोआप विचारात घेतली

जाते. अशा तऱ्हेने ठरविलेली किंमत ही अधिक संरक्षित असते. जेथे एकाच उद्योगधंद्यात अनेक प्रकारच्या, अनेक पद्धतीच्या, अनेक दर्जाच्या व विभिन्न बाजारपेठा असलेल्या वस्तूचे उत्पादन होते अशावेळी हे तत्त्व वापरणे सयुक्तिक ठरत नाही.

६) बोली रक्कम

'बोली रक्कम' हा देखील एक स्पर्धाभिमुख किमतीचा प्रकार आहे. विशेषतः यंत्रसामुग्री तयार करणारे व सेनादलाचे कंत्राटदार हे तत्त्व वापरतात. बोली म्हणजे उत्पादन संस्था आपला माल ज्या दराने विकावयास काढते तो दर. स्पर्धकांनी दिलेल्या बोलीनुसार किंवा खरेदीदाराशी झालेल्या वाटाघाटीतून बोलीत फरक करण्यात येतो व किंमत निश्चित होते. बोलीच्या व्यवहारात मूलभूत हेतू असा असतो की, माल पुरविण्याचे कंत्राट प्राप्त करणे. मात्र, विशिष्ट पातळीपेक्षा बोली रक्कम जात नाही. ही विशिष्ट पातळी म्हणजे त्या वस्तूचा सीमान्त उत्पादनखर्च असतो.

निरनिराळ्या बोलीचा अभ्यास करून कंत्राट मिळविण्यासाठी अचूक अशी माहिती देणे आवश्यक असते. यासाठी आकडेशास्त्रज्ञांची मदत घेतली पाहिजे.

७) किंमत बदल

किंमत ठरविणे हीच केवळ गुंतागुंतीची क्रिया आहे असे नसून किमतीत बदल करणे हे तेवढेच महत्त्वाचे आहे. संस्थेला अनेक कारणांसाठी किंमत बदलावी लागते. त्यापैकी काही ठळक कारणे पुढीलप्रमाणे सांगता येतील—

अ) किंमत कमी करणे : वस्तूची पूर्वनिर्धारित किंमत पुढील प्रसंगी कमी करावी लागते. मागणी वाढविण्यासाठी, कमी झालेल्या उत्पादनखर्चासाठी, कमकुवत स्पर्धकांना बाजारपेठेतून बाहेर फेकण्यासाठी किंमत कमी केली जाते.

ब) किंमत वाढ करणे : एकदा निश्चित केलेली किंमत वाढविणे ही गोष्ट पुढील कारणासाठी करावी लागते. भरपूर मागणीचा फायदा घेण्यासाठी, वाढता उत्पादन खर्च भागविण्यासाठी इ.

आपल्या देशात नियोजित आर्थिक विकासाची प्रक्रिया सुरू असल्याने सरकारचे किंमतविषयक धोरण अधिक व्याप्त ठरविण्यात येते. त्यामुळे काही घटक किमतीच्या बदलास कारणीभूत ठरतो. किंमत कमी करणे असो अगर वाढविणे असो, बदलाचा परिणाम ग्राहक, स्पर्धक, वितरक व पुरवठादार यांच्यावर होणे अपरिहार्य आहे. किमतीतील बदलांकडे आपल्या देशात शासन व नियामकसंस्था सूक्ष्मपणे पाहतात. वस्तूची किंमत हा काही उद्योगात तसेच कृषिउत्पन्न बाजारात ज्वलंत प्रश्न होऊन

बसतो. उदा. पेट्रोल व पेट्रोलजन्य पदार्थ, सेवांच्या बाबत-विशेषतः सार्वजनिक स्वरूपाच्या सेवा, आधारभूत साधने-किमती हा संवेदनक्षम व विपणन व्यवस्थापनाच्या कक्षेबाहेरचा विषय ठरतो. उदा. रेल्वे, एस.टी. बसचे दर, इंग्रजी माध्यम शाळातील फीचे दर, वैद्यकीय सेवांची किंमत, बांधकाम व्यवसायातील जमीन व घरे, इ. कृषि उत्पन्न पदार्थांबाबत खर्चाधारित किमतीच्या सूत्राबरोबरच 'परवडणारी किंमत' (Affordable Price) हा आणखी एक घटक असतो. त्यामुळे अशा पदार्थांच्या किमती शासकीय हस्तक्षेपाखेरीज ठरत नाहीत. उदा. कांदा, दूध, साखर, ऊस.

किंमत आकारणी प्रभावित करणारे घटक

वस्तूची किंमत हे महत्त्वाचे विपणन अस्त्र आहे. विशेषतः भारतासारख्या खंडप्राय, बहु सांस्कृतिक बाजारपेठेत बाजारपेठेचा विस्तार होण्याचे दृष्टीने किमतीला फार महत्त्व आहे. किंमत निर्णय प्रभावित करणारे घटक पुढील आकृतीवरून पाहता येतील.

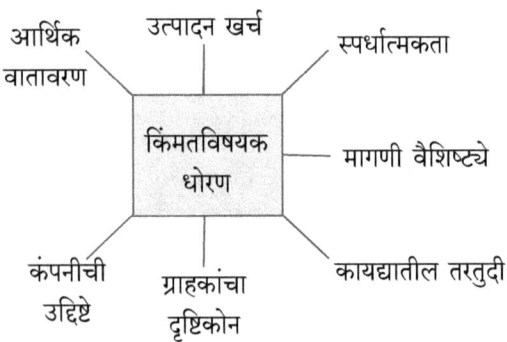

या घटकांची सविस्तर चर्चा पुढीलप्रमाणे आहे.

१) उत्पादन खर्च

किंमत आकारणी धोरणातील महत्त्वाचा घटक म्हणजे उत्पादनचा खर्च होय. उत्पादनाचे तंत्र, यांत्रिकीकरण, कच्चा माल, तसेच कर्मचारी वेतन इ. गोष्टींमुळे उत्पादन खर्च वाढत जातो. उत्पादन धोरण हे देखिल त्याला कारणीभूत असते. स्थिर व बदलत्या खर्चाचे प्रमाण तसेच उत्पादनाचे प्रमाण विचारात घ्यावे लागते.

२) उद्योगातील स्पर्धा

उद्योगातील स्पर्धा व त्यातील प्रवाह यावर किंमत धोरण अवलंबून असते. स्पर्धेचे स्वरूप हे पूर्ण स्पर्धा, मक्तेदारी, मक्तेदारीयुक्त स्पर्धा, अशी विविध स्वरूपाची बाजारपेठ असते. पूर्ण स्पर्धेत खरेदीदार व विक्रेते दोन्ही मोठ्या प्रमाणावर असतात.

त्यामुळे मागणी व पुरवठा यात समानता प्रस्थापित होते. मागणी लवचिक असते. मात्र, अशा प्रकारची स्थिती फार कमी काळ असते. शेतमालाच्या बाजारपेठेत अशा प्रकारची पूर्ण स्पर्धा असते. याच्या उलट मक्तेदारी घडून येते. विक्रेते कमी असल्याने ते किंमत लादू शकतात. पूर्ण स्पर्धेप्रमाणे मक्तेदारी अवस्थादेखिल अल्पजीवी असते. बाजारपेठेतील वातावरणानुसार किमतीची आकारणी करावी लागते.

प्रत्यक्षात अर्थव्यवस्थेत मक्तेदारीयुक्त स्पर्धा व अल्प मक्तेदारी असते. यात व्यावसायिक संख्या एकमेकांशी निगडित राहून किंमत धोरण ठरवितात. ग्राहक व स्पर्धक यांना विचारात घेऊन समान किंमत ठरविली जाते. वरील गोष्टींचा कंपनीच्या किंमत धोरणावर प्रभाव पडतो.

३) मागणी वैशिष्ट्ये

वस्तूला असलेली मागणी हा आणखी एक प्रभावी घटक मानला जातो. क्र. २ मध्ये उद्योगातील स्पर्धेचे स्वरूप हा समग्रलक्षी घटक आहे; तर मागणी हा व्यक्तिगत ग्राहक वस्तू किंवा कंपनी यांचेशी निगडित आहे. ज्या मागणी गटांतील वस्तू असेल त्या गटाचे संदर्भात खालील मुद्दे विचारात घेणे गरजेचे आहे.

अ) आवश्यक वस्तू आणि चैनीच्या वस्तू.

ब) वस्तू जीवनचक्र.

क) उपभोक्त्यांचे उत्पन्न.

ड) पराश्रित मागणी.

४) कायद्यातील तरतुदी

सर्व जगभर भारतातदेखिल बाजारपेठा व व्यवसाय नियमन यंत्रणा अस्तित्वात आल्या आहेत. ग्राहक संरक्षण कायदे, कॉम्पिटिशन कायदा इ. कायदे संमत झाले आहेत. त्यानुसार यंत्रणा कार्यान्वित झाल्या आहेत. याशिवाय राज्यात स्थानिक कायदे, कर, व्हॅट, एल.बी.टी. आहेत. केंद्र व राज्य सरकारे किंमतपातळी, किंमत नियंत्रण, आधारभूत, किंमत निश्चिती इ. धोरणे राबवून किंमत धोरणात हस्तक्षेप करतात. दरवर्षी वित्तीय बिलानुसार नियम बदलतात. अशावेळी विपणनकर्त्याला स्वतःची किंमत उद्दिष्टे पुढे रेटता येत नाहीत.

५) ग्राहकांचा दृष्टिकोन

ग्राहक हा किंमत घटकातील संवेदनशील घटक आहे. पूर्वी भारतीयांबाबत सर्वसाधारण असा प्रवाद असे की येथील ग्राहक वर्ग किमतीत घासाघीस घालणारा, प्रसंगी दर्जा-गुणवत्ता बाजूला सारून कमी किमतीत सौदा करणारा म्हणून ओळखला

जाई. अर्थात, आता हे वातावरण बदलले असले तरी अद्याप बहुसंख्य ग्राहक हे वस्तू पाहिल्यावर तिची किंमत विचारतात.

६) कंपनीची उद्दिष्टे

स्थूलमानाने कोणत्याही औद्योगिक संस्थेच्या किमतीविषयक धोरणाचे उद्दिष्ट जास्तीत जास्त नफा कमविणे हे मानले जाते. परंतु, हे एक अंतिम व मूलभूत उद्दिष्ट ठरते. ते ताबडतोबीचे उद्दिष्ट मानणे चूक ठरेल. हे उद्दिष्ट गाठण्याचे मार्ग देखील विभिन्न असू शकतील. प्रत्यक्षात हे मार्ग पुढीलप्रमाणे असतात–

१) **वस्तूंचा बाजारपेठेत शिरकाव करणे :** हे उद्दिष्ट मानल्यास सामान्यपणे सुरुवातीला मुद्दाम किंमत कमी ठेवली जाते. जेव्हा बाजारपेठ ही मूल्यसंवेदनाक्षम असते. तेव्हा कमी किंमत असलेली वस्तू बाजारात आल्याने त्या वस्तूकडे ग्राहकवर्ग आकर्षित होतो. अशाप्रकारे किंमत केल्याने बाजारपेठेतील प्रत्यक्ष आणि सुप्त स्पर्धा मारली जाते. उत्पादनाचे प्रमाण वाढल्याने प्रत्येक वस्तूचा उत्पादन व वितरण खर्च कमी झाल्यास बाजारपेठेत शिरकाव करण्याचा मार्ग फायदेशीररीत्या अवलंबिता येतो.

२) **बाजारपेठेबरोबर जाणे :** काही खरेदीदार असे म्हणतात की, एखाद्या वस्तूचे महत्त्व त्यांना अधिक वाटल्यास दामदुप्पट किंमत देऊन ते अशी वस्तू घ्यावयास तयार असतात. अशावेळी किंमत वाढवून बाजारपेठेबरोबर जाणे श्रेयस्कर ठरते. ज्या बाजारपेठेत मागणीची लवचिकता असेल तेथे पुन्हा कमी करणे योग्य ठरते. हे मूल्यभेदाचे उदाहरण म्हणून मानता येईल.

३) **भांडवल वसुली :** व्यवसायात गुंतविलेले भांडवल लवकर परत यावे यासाठी एक साधन म्हणून वस्तूच्या किमतीकडे पाहिले जाते. हे उद्दिष्ट बाळगणारे सहसा भविष्यकाळावर विश्वास ठेवणारे नसतात. त्यांना बाजारपेठेची जोपासना करण्याचे तत्त्व मंजूर नसते. मक्तेदारांच्या बाबतीत हे उद्दिष्ट व्यवहार्य होईल.

४) **गुंतवणुकीवर समाधानकारक मोबदला मिळविणे विशेषत:** कर्जाऊ रक्कम अधिक वापरून गुंतवणूक करणाऱ्या संस्था झटपट मोबदला मिळावा म्हणून उत्पादित वस्तूच्या किमतीकडे झटपट मोबदला मिळविण्याच्या हेतूने पाहतात. यासाठी मोबदल्याचे प्रमाण निश्चित करून मग किंमत ठरवितात. यालाच पूर्वनिर्धारित किंमत (Target Pricing) असे म्हणतात.

५) **वस्तू-उत्पादन साखळी विकसित करणे:** काही औद्योगिक संस्था नफा कमविणे हे दुय्यम उद्दिष्ट मानतात. परस्परावलंबी उत्पादित वस्तूची विक्री करून स्वत:चा ग्राहक वर्ग निर्माण करणे व विक्री वर्ग निर्माण करणे व विक्री वाढविणे हे ध्येय ठरवितात व पुढे नफा मिळवून देणारी किंमत निश्चित करतात. अशा वेळेला प्रत्यक्षात नफा अगर तोटा होतो. परंतु, वस्तू मात्र बाजारपेठेत नेतृत्व करीत असतात.

६) **आर्थिक वातावरण**

सर्वसाधारण आर्थिक वातावरणाचा किंमत निर्णयावर परिणाम होतो. चलनफुगवटा, अतिरिक्त शासकीय खर्च, दुष्काळ व दुर्भिक्ष यामुळे शेती उत्पादनातील घट, पडलेल्या किंमती, शेअरबाजार, व्यापार शेषातील तूट, इ. घटक हे मागणीत घट होण्यास कारणीभूत ठरतात. देशातील उत्पन्न, बचती व गुंतवणूक ही त्रयी उद्योगातील वातावरण अस्थिर करू शकतात.

६.२ किंमत धोरण आणि वस्तू जीवनचक्र

विपणन घटकापैकी किंमत हा घटक उत्पन्न देणारा आहे, तर अन्य घटक खर्च वाढविणारे आहेत. विपणनाच्या घटकातील किंमत आकारणी घटकाचा संबंध वस्तूचे स्वरूप, वस्तूसाठी असलेली मागणी व वस्तू धोरण यांचेशी असतो. वस्तू ज्या जीवन चक्रातून जात असते. ते म्हणजे 'ओळख-वृद्धी-परिपक्वता (पूर्णवाढ) आणि विक्री घसरण'

वस्तू जीवनचक्राचा विचार करून संबंधित वस्तूची किंमत ठरविणे. कमी अगर जास्त आकारणे गरजेचे आहे. यालाच मागणी आधारित किंमत धोरणे असे म्हणतात.

नव्या वस्तूची बाजारात ओळख झाली त्या अवस्थेत वस्तूची किंमत सर्वाधिक की सर्वात कमी आकारायची? मागणी किती वेगाने वाढेल? कंपनीने नफ्यासंबंधी काय उद्दिष्ट ठरवायचे? स्पर्धकांची स्थिती काय असेल? या सर्व प्रश्नांची उत्तरे म्हणजेच कंपनीने विक्री व नफ्याची उद्दिष्टे गाठण्यासाठी किंमत, वस्तू बाजारात कितपत खोल रुजली आहे त्या आधारावर ठरविली पाहिजे. हे धोरण म्हणजे किंमत 'स्किमिंग (Skimming)' या नावाने प्रसिद्ध आहे. ताक घुसळून अलगद लोणी ज्याप्रमाणे बाहेर काढले जाते. त्याप्रमाणे 'जीवनचक्रा'च्या संदर्भात प्रत्येक अवस्थेत प्रयत्नपूर्वक जेवढी येईल तेवढी 'किंमतरूपी मलई' प्राप्त करणे हे या धोरणातील सूत्र असते.

पुढील तक्त्यावरून हे स्पष्ट होईल :

वस्तू जीवन-चक्र

प्रत्येक वस्तू एका जीवनचक्रातून जाते. प्रत्येक अवस्थेत तिची वैशिष्ट्ये स्वतंत्र असतात.

वैशिष्ट्ये	वस्तूची बाजार-पेठेशी ओळख	मागणी वृद्धी	मागणी परिपक्वता	मागणी घसरण
१) विक्री	कमी	जलद वाढ	विक्रमी विक्री	विक्रीत घट
२) उत्पादन व वितरण खर्च	प्रति ग्राहक सर्वाधिक उत्पादन खर्च	सरासरी खर्च कमी	खर्च सर्वात कमी	सर्वात कमी (उत्पादन थांबवल्यामुळे)
३) नफा	तोटा	नफा वाढ	सर्वाधिक नफा	नफ्यात घट
४) ग्राहक स्वरूप	निवडक चोखंदळ	ग्राहक पसंती वाढ	ग्राहक संख्या वाढ	ग्राहक संख्येत घसरण
किंमत धोरण	खर्च + किंमत (प्रारंभिक किंमत)	बाजारपेठ काबीज करण्याचे दृष्टीने स्पर्धात्मक किंमत	स्पर्धकांच्या किमतीशी समान किंमत	किंमत घटवणे

ज्यावेळी बाजारात वस्तूचा नव्याने प्रवेश होतो तेव्हा 'स्वागत किंमत' म्हणजे खर्च भागेल एवढी किमान किंमत ठेवणे. वस्तू जीवनचक्राच्या दुसऱ्या टप्प्यात मागणी वाढते त्यामुळे त्या टप्प्यात सुद्धा स्पर्धात्मक किंमत ठेवणे उचित ठरते. विक्री वाढल्याने नफा वाढलेला असतो; म्हणून किंमत वाढविण्याची गरज नसते. शिवाय मागणी परिपक्व होण्याची वाट पहावी लागते. त्यापुढील टप्प्यात वस्तूची मागणी सर्वोच्च पातळीवर जाते. नफा वाढतो. अशावेळी स्पर्धकांशी साधर्म्य साधून किंमत ठेवायला हरकत नाही. वस्तू बाजारात स्थिर झालेली असते; त्यामुळे किंमत वाढ ही ग्राहकाकडून स्वीकारली जाते. शेवटच्या टप्प्यात मात्र मागणीत घट होऊ लागल्याने किंमत घटवणे श्रेयस्कर ठरेल. सध्याच्या तंत्रज्ञानाधिष्ठित उत्पादन प्रक्रियेत वस्तू कालबाह्य होण्याचे प्रमाण वाढले आहे. त्यामुळे हे धोरण उचित ठरते.

प्रश्नसंच

(१) 'पैशात व्यक्त केलेल्या विनिमय मूल्यास किंमत असे म्हणतात' स्पष्ट करा.

(२) पुढील विधाने चूक की बरोबर ते सांगा.

१) दोन वस्तूंची तुलना करताना किंमत हे सर्वमान्य व सोईस्कर मानक ठरते.

२) किमतीमधील बदलास सरकारी धोरण कारणीभूत ठरते.

३) वस्तूचा बाजारात नव्याने प्रवेश होतो त्यावेळी किंमत वाढवून आकारली जाते.

४) वस्तूच्या मागणीत घसरण होऊ लागली की किंमत वाढविणे श्रेयस्कर ठरते.

(३) किंमत विषयक धोरणाची प्रमुख उद्दिष्टे स्पष्ट करा.

(४) उपयोग प्रकारानुसार 'किंमत भेद' म्हणजे काय? सोदाहरण स्पष्ट करा.

(५) 'चालू किमतीपेक्षा चढ्या दराने वस्तू विक्रीसाठी आणल्यास ग्राहक मिळतीलच असे सांगता येत नाही.' चर्चा करा.

(६) किंमत आकारणी प्रभावित करणारे दोन मुख्य घटक विशद करा.

(७) वस्तूची मागणी वैशिष्ट्ये कोणती? त्यासंदर्भात कोणत्या गोष्टींचा विचार करावा लागतो.

(८) किंमत धोरण आणि वस्तू जीवनचक्र यावर टीप लिहा.

(९) तुमच्या आवडीच्या दोन ग्राहकोपयोगी वस्तू निवडा. त्यांचा गेल्या ३ वर्षातील (किंवा १ वर्षातील) किमतीचा आलेख तयार करा. पुढे जाऊन त्यांच्या घाऊक व किरकोळ बाजारातील किमतीची माहिती गोळा करा. सदर माहितीचे विश्लेषण करा.

(१०) 'विपणनात किंमत (Price) हा घटक उत्पन्न मिळवून देतो तर अन्य (Ps) घटक खर्चात वाढ करतात.' चर्चा करा.

प्रकरण ७

पणन आपूर्ती आणि पुरवठा साखळी व्यवस्थापन

Market Logistics and Supply Chain Management

७.१ विषयप्रवेश – व्याख्या, उद्दिष्टे, व्याप्ती आणि महत्त्व
७.२ पणन आपूर्ती निर्णय

७.१ विषयप्रवेश :

विपणन कार्याची सुरुवात वस्तू संयोजनापासून होते आणि कार्याची अखेर उपभोक्त्याला वस्तू पोहोचवण्यात होते. लक्ष्य केलेल्या बाजारपेठेत वस्तू किंवा सेवा विनाविलंब, सुरक्षित आणि योग्यप्रकारे पोच होणे हे या कार्याला 'वास्तव वितरण' Physical distribution अशी संज्ञा आहे. वितरण कार्यात मध्यस्थांची साखळी असते. त्यात किरकोळ व्यापारी, घाऊक व्यापारी, आपूर्ती संघटना असतात. या प्रत्येक मध्यस्थांचे स्वत:चे धोरण व नियोजन असते. त्या मध्यस्थांच्या व्यावसायिक संघटना असतात. कार्य विस्तारानुसार मध्यस्थांचे निरनिराळे प्रकार पडतात. हा संपूर्ण कार्यसमूह व मध्यस्थांचे 'नेटवर्क' किंवा रचना आता Market Logistics & Supply Chain Management या नावाने ओळखली जाते. पणन आपूर्ती आणि पुरवठा साखळी व्यवस्थापन असे याचे मराठीत रूपांतर करणे उचित ठरेल. वस्तूंचे वास्तव वितरण हे जरी घाऊक व किरकोळ व्यापारी यांच्याकडून होत असले तरी त्यांची भूमिका यथोचित पार पडण्यासाठी उत्पादकाला केवळ किरकोळ व्यापारी व घाऊक व्यापाऱ्यांना नेमून चालत नाही. किंबहुना, प्रत्यक्ष वस्तू वितरण मार्गाची निवड करण्यापूर्वी संपूर्ण पणन आपूर्ती व पुरवठा साखळी व्यवस्थापन कार्यक्षमता आणि 'मूल्य दृष्टिकोन' यातून पाहिले जाते.

लक्ष्य केलेली बाजारपेठ समोर ठेवून उत्पादक संस्थेला पुरवठा साखळीकडे उलट बाजूने पहावे लागते. उदा. लक्ष्य केलेल्या बाजारपेठेत १ लाख तयार शर्ट्स (नव्याने डिझाईन केलेले) विशिष्ट वेळेला वितरित करायचे असल्यास त्यासाठी किती काळापासून कोणत्या मध्यस्थामार्फत कोणते काम होणार आहे याची आखणी केली जाते. 'बॅकवर्ड प्लॅनिंग' पद्धतीने केलेल्या या नियोजनास 'मागणी साखळी नियोजन' असेही म्हणतात. या नियोजनात वितरण कार्यातील प्रत्येक दुवा किंवा साखळी महत्त्वाची असते. घाऊक व्यापारी, दलाल, किरकोळ व्यापारी, विमा कंपनी, वाहतूक एजन्सी, बाह्य संख्या उदा. संबंधित शासकीय विभाग, उत्पादकाचा स्वत:चा संशोधन विकास - ज्या विभागाने शर्टचे डिझाईन तयार केले असेल आणि उत्पादक संस्थेचा विपणन विभाग, अशा प्रकारच्या विचारसरणीमुळे गुंतागुंतीचे वितरण कार्य हे सुस्पष्ट, किफायतशीर व कार्यक्षम होते.

व्याख्या :

फिलिप कोटलर यांच्या पुस्तकात दिलेली Market Logistics ची व्याख्या पुढीलप्रमाणे आहे.

"Market logistics involves planning the infrastructure to meet demand, then implementing and controlling the physical flows of materials and finished goods, from points of origin to points of use, to meet customer requirements at a profit."

विपणन आपूर्ती म्हणजे मागणी भागविण्यासाठी आधारभूत साधन रचना - योजना आखणे आणि नंतर ग्राहक आवशकतांची नफादायक पूर्तता करण्याच्या उद्देशाने माल व उत्पादित वस्तू यांच्या उगमापासून ते उपयोगापर्यंतचा प्रवाह सुकर व नियंत्रित करणे होय.

विपणन आपूर्ती हे शास्त्र आहे. ते उत्पादन व विपणन या दोन्ही कार्यांशी संबद्ध आहे.

"Supply Chain Management (SCM) involves procuring the right inputs (raw materials, components and capital equipment); converting them efficiently into finished products and dispatching them to the final destinations."

पुरवठा साखळी व्यवस्थापन (एससीएम सप्लाय चेन मॅनेजमेंट) म्हणजे योग्य निवेश (कच्चा माल, सुटे भाग आणि भांडवली उपकरणे) प्राप्ती करून कार्यक्षमपणे त्यांचे रूपांतर तयार वस्तूमध्ये घडवून आणणे आणि नंतर अंतिम ठिकाणी (वितरकांकडे) त्यांची पाठवणी करणे होय.

पुरवठा साखळी व्यवस्थापन ही पद्धती आहे. या पद्धतीत आता माहिती आणि संज्ञापन तंत्रज्ञानाचा अवलंब केला जातो. पुरवठा साखळी व्यवस्थापन कार्य हे वस्तू वितरण कार्याच्या पूर्वी सुरू होते. त्यामुळे हे कार्य महत्त्वाचे व आधारभूत आहे, त्यावर वस्तू वितरण कार्याची कार्यक्षमता अवलंबून असते. पुरवठा व्यवस्थापनातील विपणन आपूर्ती हा दृष्टिकोन आहे, विचार आहे. त्यामुळे कंपनीची उत्पादकता वाढीस लागण्यासाठी अत्यंत गरजेचे असणारे सक्षम पुरवठादार व वितरक शोधणे शक्य होते. पुरवठादार आणि वितरक हे दोघे पक्ष कंपनीच्या दृष्टीने महत्त्वाचे असतात कारण त्यांच्याच प्रभावावर कंपनीचे खर्च निर्धारित असतात.

पुरवठा साखळी तत्त्व हे बाजारपेठ किंवा विपणन कार्य हे अंतिम लक्ष्य ठरवून माल व उत्पादित वस्तूंचा रेखीय प्रवाह हे सूत्र साध्य करणारे आहे. त्यामुळे वस्तूच्या मूल्य साखळीमध्ये उत्पादक कंपनीला मध्यवर्ती स्थान प्राप्त होते. त्यामुळे पुरवठादारांचे पुरवठादार व ग्राहकांचे ग्राहक समाधानी होतात.

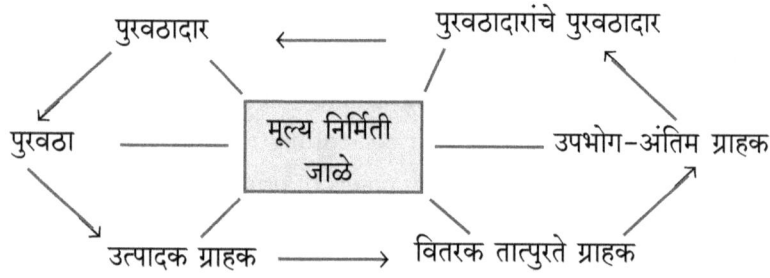

अशा तऱ्हेने मूल्यनिर्मिती जाळे ही पुरवठा – उत्पादन – उपभोग यात परस्पर संबंध दृढ करणारी संकल्पना आहे. यात बाह्य घटक उदा. संशोध संख्या, शासकीय यंत्रणा, विपणन सल्ला–सेवा संस्था इ. चा समावेश होतो. त्यामुळे ती सर्वसमावेशक देखिल आहे.

विपणन आपूर्ती नियोजन ही या पुरवठा साखळी व्यवस्थापनातील एक कार्य योजना आहे. त्यात पुढील चार टप्पे येतात :

१) ग्राहकांसाठी कंपनीने प्रस्तावित केलेली मूल्यरचना ठरविणे. या टप्प्यात आपूर्तीचे प्रमाण, आदेश एकक आणि खरेदी किंमत इ. गोष्टी मोडतात.

२) सर्वोत्कृष्ट विपणन मार्ग निवडणे आणि त्याद्वारे ग्राहकांपर्यंत वस्तू पोचविण्याचे नियोजन करणे, यात प्रत्यक्ष स्वतः ग्राहकापर्यंत वस्तू नेणे, वितरकामार्फत नेणे. कोणत्या वस्तू नेणे सर्व किंवा काही ? साठवण व्यवस्था, ती कोठे व कशी ? यासारखे प्रश्न येतात.

३) विक्रय अनुमान, गोदाम व्यवस्था, परिवहन व्यवस्था आणि माल-सामुग्री व्यवस्था या कार्यांतील तज्ज्ञ सेवा किंवा यंत्रणा लागतात.

४) प्रत्यक्ष कार्य पार पाडणे. उदा. सॉफ्टवेअर तबकड्या व माहिती पुस्तिका ही सॉफ्टवेअर कंपनी उत्पादने असतात. ती प्रथम घाऊक व्यापाऱ्यांना पाठविली जातात - ती नंतर किरकोळ व्यापाऱ्यांकडे पाठवितात - किरकोळ व्यापाऱ्यांकडून ग्राहकांना विकली जातात. ग्राहक ती सॉफ्टवेअर्स ऑफिसमध्ये किंवा घरी नेतात आणि हार्डड्राईव्ह वर टाकतात. पणन आपूर्तीशास्त्र या दोन प्रकारच्या वितरण प्रणाली प्रभावित करतात. हा झाला एक मार्ग. याला पर्याय म्हणजे संगणक उत्पादन करणाऱ्या कंपन्यांनी सॉफ्टवेअर संगणकात टाकणे (समाविष्ट करणे).

या दोन्ही पद्धतीत लाखो तबकड्या व माहिती पुस्तिका छपाई, संवेष्टन, पाठवणी आणि संग्रहण इ. ना फाटा मिळतो. अशीच पद्धती वृत्तपत्रे, व्हिडीओ खेळ, चित्रपट आणि इतर वस्तूंसाठी वापरतात. आवाज, मजकूर, संख्या (आकडेवारी) किंवा चित्रे - आकृत्या यांच्या वितरणात देखिल हे तंत्र उपयोगी पडते. बँकेतील सेवा, शिक्षण संस्थातील सेवा यांचे अंतिम ध्येय ग्राहकांपर्यंत पोचणे हे याच सूत्रानुसार होते. अशा तऱ्हेने पणन आपूर्ती व पुरवठा साखळी प्रणाली हे भरपूर संधी असलेले बृहद् विपणन क्षेत्र आहे.

७.२ पणन आपूर्ती निर्णय

वर उल्लेख केल्याप्रमाणे पणन आपूर्ती क्षेत्रात खालील चार मुद्यांसंदर्भात कंपनीला निर्णय घ्यायचे असतात :

१) मागणी आदेश प्रक्रिया : ग्राहकांकडून आलेले मागणी आदेश कसे हाताळायचे? (Order Processing)

२) संग्रहण : माल कसा व कोठे संग्रहित करावा? (warchouring)

३) वस्तू साठा : कोणत्या वस्तूचा व किती साठा करावा? (Inventory)

४) परिवहन : मालाची पाठवणी कोणत्याप्रकारे करावी? (Transportation)

मागणी आदेश प्रक्रिया : (Order Processing)

मागणी आदेश आल्यापासून ते रक्कम जमा होणेपर्यंतची क्रिया म्हणजे 'मागणी आदेश प्रक्रिया' होय. ही प्रक्रिया किमान वेळेत कार्यक्षमरीत्या पार पडणे कंपनीच्या दृष्टीने महत्त्वाचे असते. आदेश प्राप्त होणे, माल पाठवणी आणि रक्कम जमा होणे या टप्प्याला लागणारा वेळ हा यातील कळीचा मुद्दा असतो. या प्रक्रियेला जेवढा जास्त काळ लागेल तेवढा कंपनीला होणारा नफा आणि ग्राहकांचे समाधान दोन्ही कमी

समजावे. विक्री विभागाकडून आदेश पाठविण्यास विलंब होतो; हिशेब विभागाकडून आढावाबीजक तपासण्यात विलंब होतो; कारण तेथे बीजके पडून राहतात. त्यामुळे गोदामांकडून मालसाठा स्थितीबाबत माहिती जात नाही. एक ना दोन अनेक समस्या उद्भवतात. त्यासाठी 'अचूक आदेश' निकष ठरवावे लागतात. ग्राहकांना वेळेवर माल पाठवणी, आदेश पूर्तता, अचूकता आणि बिनचूक बीजके यामुळे 'अचूक आदेश' प्राप्त होण्याची शक्यता ७०% असते. असे अनुभवाअंती सिद्ध झाले आहे. संगणकीकरणामुळे यात नोंदी विनाविलंब होतात.

संग्रहण : (Warehouring) :

उत्पादन आणि उपभोग ही आवर्तने (Cycles) क्वचितच जुळतात त्यामुळे प्रत्येक कंपनीला विक्री होईपर्यंत तयार झालेल्या वस्तूंचा संग्रह सांभाळावा लागतो. संग्रहण कार्यामुळे उत्पादन आणि बाजाराची गरज असलेली वस्तू संख्या यातील तफावत कमी होते. कंपनीला माल, साठा करून ठेवण्याची ठिकाणे, जागा, संख्या ठरवावी लागते. हा निर्णय व्यवसाय प्रकारानुसार व बाजारपेठेच्या स्वरूपानुसार वेगवेगळा असतो. उदा. ग्राहकोपयोगी दैनंदिन वस्तूसाठी अधिक ठिकाणे लागतील तर औषध निर्माण व वैद्यकीय वस्तू वितरणात त्यांची संख्या कमी असेल तसेच एकीकडे अधिक साठवणूक जागा म्हणजे अधिक कार्यक्षमरीत्या ग्राहकांपर्यंत माल पोहोचणे परंतु त्याचवेळी अधिक संग्रहण व सांभाळ खर्च! संग्रहण आणि साठा वैपुल्य म्हणजे खर्चात वाढ; हे टाळण्यासाठी कंपनीला साठा एकाजागी ठेवून परिवहन यंत्रणा निर्माण करू शकते. दूध व अन्य कृषीजन्य पदार्थांच्या विपणनात या पद्धतीने निर्णय घेतला जातो. खनिज तेल, नैसर्गिक वायूच्या विपणनात हीच मध्यवर्ती संग्रहण पद्धती वापरली जाते. सेवा उद्योगात अशी पद्धती उपयोगी नसते. त्या ठिकाणी उत्पादनाच्या जागी वितरण असावे लागते. वीज निर्मिती, रेस्टॉरंट, खाद्य पदार्थ इ.

काही उत्पादन पद्धतीत मिश्र पद्धती वापरात असते. उदा. काही वस्तू, कच्चा माल, उत्पादनाच्या ठिकाणी ठेवला जातो तर अन्य उत्पादित, अर्धोत्पादित वस्तू व माल वितरण गोदामात ठेवण्यात येतो.

अवजड वस्तू, यंत्रे, साखरेची पोती, कच्चे लोखंड इ. बाबतीत गोदामात गरजेप्रमाणे स्वयंचलन पद्धती वापरतात. दुधपदार्थ, औषधे, रसायने, ऊती संवर्धन, रोपवाटिका इ. व्यवसायात शीतकरणासह गोदामे असतात.

मालसाठा (Inventory) :

मालसाठा पातळ्या म्हणजे मोठी खर्चिक बाब असते. सर्वाधिक माल साठवून ठेवला तर विक्रीला सोपे पडते परंतु ते खर्चाचे दृष्टीने शहाणपणाचे नसते. ग्राहक सेवा

पातळी जशी वाढत जाते त्याचप्रमाणे मालसाठा खर्च वाढतो. त्यामुळे मागणी आदेश पूर्तता वेळ आणि माल साठवण्याचा वेळ यात समतोल साधावा लागतो. त्यासाठी किती नगाची मागणी नोंदवायची ? केव्हा नोंदवायची? साठा कोणत्या पातळीवर आला की आदेश पाठवायचा ? हे ठरविण्यासाठी प्रत्येक प्रकारच्या वस्तूसाठी 'आदेश बिंदू' ठरविला जातो. किती वस्तूंसाठी मागणी द्यायची हे ठरविण्यासाठी आदेश प्रक्रिया खर्च, उत्पादनपूर्व खर्च आणि चालू खर्च विचारात घेतला जातो. जर वस्तूचा उत्पादन पूर्व खर्च कमी असेल तर उत्पादन वरचेवर घेणे परवडते. सरासरी प्रत्येक नगाचा खर्च स्थिर किंवा कमी कमी येतो. परंतु, उत्पादनपूर्व खर्च अधिक असतो तर उत्पादकाला अधिक काळासाठी उत्पादन करून ठेवणे परवडते.

पर्याप्त आदेश नग, हे मागणी आदेश प्रक्रिया खर्च आणि मालसाठा सांभाळणी खर्च हा विविध उत्पादन पातळ्यांवर किती येतो यावर ठरते.

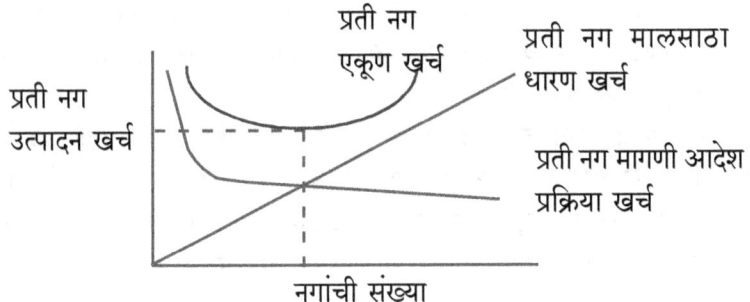

वरील आकृतीत पर्याप्त आदेश बिंदू दर्शविला आहे. हल्ली मालसाठा व्यवस्थापनात सॉफ्टवेअर प्रणाली वापरली जाते. त्यामुळे जस्ट-इन-टाईम (JIT) सारखी तंत्रे वापरून माल पुरवठा प्रवाह कार्यक्षम ठेवले जातात. एखाद्या उत्पादन संस्थेत प्रत्यक्ष जाऊन ही प्रक्रिया कशी राबविली जाते हे पाहणे उपयुक्त ठरेल. इंटरनेटवर उपलब्ध माहिती देखील पूरक ठरते.

परिवहन (Transportation) :

विपणन कार्यातील एक महत्त्वाचे काम म्हणजे वस्तू परिवहन होय. परिवहन विषयक निर्णयांचा वस्तूच्या किमतीवर, वस्तू वेळेवर पोहोच होण्यावर आणि कोणत्या स्थितीत वस्तू पोहोच होते यावर परिणाम होत असतो. या सर्व बाबी ग्राहक समाधानाच्या दृष्टीने अत्यंत संवेदनक्षम असतात.

गोदामात तयार माल पाठविताना तसेच तेथून वितरक आणि ग्राहक यांच्यापर्यंत पोहोच होताना उत्पादक कंपन्यांना पाच प्रकारचे परिवहन मार्ग पर्याय उपलब्ध असतात.

लोहमार्ग, हवाईमार्ग, जमिनीवरील रस्ते, जलमार्ग आणि जमिनीखालील मार्ग, पाठवणी एजन्सीज किंवा उत्पादक कंपन्या, वेग, वारंवारता, विश्वासार्हता, क्षमता, उपलब्धता, सान्निध्यता आणि खर्च यांचा विचार करून मार्गाची किंवा मार्गांची निवड करतात. अनेकदा दोन किंवा अनेक साधने किंवा मार्ग निवडले जातात. त्यासाठी आंतरवेष्टिकरण (Containerization) तत्त्व विचारात घेतले जाते. परिवहनाच्या दोन प्रकारात माल अदलाबदल करण्याचे दृष्टीने वस्तूंचे बॉक्सेस किंवा आंतरबांधणी याकडे लक्ष पुरवावे लागते. पिगीबॅक हा आंतरवेष्टण प्रकार रेल्वे व ट्रक्ससाठी, फिशीबॅक हा जल व ट्रकसाठी; ट्रेनशिप जल व रेल्वेसाठी आणि एअर ट्रक हा हवाई व ट्रकसाठी वापरतात. यातील प्रत्येक प्रकाराचे वैशिष्ट्यपूर्ण फायदे असतात. परिवहन मार्ग निवड हा खाजगी, कंत्राटी किंवा सार्वजनिक प्रकारचा असतो; जर वाहतूकदार किंवा वाहतूक कंपनी यांचे स्वत:चे ट्रक्स असतील तर त्याला 'प्रायव्हेट कॅरियर' संबोधले जाते; वाहतूकदार कंत्राटी पद्धतीने भाड्याने वाहने घेत असेल तर त्याला 'कॉन्ट्रॅक्ट कॅरीयर' म्हणतात आणि वाहतूकदार जर सार्वजनिक वाहन वापरणार असेल तर त्याला 'पब्लिक किंवा कॉमन कॅरियर' असे म्हणतात.

विपणनात उपभोक्त्यापर्यंत वस्तू पोहोचणे हे महत्त्वाचे असते. मागणी आदेश नोंदलेल्या ग्राहकाला तो ज्या ठिकाणी वस्तूचा उपयोग करणार असेल त्या ठिकाणी वस्तू वितरित करणे हे उद्दिष्ट असते. त्यामुळे 'अंतिम मैलापर्यंत पोहोचणे' ही प्रणाली रूढ आहे. यात कमीतकमी वेळेला महत्त्व असल्याने वस्तू प्रवासाच्या विविध टप्प्यात विविध प्रकारचे मार्ग, तसेच वाहतूक कंत्राटदार असतात. उदा. गरमागरम पिझ्झा ग्राहकांना मिळावा यासाठी पिझ्झा उत्पादक किंवा आइसक्रीम कंपन्या किंवा सार्वजनिक स्वयंपाकगृहे शहरात घरपोच सेवा देतात. त्यासाठी स्वयंचलित दुचाकी वापरली जाते. तसेच पिझ्झा पोहोचण्यास तीस मिनिटांचे वर वेळ लागला तर तो मोफत दिला जातो. अनेक शहरात पूर्व आदेश नोंदल्यावर (इंटरनेटवर किंवा फोनवर) घरात वाढदिवसाच्या वेळेवर बर्थ डे केक किंवा पुष्पगुच्छ प्राप्त होतो.

अशा तऱ्हेने विपणनात पणन आपूर्ती कार्याचे महत्त्व अत्यंत मोठ्या प्रमाणात वाढले आहे. त्यात संख्यात्मक व गुणात्मक असे दोन्ही प्रकारचे बदल झाले आहेत.

पणनआपूर्ती धोरणे ही व्यावसायिक व्यूहरचनेचा भाग असतात. केवळ उत्पादन व वितरण खर्चाच्या दृष्टीने त्या धोरणाचे महत्त्व असते असे मानणे चुकीचे ठरेल. पणन आपूर्ती प्रणाली ही ज्ञानाधिष्ठित माहिती आहे. संबंधित सर्व घटकांशी संपर्क वाढविण्याची ती माध्यमप्रणाली आहे. ग्राहक, वितरक, किरकोळ-घाऊक व्यापारी, वाहतूक कंत्राटदार इ. सर्व संपर्क केंद्रे आहेत. स्पर्धकांची धोरणे, उद्योगातील गुणवत्ता प्रामाण्ये यांचा विचार करून नंतर स्वत:ची पणन आपूर्ती धोरणे आखावी लागतात.

प्रश्नसंच

(१) मागणी साखळी नियोजन (बॅकवर्ड प्लॅनिंग) कशाला म्हणतात ?

(२) 'पणन आपूर्ती' या संज्ञेचा अर्थ सांगा. त्याचे विपणनातील महत्त्व काय?

(३) पुरवठा साखळी व्यवस्थेतील प्रमुख कार्ये कोणती?

(४) पणन आपूर्ती क्षेत्रात कोणते निर्णय घ्यावे लागतात?

(५) संग्रहणासंबंधीचा निर्णय कोणत्या बाबींवर अवलंबून असतो?

(६) 'पर्याप्त आदेश नग' ही संकल्पना स्पष्ट करा.

(७) आंतरवेष्टण प्रकार सांगा.

(८) 'विपणनात उपभोक्त्यापर्यंत वस्तू पोहोचविणे महत्त्वाचे ठरते.' स्पष्ट करा.

(९) खालील विधाने चूक की बरोबर ते सांगा.

१) पणन आपूर्ती हे केवळ खर्च वाचविण्याचे धोरण असते.

२) विपणनाची अखेर वस्तू उत्पादनात होते.

३) पुरवठा साखळी आखताना लक्ष्य केलेली बाजारपेठ समोर ठेवली पाहिजे.

४) पुरवठादार व वितरक यांच्या प्रभावावर कंपनीचे विपणन कार्य अवलंबून असते.

(१०) योग्य पर्याय निवडा.

१) विपणन आपूर्ती व पुरवठा साखळी व्यवस्थापन यामुळे .... वाढीस लागते.

(अ) विक्री (ब) नफा (क) उत्पादकता (ड) बाजारपेठ

२) वस्तूची एका ठिकाणाहून दुसऱ्या ठिकाणाकडे पाठवणी म्हणजे .... होय.

(अ) परिवहन (ब) परिसेवन (क) परिचर्या (ड) संज्ञापन

३) उत्पादकाला विक्री होईपर्यंत तयार झालेल्या मालाचा .... करावा लागतो.

(अ) हिशेब (ब) संग्रह (क) करपरतावा (ड) वापर

४) अधिक .... जागा म्हणजे अधिक ग्राहकांपर्यंत माल पोहोचणे.

(अ) लहान (ब) हवेशीर (क) स्वच्छ (ड) साठवणूक

५) रेल्वे व ट्रकसाठी .... हा आंतरवेष्टण प्रकार वापरतात.

(अ) फिशीबॅक (ब) मिनीबॅग (क) पिगीबॅक (ड) पिगीबॅग

(११) खालीलपैकी कोणत्याही एका उद्योग/वस्तू निर्मिती प्रक्रियेतील पुरवठा साखळीचा अभ्यास करा. प्राध्यापकांच्या मार्गदर्शनाखाली तुमचा अहवाल तयार करा.

(अ) पुस्तक प्रकाशन (ब) हॉटेल व रेस्टॉरंट्स (क) स्वयंचलित वाहने

(१२) पुढील बाबतीत **संग्रहण** व **परिवहन** या बाबतचे निर्णय कोणते घ्याल ? कारणे सांगा.

१) पुणे येथील भाजीपाला व फळे यांना आखाती देशात मागणी आली आहे.

२) मुंबई येथील कंपनीत तयार झालेली औषधे पाटणा येथे शासकीय रुग्णालयात पाठविण्याबाबत आदेश मिळाला आहे.

३) पिझ्झा तयार करणाऱ्या कंपनीला १० नगांची शिवाजीनगर पुणे येथे पूर्ती करायची आहे.

प्रकरण ८

वितरणाचे मार्ग

Channels of Distribution

८.१ विषयओळख – वितरणाचे मार्ग – वितरण मार्ग आखणी
८.२ वितरण मार्गांचे प्रकार व त्यांची निवड

८.१ विषयओळख :

औद्योगिक क्रांतीमुळे मोठ्या प्रमाणावर उत्पादन होऊ लागले. वाहतुकीच्या साधनांचा वेग वाढला. जगाचा आकार या वेगामुळे लहान वाटू लागला. व्यापार केवळ शहर व देश यांच्यापुरता मर्यादित राहिला नाही. आंतरराष्ट्रीय बाजारपेठ अस्तित्वात आली. जागतिक बाजारपेठेत विदेशी व्यापार ही नित्याचीच बाब बनली. त्याबरोबर देशांतर्गत व्यापाराचा आकार वाढला. व्यापार मुख्यत: अंतर्गत व विदेशी किंवा बहिर्गत या दोन स्वरूपात दिसू लागला. येथे आपण अंतर्गत व्यापाराचा विचार करू.

औद्योगिक क्रांतिपूर्व उत्पादक व उपभोक्ता हे एकमेकांच्या जवळ होते. उत्पादकाला उत्पादनाबरोबरच विक्री करता येत होती. औद्योगिक क्रांतीनंतर उत्पादक व उपभोक्ता यांतील अंतर वाढले. उत्पादन मोठ्याप्रमाणावर होऊ लागल्यामुळे विक्रीकडे लक्ष पुरविणे अशक्य झाले. स्पर्धा वाढली. विक्रीत अनेक अडचणी निर्माण झाल्या. विक्रीचा प्रश्न प्रकट झाला. श्रमविभागणीच्या तत्त्वाचा पूर्ण विकास झाला. अशा परिस्थितीत उत्पादकाला उपभोक्त्यापर्यंत पोहोचण्याकरिता अनेक मध्यस्थांची गरज वाटू लागली. उत्पादक व उपभोक्ता यांतील मध्यस्थांची संख्या वाढली. यातूनच वितरणाच्या साखळीचा किंवा वितरण मार्गाचा जन्म झाला.

वितरणाच्या मार्गांचे प्रकार :

वस्तूचे उत्पादन झाल्यानंतर ती उपभोक्त्याकडे पोहोचेपर्यंत विविध मध्यस्थांच्या

हातांतून पुढे सरकते. या मध्यस्थांच्या साखळीस वितरणाचे मार्ग किंवा साखळ्या असे म्हणतात. देशांतर्गत व्यापारात गरजेनुसार वितरणाच्या विविध साखळ्या दिसून येतात. या मार्गांची (साखळ्यांची) आपणास खालील तक्त्यावरून कल्पना येऊ शकेल.

वितरणाचे मार्ग (साखळ्या)

१. उत्पादक → उपभोक्ता

२. उत्पादक → किरकोळ व्यापारी → उपभोक्ता

३. उत्पादक → घाऊक व्यापारी → किरकोळ व्यापारी → उपभोक्ता

४. उत्पादक → निवडक दलाल → किरकोळ व्यापारी → उपभोक्ता

५. उत्पादक → दलाल → किरकोळ व्यापारी → उपभोक्ता

६. उत्पादक → अखत्यारीचा अभिकर्ता → उपभोक्ता

१) प्रत्यक्ष उपभोक्त्यांना विक्री

श्रमविभागणीच्या तत्त्वाप्रमाणे अनेक व्यापारी मध्यस्थांचा जन्म झालेला आहे; पण स्पर्धेची तीव्रता वाढल्यामुळे बरेच उत्पादक प्रत्यक्ष ग्राहकांना विक्री करण्याचे तंत्र अवलंबितात. ते आपल्यात व उपभोक्त्यात कोणत्याही मध्यस्थाला स्थान देत नाहीत. उत्पादक व उपभोक्ता यात कोणीही व्यापारी मध्यस्थ नसतो.

प्रत्यक्ष उपभोक्त्यांना विक्री करण्याची पद्धत दोन मार्गांनी राबविली आहे. एक तर ते टपाल-विक्री धंद्याप्रमाणे टपालाद्वारे विक्री करतात किंवा प्रत्येक ग्राहकास प्रत्यक्ष भेटून माल विकतात. (उदा. भाजीपाला). काही उत्पादक स्वत:ची किरकोळीने विक्री करणारी दुकाने उघडतात. भांडवली वस्तूंची थेट विक्री करणे उत्पादकांना फारसे त्रासाचे होत नाही. उदा. कापड तयार करण्याच्या यंत्राचे उत्पादक, त्यांनी उत्पादित केलेले यंत्र कापड उत्पादन करणाऱ्या कारखान्यांना सहजतेने विकू शकतात. शहरालगतच्या खेड्यातून भाजीपाल्याचे उत्पादन करणारे उत्पादक शहरात येऊन उपभोक्त्यांना उत्पादित मालाची विक्री करताना दिसतात. वस्तू विकताना ती वस्तू उत्पादकाकडे विविध प्रकारांत असणे आवश्यक असते. वस्तुतील विविधतेमुळे उपभोक्त्यांच्या गरजा भागविणे शक्य होते; पण उत्पादक बऱ्याच वेळेस उपभोक्त्याच्या मागणीचा अंदाज करण्यास असमर्थ ठरतो. त्याकडील उत्पादन अपुरे पडते. अशा वेळी उत्पादक त्याच्या ग्राहकाची मागणी पूर्ण करण्याकरिता इतर उत्पादकांकडून मालाची खरेदी करतो. असा खरेदी केलेला माल तो ग्राहकांना विकतो. ही विपणनाची अत्यंत लहान साखळी आहे.

२) प्रत्यक्ष किरकोळ व्यापाऱ्यांना विक्री

किरकोळ व्यापाऱ्याद्वारे विक्री ही वरीलप्रमाणे वितरणाची लहान साखळी आहे. यामध्ये उत्पादक व उपभोक्ता यांना जोडणाऱ्या किरकोळ व्यापाऱ्याच्या सेवेचा फायदा घेतला जातो. सहसा शेतीमालाची विक्री शेतकरी कृषिमालाच्या बाजारपेठेत करीत असतात. ही नंतर मालाची फेरविक्री म्हणून किरकोळ व्यापाऱ्यांना केली जाते. किरकोळ व्यापारी शेतीमाल मोठ्या प्रमाणात छोट्या उत्पादकांकडून खरेदी करतात. किरकोळीने त्या मालाची ग्राहकांना विक्री करतात. घाऊक व्यापाऱ्याला वगळण्याकरिता काही उत्पादक प्रत्यक्ष किरकोळ व्यापाऱ्यालाच विक्री करतात. कधी कधी किरकोळ व्यापाऱ्याच्या व्यवसायाचा व्याप मोठा असला तर किरकोळ व्यापारीच घाऊक व्यापाऱ्यास वगळून सरळ उत्पादकाकडून खरेदी करतो. साखळी पद्धतीच्या दुकानांची खरेदी सहसा मध्यवर्ती कार्यालयाकडून केली जाते. हा प्रकार खालील परिस्थितीत अनुकूल ठरतो :

१) उत्पादकाच्या मालाला असलेल्या मागणीला चढ-उतार नसावेत.

२) उत्पादन मोठ्या प्रमाणावर होत असावे.

३) बाजारपेठेतील अनेक क्रियांकरिता व उधारी वसूल होईपर्यंत तग धरण्याकरिता पुरेसे भांडवल पाहिजे.

४) ज्या वस्तूंची मर्यादित प्रमाणावर विक्री होते त्यांना प्रत्यक्ष किरकोळ व्यापाऱ्यांना विक्री करणे परवडण्यासारखे नसते; त्याकरिता अशा वस्तूंचे उत्पादन करावे की, ज्याला भरपूर मागणी आहे.

३) घाऊक व्यापाऱ्याला विक्री

वितरणाच्या साखळीत घाऊक व्यापाऱ्याला फार पूर्वीपासून स्थान प्राप्त झाले आहे. उत्पादक व किरकोळ व्यापारी यांना साधणारा हा महत्त्वाचा दुवा आहे. हा मोठ्या प्रमाणावर खरेदी-विक्रीचे व्यवहार करतो. लहान उत्पादकाकडील माल, समाजाला फारसा परिचित नसलेला माल विकत घेतो. अशा मालाची विक्री वाढवितो. स्वतःचे वितरणाच्या साखळीतील महत्त्व वाढवितो. याच्याकडे विक्रेत्यांची नेमणूक केलेली असते. याच्या विक्री विभागाचे योग्य रितीने संघटन केलेले असते. याचे विक्रेते किरकोळ व्यापाऱ्यांना नियमितपणे भेटी देऊन उत्पादकाच्या मालाची विक्री वाढवतात. घाऊक व्यापारी अनेक उत्पादकांच्या मालाची विक्री करतो, त्यामुळे विक्री विभागावर खर्च करणे याला परवडते. एकट्या उत्पादकाला जितका विक्री खर्च येतो त्या मानाने याच्या विक्री खर्चाची टक्केवारी खूप कमी असते. याने केलेला खर्च

अनेक उत्पादकांत विभागला जातो. ह्या वस्तू एकत्रित करणे, त्यावर शिक्के मारणे, उत्पादकाला भांडवल पुरवठा करणे यांसारखी अनेक इतर कार्ये तो करीत असतो.

परंतु, उत्पादकाने पूर्णपणे घाऊक व्यापाऱ्यावर अवलंबून राहणे योग्य नसते, कारण यामुळे उत्पादक व किरकोळ व्यापारी यांच्यामधील संबंध कमकुवत होतात, ते संबंध दुरावतात. त्याचा विक्रीवर परिणाम होतो. काही घाऊक व्यापारी स्वत:च्या मुद्रा असलेल्या वस्तू विकतात. ज्या वस्तूंच्या विक्रीकरिता अधिक परिश्रमाची गरज असते; त्यांच्याकरिता घाऊक व्यापारी अधिक परिश्रम घेईलच असे सांगता येत नाही. घाऊक व्यापारी अनेक उत्पादकांचा माल विकत असल्यामुळे प्रत्येक उत्पादकाच्या मालास न्याय्य वर्तणूक देण्यास तो असमर्थ ठरतो.

४) निवडक दलालामार्फत विक्री

उत्पादक काही वेळेस मालाची विक्री निवडक किंवा ठराविक दलालामार्फत करतात. हे दलाल एखाद्या विशिष्ट विभागात कार्य करीत असतात. त्या विभागातील विक्रीचे पूर्ण अधिकार या अभिकर्त्याला दिलेले असतात. या अभिकर्त्यांशी विक्रीचा करार करण्यात येतो. कराराद्वारे दलालाचा कालावधी, दलालाला दिल्या जाणाऱ्या कमिशनची टक्केवारी ठरविली जाते. कराराद्वारे दलालीचा कालावधी देखील ठरविला जातो. करार विशिष्ट कालावधीकरिताच केला जातो. दलालाने किमान किती खरेदी केली पाहिजे याचे बंधन दलालावर कराराद्वारे टाकले जाते. काही वेळेस कराराद्वारे कराराची कोणतीही मुदत ठरविली जात नाही. करारातील प्रधान किंवा अभिकर्ता एकमेकांना योग्य कालावधीची सूचना देऊन करार रद्द करू शकतात. आपल्या विभागात स्पर्धा वाढून आपल्या नफ्यावर परिणाम होऊ नये म्हणून प्रत्येक दलाल प्रयत्न करीत असतो. दलाल विक्री वाढविण्याकरिता जास्तीत जास्त प्रयत्न करीत असतो, तसेच किरकोळ व्यापाऱ्यावर योग्य नियंत्रण मिळवत असतो. याचा परिणाम उत्पादकाच्या मालाची विक्री वाढवण्यात होतो. हा या पद्धतीत महत्त्वाचा फायदा असतो. ज्या वस्तूंच्या बाबतीत विक्रयोत्तर सेवांची गरज असते, त्यांच्याकरिता निवडक दलालांची नियुक्ती करणे हितावह असते. सहसा दलालाची नेमणूक दैनंदिन गरजेच्या वस्तूंची विक्री करण्याकरिता केली जाते. सुखसोयीच्या वस्तूकरिता अशी नेमणूक केली जात नाही या पद्धतीचा माल उत्पादकाकडून निवडक दलालाकडे व नंतर किरकोळ व्यापाऱ्याकडून उपभोक्त्याकडे येऊन पोहोचतो.

५) दलालामार्फत विक्री

ज्या उत्पादकांना ग्राहकाशी घनिष्ट संबंध ठेवावयाचे असतात, पण ज्यांना अनेक शाखा उघडणे परवडत नाही, ते दलालामार्फत विक्री करतात. दलालामुळे

घाऊक व्यापाऱ्यांच्या मध्यस्थीची गरज नसते. दलालामार्फत उत्पादकाला त्या भागातील बाजारपेठ काबीज करणे शक्य होते. दलाल त्या भागातीलच असल्याने त्याला त्या भागातील ग्राहक, बाजारपेठ यांची चांगली माहिती असते. मोठ्या शहरात जिथे मागणी जास्त असते, पण काही कालावधीनंतर दिल्या जाणाऱ्या उत्पादकाच्या भेटीचा काही परिणाम होत नाही, त्या ठिकाणी विक्री वाढविण्याच्या श्रमाकरिता कायमच्या दलालाची नेमणूक केली जाते. हा दलाल विक्रीचे व्यवहार स्वत:च्या नावाने न करता उत्पादकाच्या नावाने करतो. उत्पादकाकरिताच हा अभिकर्ता विक्रीचे कार्य करतो. या अभिकर्त्याची नेमणूक कायमकरिता केली जाते. त्यामुळे अभिकर्ता त्याच्या प्रधानाचे कायमचे संरक्षण करू शकतो. म्हणजेच उत्पादकाच्या मालाची सतत विक्री करतो.

६) अखत्यारीच्या अभिकर्त्यामार्फत विक्री

शेती मालाच्या विक्रीकरिता या अभिकर्त्यांची नेमणूक होते. ज्वारी, हळद, कापूस इत्यादींची विक्री शेतकरी सहसा या अभिकर्त्यामार्फत करतात. हा अभिकर्ता मालाची विक्री करताना स्वत:च्या नावाने करतो. हा खरेदीचे व्यवहार करतो. तसेच विक्रीचे देखील व्यवहार करीत असतो. विक्री करताना उत्पादकाकरिता जास्तीत जास्त किमतीस विक्री करण्याचे प्रयत्न करतो. हा उत्पादकाकरिता जास्तीत जास्त किंमत मिळवितो, तसेच मालाच्या वाहतुकीची सोय लावणे, उत्पादकाला पोती, टोपल्या पुरविणे इ. कामे देखील करतो. विक्री झाल्यानंतर त्याने केलेला खर्च, त्याची दलाली इ. वजा करून हिशेबपत्रक प्रधानाकडे पाठवितो. हा अभिकर्ता उत्पादकाला बाजाराच्या स्थितीबद्दल माहिती देतो. उत्पादकाला बाजाराच्या स्थितीविषयी योग्य तो सल्ला देतो.

अखत्यारीचा अभिकर्ता उत्पादकाच्या मालाची विक्री वाढविण्याकरिता उधारीवर देखील विक्री करतो. उधारी वसूल करून देण्याची तो उत्पादकाला हमी देतो. या हमीकरिता तो अधिक दलाली आकारतो. अशा अभिकर्त्याची नेमणूक ही एखाद्या व्यवहाराकरिताच केली जाते. या अभिकर्त्याशी केला जाणारा करार हा अतिशय लहान कालावधीचा केला जातो.

वितरण मार्गाची (साखळीची) रचना करणे :

वितरणाचे मार्ग म्हणजे, अंतिम उपभोक्त्याकडे योग्य वेळेला, योग्य ठिकाणी व योग्य प्रमाणात माल रवाना करण्याचे मार्ग. वितरणाचा मार्ग निश्चितपणे ठरविण्याची दोन उद्दिष्टे आहेत –

१) संख्येने अधिक असलेल्या व ठिकठिकाणी विखुरलेल्या उपभोक्त्यांना योग्य प्रमाणात मालाचा पुरवठा करणे, आणि

२) हा माल उपभोक्त्यांना सोईस्कररीत्या योग्य वेळी प्राप्त होईल अशी योजना करणे. वितरणाचे मार्ग हे संघटनेच्या अधिकारात येत नाहीत. परंतु, उत्पादन संघटना आणि व्यापारी यांच्यामध्ये नेहमी संपर्क असला पाहिजे. त्यामुळे वस्तुवितरण कार्य सुलभ व सुसूत्रपणे पार पडते.

८.२ वितरणाचे मार्ग व त्यांचा संस्थेवरील प्रभाव

वितरण मार्गाची निवड करताना तीन गोष्टींचा विचार केला जातो- १) नवीन किंवा नेहमीच्या वस्तूंचे वितरण करणे, २) अभिकर्त्यांची संख्या, ३) मार्गात बदल.

सामान्यपणे वितरण मार्गनिवडीचा प्रश्न हा संस्थेच्या अन्य खात्यांशी संबंधित असलेला प्रश्न असतो. उत्पादन संस्थेत अथवा बाजारपेठेत जी प्रचलित पद्धती असेल त्याचा प्रभावही या निर्णयावर पडतो. या खेरीज निवडलेल्या वितरणमार्गाचा प्रभाव पुढील अंगावर देखील होत असतो.

१) वस्तूंचे संयोजन : उत्पादक संस्थेने निवडलेल्या वितरणमार्गाचा परिणाम वस्तुसंयोजन व विकास कार्यावर होतो. वितरक उत्पादकाला अनेक प्रकारच्या वस्तू निर्माण करण्याचा आग्रह धरतात. रेडिओ डीलर्सबाबत रेडिओचे वितरक, अनेक प्रकारचे रेडिओ सेट तयार करण्याचा आग्रह उत्पादकाकडे धरतात. विशेषत: जे व्यापारी विशिष्ट प्रदेशासाठी एकमेव वितरक म्हणून काम करतात त्यांना त्या कंपनीच्या सर्व वस्तू एकदम ठेवाव्या लागतात.

२) बाजारपेठची वाढ : मध्यस्थांच्या नेमणुकीमुळे बाजारपेठेची वाढ होते. त्यामुळे नव्या बाजारपेठेकडे माल पोहचविण्यासाठी नवे मार्ग शोधावे लागतात. त्यासाठी वेळ आणि पैसा या दोन्हींची तरतूद लागते.

३) किंमत : उत्पादन संस्थेने निवडलेल्या वितरण मार्गाचा प्रभाव वस्तूच्या किंमतविषयक धोरणावर होतो. किरकोळ व्यापारी आपले नफ्याचे प्रमाण कायम ठेवण्याचा आग्रह धरतात. त्यामुळे वस्तूंची किंमत ठरविताना हा मुद्दा लक्षात घ्यावा लागतो. मध्यस्थांच्या संख्येत वाढ झाली तर प्रत्येक मोबदला मिळवून वस्तूंची किंमत बरीच वाढते. ग्राहक सहकारी वस्तू भांडारात किमतीवर बंधने असतात. त्यामुळे उत्पादकाला किमती एकमार्गी वाढविता येत नाहीत.

४) जाहिरात व विक्रयवृद्धी : अनेक घाऊक व मोठे, किरकोळ व्यापारी विशेषत: एकछती दुकाने व सुपर बाजार यातून जाहिरात व विक्रयवृद्धीसाठी उत्पादकाने अधिक प्रयत्न करावेत अशी अपेक्षा असते. जी उत्पादन संस्था स्वत:चा विक्री

विभाग उघडून किंवा टपाल विक्रीमार्फत मालाचे वितरण करीत असेल त्या संस्थेला विक्रयवृद्धी, जाहिरात यावर भरमसाठ खर्च करावा लागतो.

५) मालाची वाहतूक : वितरण मार्गाचा प्रभाव वाहतूक आणि संग्रहण कार्यावर देखील होत असतो. काही घाऊक व्यापारी माल उत्पादकाकडून मागवतात. काही घाऊक व्यापाऱ्यांची संग्रहण व्यवस्था नसते. नाशवंत मालाच्या उत्पादकाबाबत मालाच्या संग्रहणाची व वाहतुकीची जबाबदारी घ्यावी लागते.

६) अर्थ व जोखीम विभाग : वितरणमार्गाची योग्य निवड झाल्याने उत्पादन संस्थेचा अर्थपुरवठ्याचा प्रश्न सोपा होतो. मध्यस्थामार्फत वितरणव्यवस्था असेल तर जोखीम कमी होते.

उत्पादक संस्थेच्या दृष्टीने वितरणमार्ग ठरविण्याचे खात्रीलायक धोरण म्हणजे उद्योगात प्रचलित असलेला मार्ग स्वीकारणे हे होय. तथापि, अनेक उद्योगधंद्यात अनेक पर्यायी मार्ग असतात.

गेल्या काही वर्षात भारतातील वस्तु-वितरण कार्य बरेच बदलले आहे. वितरणात घडून आलेले हे बदल म्हणजे वितरण व्यवस्थेच्या गतिशील स्वरूपाचे मूर्तिमंत उदाहरण आहे. हे बदल घडून येण्याची अनेक कारणे सांगता येतील. त्यापैकी सर्वात महत्त्वाची कारणे म्हणजे सध्याची टंचाई व भाववाढ परिस्थिती. त्याबरोबरच वस्तूरचनेतील अद्ययावतपणा आणि लोकसंख्येच्या शहरीकरणाचे वाढते प्रमाण ही देखील कारणे आहेत. आपल्या देशात वितरणव्यवस्थेत घडून आलेले (महत्त्वाचे) बदल पुढीलप्रमाणे:-

वितरकांची बदललेली कार्ये : आपल्या देशातील वितरक किंवा घाऊक व्यापारी हे पूर्वापार पद्धतीने उत्पादकांना अर्थपुरवठा करीत. काही प्रसंगी किरकोळ व्यापाऱ्यांना अडीअडचणीच्या वेळी कर्जे देत. त्यांचे विक्री-कार्य म्हणजे केवळ मालाचा उठाव हे असे. अलीकडील काळात उत्पादक किंवा किरकोळ व्यापारी यांना अर्थपुरवठा करण्याचे वितरकांनी थांबविले असून वस्तूंचे कार्यक्षमरीत्या वितरण व प्रसार करणे हे एकमेव कार्य स्वीकारले आहे. या क्षेत्रांतील त्यांचे कार्य खरोखरच पुरोगामी स्वरूपाचे व काळाच्या गरजेनुसार बनले आहे. आपल्या देशातील काही महत्त्वाची एकछती दुकाने, मॉल, सुपर बाजार आणि सहकारी ग्राहक भांडारे पश्चिमात्य राष्ट्रातील तुलनेने चांगली कामगिरी बजावत आहेत.

उत्पादित वस्तूंचा विस्तार : घाऊक व किरकोळ व्यापारी विशेषत: किरकोळ व्यापारी यांचा कल अधिकाधिक वस्तूंचा उत्पादकाकडे साठा करण्याचा आहे. विशेष

वस्तूंचा व्यापार करणारे व्यापारी आपल्याकडे कमी आहेत. त्यामुळे जवळ जवळ सर्व व्यापारी सर्वच वस्तूंचा व्यापार करतात. त्यामुळे वितरणमार्गांची निवड करण्याचा प्रश्न आपल्या देशात अधिक गुंतागुंतीचा आहे. रस्त्याच्या कोपऱ्याकोपऱ्यावर पानपट्टीच्या दुकानातून ज्याप्रमाणे अनेक कंपन्यांच्या सिगारेट्स मिळतात. त्याचप्रमाणे नेहमी लागणारी औषधे, अत्तरे आदी माल मिळतो. किरकोळ व्यापाऱ्याला आज अधिकाधिक प्रकारच्या मालाची साठवण करून उत्पन्न वाढविण्याची चटक लागली आहे.

अधिक नफ्याकडे दृष्टी : घाऊक व किरकोळ व्यापाऱ्यांना अलीकडे नफ्याचे वाढते प्रमाण हवे असते. जे उत्पादक वाढत्या प्रमाणात नफा देत नाहीत, त्यांच्या वस्तूंचे पुन्हा लहान प्रमाणात विभाजन करून, बांधणी करून त्यावर हे दुकानदार आपला शिक्का मारतात. यामुळे त्यांना अधिक मार्जिन मिळणे शक्य होते. मुद्रांकनाबाबत भारतात एक नवाच प्रवाह दिसून येत आहे. उत्पादकांच्या मुद्रांपेक्षा वितरकांच्या मुद्रा पुढे येत आहेत.

वितरकांचे आकारमान व ठिकाण : वस्तूंची विभिन्नता वाढल्याने गुदामातील जागा व दुकानातील जागा वाढणे अपरिहार्य झाले. शिवाय दुकानाची शोभा व 'काच पेटीतील मांडणी' (Window Display) याकडे व्यापारी अलीकडे लक्ष देत आहेत. या सर्व कारणांमुळे दुकानासाठी वाढती जागा व त्यामुळे दुकानांचा वाढता विस्तार ह्या घटना आपोआप घडून येत आहेत. वाढते शहरीकरण, नगरे आणि महानगरे यांची अवास्तव वाढ यामुळे मॉल, सुपर बाजार किंवा एकछती दुकाने मोठ्या संख्येने निर्माण होत आहेत.

उत्पादकांनी देशातील वितरणमार्गाचे बदललेले हे स्वरूप लक्षात घेऊन वितरणविषयक धोरण ठरविले पाहिजे.

वितरणमार्गाची निवड : वितरणमार्गाची निवड हा ज्या त्या उत्पादनसंस्थेचा विषय असला तरी देखील काही मूलभूत तत्त्वे विचारात घेण्यासारखी आहेत. संस्थेचे वितरणधोरण हे अंतिम ग्राहकापासून सुरू होऊन उत्पादकाकडे परतले पाहिजे; कारण वितरण धोरण हे ग्राहकांच्या खरेदीच्या सवयीवर अवलंबून असते. उदा. अधिकांश ग्राहकांना आपली खरेदी सायंकाळच्या वेळी व उधारीची करावयाची असेल तर उत्पादकाने प्रत्येक किरकोळ व्यापाऱ्यांशी संपर्क साधला पाहिजे. यंत्र खरेदी केलेला एखादा औद्योगिक ग्राहक यंत्राचा सुटा भाग २४ तासांत दुरुस्त करून मिळण्याची अपेक्षा धरतो. तेव्हा वितरक असा निवडला पाहिजे की, ज्याच्याकडे दुरुस्तीसेवा अत्यंत कार्यक्षमरीत्या पार पाडली जाईल.

वितरणमार्ग संस्थेच्या मूलभूत उद्देशाशी पूर्णपणे निगडित असला पाहिजे. यंत्रोत्पादन करणाऱ्या संस्थांना आपल्या ग्राहकांना विक्रयोत्तर सेवा तत्परतेने पुरवाव्या लागतात. त्यासाठी वितरणाची साखळी लहान असली पाहिजे. विभिन्न वस्तूंना देशभर बाजारपेठ मिळवून देणे हे उद्दिष्ट असेल तर केवळ किरकोळ व्यापारी न निवडता घाऊक व्यापारी व मध्यस्थ यांच्यासह सर्वंकष वितरणरचना आखावी लागते.

निवडलेले वितरणमार्ग व त्यासंबंधीचे धोरण लवचिक ठेवावे लागते. उदा. एखाद्या उत्पादकाने केवळ साखळी पद्धतीची दुकाने स्थापून मालाचे वितरण करावयाचे असे ठरविले तर हे धोरण सर्व बाबतींत यशस्वी होत नाही. ज्यावेळी उत्पादित वस्तूंची संख्या वाढते, त्यावेळी अन्य वितरकांकडे माल द्यावा लागतो.

विशिष्ट वस्तूच्या वितरणाबाबत हा मुख्य मुद्दा लक्षात घेतला पाहिजे की, वितरकांच्या संस्था ह्या एकमेकांशी संबंधित असतात. शिवाय ज्यावेळी एखादा उत्पादक वितरकांची संख्या मर्यादित ठेवतो, तेव्हा ते वितरक महत्त्वाचे बनतात. याउलट, वितरकांची संख्या भरमसाठ वाढल्यास वितरणसाखळीत काही कच्चे दुवे राहून जातात. हे कच्चे दुवे शोधून काढून वितरणसाखळी भक्कम करणे हे अगत्याचे ठरते. घाऊक व्यापाऱ्यामार्फत मालाचे उत्पादन करणारे उत्पादक यांचे यश हे घाऊक व्यापाऱ्याच्या यशात असते आणि घाऊक व्यापाऱ्याचे यश हे किरकोळ व्यापाऱ्याच्या यशस्वितेवर अवलंबून असते.

निवडलेला मार्ग असा पाहिजे की, ज्यामुळे उत्पादकाच्या वस्तूचा बाजारपेठेत सहज शिरकाव होईल.

वितरणाच्या मार्गाची निवड करण्याचा निर्णय हा खालील घटकांवर अवलंबून असतो:

१) वस्तूंचे स्वरूप : वस्तू दोन प्रकारच्या असतात. औद्योगिक वस्तू व ग्राहकोपयोगी वस्तू. ग्राहकोपयोगी वस्तूंचे तीन प्रकार पडतात. सुविधा वस्तू, खरेदीच्या वस्तू, विशिष्ट वस्तू.

अ) औद्योगिक वस्तू : औद्योगिक वस्तू म्हणजे कारखानदाराला उत्पादक कार्यासाठी लागणाऱ्या वस्तू. उदा. यंत्रसामग्री व त्याचे सुटे भाग, औद्योगिक कच्चा माल इ. तुलनात्मक दृष्ट्या खऱ्या अर्थाने औद्योगिक वस्तूंची संख्या कमी असते.

ब) ग्राहकोपयोगी वस्तू : ग्राहकोपयोगी वस्तू म्हणजे ज्या वस्तू खरेदी केल्याबरोबर वापरता येतील अशा वस्तू. यातील पहिला प्रकार म्हणजे सुविधा वस्तू. या वस्तूंची खरेदी ग्राहकाकडून केली जाते. उदा. साबण, वृत्तपत्रे, विजेचे दिवे, रेझर ब्लेड इ. या वस्तूंची खरेदी वरचेवर तत्परतेने आणि कमीत कमी वेळात

केली जाते. हे तीन घटक महत्त्वाचे आहेत. ज्या ज्या वेळी ग्राहकाला सुविधा वस्तूची गरज भासते. त्या त्या वेळी तो जवळच्या दुकानातून व शक्यतो लवकर ती वस्तू खरेदी करतो. या वस्तूच्या प्रत्येक नगाची किंमत तुलनेने फारशी नसल्याने जवळच्या जवळ थोडी अधिक किंमत देऊनही ग्राहक वस्तू मिळवितो. खरेदीच्या वस्तू म्हणजे अशा ग्राहकोपयोगी वस्तू की ज्यांची निवड आणि खरेदी करताना ग्राहक वस्तूंची किंमत, पद्धत, रचना, सुयोग्यता इ. गोष्टी पाहतो. उदा. फर्निचर, मोटारगाड्या, गृहोपयोगी साधने इ.

विशिष्ट वस्तू म्हणजे अशा वस्तू की, ज्यांची नावीन्यपूर्ण वैशिष्ट्ये असतात. ज्या वस्तू त्यांच्या मुद्रेवरून खरीदल्या जातात आणि ज्यांच्या विक्रीसाठी प्रयत्न करावे लागतात. उदा. कॅमेरे, विद्युत उपकरणे, फ्रीज इ. या वस्तूंबाबत किंमत हा महत्त्वाचा घटक नसतो; तर ग्राहकांची पसंती आणि वस्तूची विशेष वैशिष्ट्ये यांना महत्त्व असते.

वस्तूंच्या या वर्गीकरणावरून त्यांच्या वितरणासंबंधी पुढील अनुमान काढता येते; सुविधा वस्तू यांचे वितरण मोठ्या प्रमाणावर व देशांच्या कानाकोपऱ्यांत करावे लागते. खरेदीच्या विशिष्ट वस्तूंचे वितरण मोठ्या शहरांतील अत्याधुनिक दुकानांतून करावे लागते; जर वस्तू नाशवंत असेल उदा. चहा, तंबाखू, चीज, भाजीपाला इ. तर वितरणाचा मार्ग हा नियंत्रित व मर्यादित निवडला पाहिजे. या वस्तू शक्य तो ताज्या अवस्थेत ग्राहकांपर्यंत पोचविणे आवश्यक असते; जर वस्तू टिकाऊ असतील तर वस्तू वितरण साखळी किंवा वस्तूंचा प्रवास लांबला तरी चालतो.

२) ग्राहक : वस्तूच्या स्वरूपाचा अभ्यास झाल्यानंतर ग्राहक वर्गाचा अभ्यास केला पाहिजे. ग्राहक वयाच्या व उत्पन्नाच्या कोणत्या गटात बसतो, स्त्री आहे की पुरुष आहे, व्यवसाय काय आहे, हे प्रश्न देखील महत्त्वाचे असतात. यावरून कोणत्या गटातील ग्राहक कोणत्या वस्तूसाठी कोणता मार्ग पसंत करतात हे ठरते. वस्तुखरेदीचे सरासरी प्रमाण काय हेही लक्षात ठेवता येते. उदा. खरेदीच्या वस्तू घेण्यासाठी ग्राहक फक्त नावाजलेल्या दुकानांची किंवा सुपर बाजाराची निवड करतात. अर्थात, यात ग्रामीण ग्राहक व शहरी ग्राहक हाही भेद लक्षात घ्यावा लागेल. एखादी विशिष्ट वस्तू घेण्याचा निर्णय शहरातील ग्राहक चटकन घेऊ शकतो. याउलट, तोच निर्णय घेण्यासाठी खेडेगावातील ग्राहकाला अधिक वेळ लागतो.

३) बाजारपेठेची व्याप्ती : बाजारपेठ मर्यादित आहे की विस्तृत आहे, यावर देखील वितरणाच्या मार्गाची निवड अवलंबून असते. काही उत्पादकांना आपल्या वस्तू केवळ प्रादेशिक बाजारपेठेतच विकावयाच्या असतात. त्यांच्यासाठी लहान प्रमाणावर

व्यापार करणारे वितरक चालतात. याउलट, राष्ट्रीय बाजारपेठ पटकविण्याचे उद्दिष्ट असेल तर मध्यस्थाची निवड किंवा घाऊक व्यापाऱ्यांच्या नेमणुका या देशभर व्यावसायिक संबंध असलेल्या वितरकांतून कराव्या लागतात.

४) अर्थपुरवठा : आर्थिक तरतूद हा वितरणविषयक निर्णय घेण्यातील महत्त्वाचा घटक असतो. आर्थिक स्थिती बेताची असेल तर अधिक मार्ग किंवा खर्चिक मार्ग अवलंबणे शहाणपणाचे ठरत नाही. आपल्या देशातील लघुउद्योगांना हा एक शापच आहे. ते उत्पादन एकवेळ कसेतरी करू शकतात, पण उत्पादित वस्तूचे विपणन पैशाअभावी शक्य होत नाही.

५) उत्पादक संस्था : विपणन विभागाची रचना व संघटना ही उत्पादन संस्थेच्या आकारमानावर अवलंबून असते. त्याचप्रमाणे वितरणमार्गाची निवड ही देखील संस्थेच्या आकारमानावर व प्रकारावर अवलंबून असते. भागिदारी संस्था किंवा लघु-उत्पादक वितरणमार्ग अधिक गुंतागुंतीचा ठरणार नाहीत. यात जोखीम अधिक असते. याउलट, सार्वजनिक कंपनी किंवा महामंडळ अधिक चांगल्याप्रकारे वितरण व्यवस्था स्वीकारू शकतात. 'इंडियन ऑइल कॉर्पोरेशन' ह्या संस्थेचे वितरणमार्ग व व्यवस्था आदर्श अशी आहे, संस्थेसंबंधी इतर घटकही महत्त्वाचे आहेत.

प्रसिद्ध व बाजारपेठेत नाव कमावलेल्या उत्पादनसंस्था ह्या वितरणमार्ग व मध्यस्थ यांची निवड अन्य प्रसिद्धी न पावलेल्या संस्थांपेक्षा चांगली करतात.

आर्थिक स्थिती भक्कम असलेल्या संस्था स्वत:ची विक्रीसंघटना उभारून किंवा विक्रीशाखा काढून किंवा स्वत:ची गुदाम संघटना उभारून मालाचे वितरण करू शकतात. उलट आर्थिकदृष्ट्या कमकुवत असलेल्या उत्पादन संस्था स्वत:ची वितरण संघटना स्थापन करू शकत नाहीत. त्यामुळे त्यांना आपला माल किरकोळ विक्रेत्यांना विकावा लागतो. काही घाऊक व्यापारी व मध्यस्थ अशा अनेक उत्पादनसंस्थांकडून माल खरेदी करून त्यावर स्वत:चे मुद्रांकन करतात; व मालाचे वितरण करतात.

वितरणमार्गाची निवडही कंपनीचे व्यवस्थापन आणि विपणन-अनुभव यावर अवलंबून असते. काही कंपन्यांकडे तज्ज्ञ विपणनव्यवस्थापकांची नेमणूक केलेली नसते. अशा कंपन्यांत स्वतंत्र असे वितरणविषयक धोरण ठरविले जात नाही. मध्यस्थ किंवा व्यापारी अभिकर्ते यांच्यावर अवलंबून रहावे लागते.

निवडलेल्या वितरणमार्गाचे योग्य नियंत्रण होण्यासाठी उत्पादकांना सातत्यशील प्रयत्न करावे लागतात. अनेक आधुनिक व्यवस्थापन लाभलेल्या कंपन्यांत वितरणविषयक धोरण असे आखण्यात येते की, ज्यामुळे वितरण कार्याचे मूल्यमापन केले जाईल.

निवडलेले वितरणमार्ग संस्थेच्या दृष्टीने हितकारक आहेत काय, त्यामुळे वितरण खर्च कमी येऊन नफ्यात कितपत वाढ होते, यासाठी वितरण कार्याचे मूल्यमापन करावे लागते; जर कंपनीने एकापेक्षा अधिक वितरणमार्गाची निवड केली असेल तर त्यांचे मूल्यमापन पुढीलपैकी एका तत्त्वावर केले जाते.

१) वितरण केल्या गेलेल्या वस्तूंचे लाभाधिक्य.

२) विक्रीपासून ग्राहकांना मिळालेले लाभाधिक्य.

३) भौगोलिकदृष्ट्या प्रत्येक क्षेत्रातील विक्रीपासून मिळालेले लाभाधिक्य; आणि

४) प्रत्येक वितरणमार्गामुळे मिळालेले लाभाधिक्य.

वरील माहिती एकत्र करून लाभाधिक्य एकत्र केले की, त्या माहितीवरून योग्य किंवा यशस्वी वितरणमार्गाची निवड करता येते.

भारतात वितरण मार्गाची निवड आणि त्याचे नियंत्रण या बाबीकडे फारसे लक्ष गेलेले नाही. वितरणातील घाऊक व्यापारी व मध्यस्थ यांनी आपल्या पद्धतीत सुधारणा न केल्याने भारतातील उत्पादन संस्था त्यांच्यावर कमीत कमी अवलंबून राहण्याचे धोरण ठरवितात. आपल्या देशात वितरण कार्यात सरकारने प्रवेश केला असून काही शेतमाल व औद्योगिक माल सरकारमार्फत वितरित केला जातो. देशामधील ग्राहकांची बदललेली अभिरुची, उत्पादित वस्तूंची विविधता या कारणांमुळे वितरणमार्गाची निवड करणे हे उत्पादन संस्थेपुढील एक आव्हान होऊन बसले आहे.

'बाटा' कंपनीतील वितरण व्यवस्था ही आदर्श अशी आहे. किरकोळ व्यापारी, घाऊक व्यापारी आणि निर्यात बाजारपेठा अशी या पद्धतीची तीन रूपे आहेत. ८४२ किरकोळ दुकाने आहेत. ४०६ घाऊक व्यापारी आणि २२५ वितरक हे सर्व देशभर पसरले आहेत.

मेटल बॉक्स ही संवेष्टण साहित्य निर्माण करणारी कंपनी ग्राहकोपयोगी बाजारपेठेच्या सान्निध्यात आपले वितरण जाण्याची खबरदारी घेते. मालवाहतुकीचा खर्च कमी असल्याने या कंपनीला ग्राहकांच्या दरात माल नेणे परवडते.

अगदी अलीकडे भारतात उत्पादक स्वत:ची विक्री केंद्रे चालविण्याकडे अधिक प्रवृत्त होतात. याचा अर्थ असा आहे की, उत्पादित ग्राहकोपयोगी वस्तूंचे वितरण करणारे मध्यस्थ आपली कामगिरी आवश्यक तेवढ्या कार्यक्षमतेने पार पाडीत नाहीत. उदा. कापड तयार करणाऱ्या गिरण्या, तयार कपड्यांचे निर्माते, खाद्य पदार्थ व इतर अन्नपदार्थ यांचे उत्पादक हे स्वत:ची विक्री केंद्रे चालवून वस्तू वितरणाचे प्रत्यक्ष कार्य देखील स्वत:च्या नियंत्रणाखाली करतात. यासाठी उत्पादक संस्था स्वतंत्र विक्री विभाग उघडतात. हा वितरण मार्गातील नवा बदल बोलका आहे.

प्रश्नसंच

(१) वितरण साखळी म्हणजे काय ? वितरण साखळ्यांचे प्रमुख प्रकार वर्णन करा.

(२) वितरण मार्ग ठरविण्याची उद्दिष्टे कोणती ?

(३) वितरण मार्गाचा प्रभाव वस्तूच्या किमतीवर काय होतो ?

(४) 'उत्पादक संख्येच्या दृष्टीने वितरणमार्ग ठरविण्याचे खात्रीलायक धोरण म्हणजे त्या उद्योगात रूढ असलेला मार्ग स्वीकारणे.' – स्पष्ट करा.

(५) वितरण मार्गाची निवड कोणत्या घटकांवर अवलंबून असते ?

(६) चूक की बरोबर ते सांगा.

१) औद्योगिक क्रांतीनंतर उत्पादक व उपभोक्ता यातील अंतर वाढले.

२) भांडवली वस्तूंची थेट विक्री करणे उत्पादकाला फारसे त्रासाचे नसते.

३) साखळी पद्धतीच्या दुकानांची खरेदी मध्यवर्ती कार्यालयाकडून केली जात नाही.

४) वितरण धोरण हे ग्राहकांच्या खरेदी सवयीवर अवलंबून नसते.

(७) जोड्या जुळवा.

गट – अ	गट – ब
शेतमालाची विक्री	घाऊक व्यापारी
दैनंदिन गरजेच्या वस्तूंची विक्री	प्रत्यक्ष उपभोक्त्यांना विक्री
अपरिचित मालाची विक्री	अखत्यारीतील अभिकर्ता

(८) 'देशातील वितरणभागाचे बदललेले स्वरूप' यावर एक टिपण तयार करा.

(९) तुम्हाला परिचित असलेल्या एखाद्या उत्पादक संस्थेने निवडलेला वितरण मार्ग कसा आहे हे तपासून पहा. त्यातील दुवे किंवा साखळ्या यांची संख्या – त्यांचे स्थान – उलाढाल व वितरण खर्च याबाबत तपशील गोळा करा.

(१०) एखादा उद्योग अगर वस्तूसाखळी निवडून तिच्या वितरकांची कार्ये जाणून घ्या. त्यात गेल्या ३ वर्षांत कशा प्रकारे बदल घडून आला ते तपासा.

(११) ग्राहकोपयोगी वस्तू आणि औद्योगिक वस्तू यांच्या वितरण साखळीत फरक असतो काय ?

दोन्ही प्रकारच्या निवडक वस्तूं बाबतीतील तुमच्या गावातील वितरण कार्य अभ्यासा.

प्रकरण ९

पणन प्रवर्तन संयोग
Market Promotion Mix

९.१ विषयप्रवेश – अर्थ, व्याप्ती आणि महत्त्व
९.२ पणन प्रवर्तन प्रभावित करणारे घटक

९.१ विषयप्रवेश :

विपणन कार्यातील आणखी एक महत्त्वाचा 'पी' म्हणजे 'प्रमोशन' बाजारपेठ प्रवर्तन! अन्य 'पी' च्या तुलनेत हा घटक थोडा वेगळा आहे, याचा संबंध प्रत्यक्ष बाजारपेठेच्या निर्मितीशी आहे. विपणन व्यूहरचना करताना पणन प्रवर्तन कार्यामुळे मागणी निर्माण होते हे पुढील आकृतीवरून लक्षात येईल.

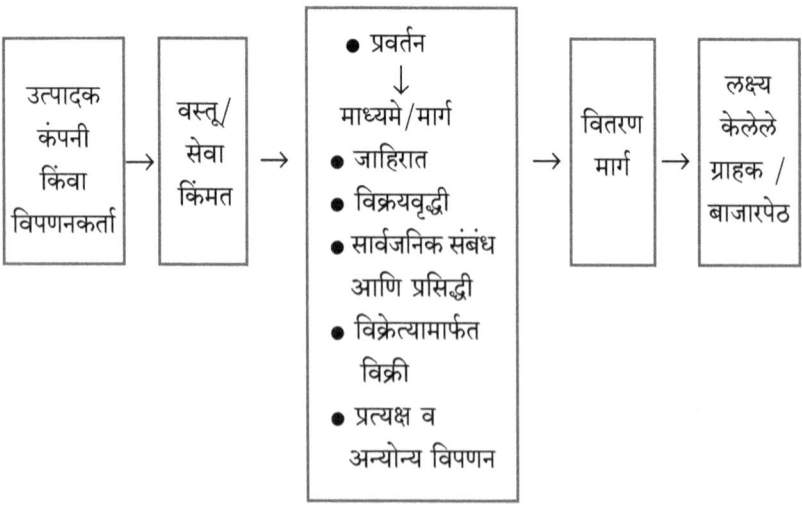

वस्तू (Product), Price किंमत हे दोन घटक एका बाजूला आणि Place वितरण मार्ग दुसऱ्या बाजूला आणि प्रवर्तन घटक हे केंद्रस्थानी आहे. Promotion या P चे घटक हे केवळ विशिष्ट उत्पादित वस्तूच्या किंवा सेवेच्या संदर्भात असे नाहीत तर संपूर्ण व्यवसाय व बाजारपेठेच्या संदर्भातही उपयुक्त असतात.

अर्थ : प्रवर्तन याचा शब्दश: अर्थ प्रवृत्त करण्याची प्रक्रिया होय. पणन 'प्रवर्तन' किंवा Market Promotion म्हणजे संज्ञापनाच्याद्वारे लक्ष्य केलेली बाजारपेठ व सुप्तावस्थेतील उपभोक्ते यांना विशिष्ट वस्तू/सेवा यांच्याबाबत जाणीव करून देणे; जेणकरून ते मागणीस प्रवृत्त होतील. Promotion is communication to the potential consumers and refer to non price selling activities of the company. अव्यक्त उपभोक्त्यांचे संज्ञापन म्हणजे प्रवर्तन होय. त्याला कंपनीची विनामूल्य विक्री कार्ये असे म्हणतात. वस्तू व सेवांची बातमी माहिती बाजारात पोचल्याशिवाय सुप्त उपभोक्त्यांना जाणीव होणार नाही. वस्तूंचे ज्ञान झाल्याखेरीज उपभोक्त्यांना त्यांच्या आवशकतांना उत्तर तयार असल्याचे समजणार नाही. ते मागणीला प्रवृत्त होणार नाहीत. उपभोक्त्यांना प्रवृत्त करणे हे महत्त्वाचे असते.

प्रवर्तन हे नव्या बाजारपेठेत, नव्या वस्तूसाठी आवश्यक असते. तसेच ते अस्तित्वात असलेल्या बाजारपेठेचा विकास होण्यासाठी गरजेचे असते. ग्राहकाला सांभाळणे त्यांचेकडून पुन: पुन्हा वस्तू खरेदी केली जाणे महत्त्वाचे असते.

विपणन निर्णय घेताना 'प्रमोशन' (P) हा घटक व त्याचे विविध भाग यांचा उत्पादकाला किंवा विपणनकर्त्याला विचार करावा लागतो. त्याचे कारण ग्राहकाला वस्तू व सेवांबाबत ज्ञान व माहिती होणे गरजेचे असते. हे ज्ञान व माहिती म्हणजे संज्ञापन होय. प्रभावी संज्ञापनामुळे उपभोक्त्यांमध्ये वस्तूंबाबत जागृती होते; व ते त्यांची मागणी करतात.

व्याप्ती :

पणन प्रवर्तनात पुढील गोष्टींचा समावेश होतो :

१) **जाहिरात करणे :** स्वत: खर्च करून वस्तू / सेवेबाबत इतरांकडून होणारे सादरीकरण.

२) **विक्रयवृद्धी :** अल्पमुदती प्रयत्नाने वस्तूची विक्री वाढविणे.

३) **व्यक्तिगत विक्री :** खरेदीदाराला वस्तू दाखवून, त्याला माहिती देऊन प्रत्यक्ष विक्री करणे.

४) **सार्वजनिक संबंध व प्रसिद्धी :** विविध मार्गाने अप्रत्यक्षरीत्या कंपनीबाबत जनमत जागृत करणे.

५) **प्रत्यक्ष विक्री व अन्योन्य विपणन :** टपाल, फोन, इंटरनेट याद्वारे प्रत्यक्ष

संपर्क साधून सुप्त उपभोक्त्यांमधून ग्राहक तयार करणे व त्यांना प्रत्यक्ष प्रवर्तनाची वरील आयुधे किंवा मार्ग निवडताना (१) वस्तू व सेवा प्रकारानुसार योग्य प्रकार (२) खर्चाचे अंदाजपत्रक (३) ग्राहकांची मानसिकता (४) वस्तू जीवनचक्र इ. घटक विचारात घेतले जातात. प्रवर्तनात प्रभावी संज्ञापन असणे किती महत्त्वाचे असते हे प्रकरणाच्या पुढील भागात वर्णन केले आहे. सामान्य विपणनकर्ता किंवा कंपनी स्वत: वेगवेगळे संज्ञापन मार्ग स्वीकारते. उदा. सुरुवातीला सामान्यत: जाहिरात, नंतरच्या टप्प्यात वितरकांसाठी जाहिरात, त्यानंतर सवलतीच्या योजना, भेटी, प्रदर्शने इ. अनेक योजना राबविल्या जातात. स्थूलमानाप्रमाणे संज्ञापन पद्धती निवडताना व्यक्तिगत प्रभाव पाडणाऱ्या संदेश पद्धती आणि घाऊक (सार्वत्रिक) प्रचार पद्धती असाही विचार केला जातो. प्रत्येक संज्ञापन पद्धतीची वैशिष्ट्ये वेगळी आहेत. त्यामुळे त्यांचे महत्त्व त्या त्या प्रकारात नमूद केले आहे.

९.२ पणन प्रवर्तन प्रभावित करणारे घटक

१) बाजारपेठ अवस्था

कोणत्याही प्रकारची बाजारपेठ कधीही स्थिर आणि दृश्यमान नसते. ती वस्तूप्रमाणे विविध अवस्थेतून जात असते. तिचेही एक जीवनचक्र असते. त्या चक्रातील प्रत्येक अवस्थेत संज्ञापन पद्धतीचा वापर करून बाजारपेठ टिकून धरावी लागते. त्यादृष्टीने इतर अन्य संयोगापेक्षा प्रवर्तन संयोग महत्त्वाचा ठरतो. बाजारपेठेतील या अवस्थांचे स्वरूप पुढे दिले आहे.

अ) बाजारपेठ उद्भव (Emergence)

बाजारपेठ वास्तवात येण्यापूर्वी ती सुप्त स्थितीत असते. उदा. गेल्या अनेक शतकापासून माणसांना कमीत कमी खर्चात परस्परांशी बोलण्याची गरज भासते आहे. ही गरज पत्रे, तारायंत्र, जमिनी खालील तारांतून संदेशवहन, पेजर, मोबाईल इ. माध्यमातून भागविली गेली. उद्योजकांनी ही गरज भागविण्यासाठी वेगवेगळ्या स्तरांवर व देशात प्रयत्न केले. तंत्रज्ञानाची जोड मिळाली. बाजारपेठ ही विविध उपयोगी होती. त्यांना वेगवेगळे पर्याय मिळाले. आज मोबाईल फोन विविध रूपात उपलब्ध झाले. वस्तू बाजारात सादर झाली की बाजारपेठ उद्भव होतो. ग्राहकोपयोगी व औद्योगिक वस्तूंबाबत अशी अनेक उदाहरणे देता येतील.

ब) बाजारपेठ वाढ (Growth)

नवीन वस्तू चांगली विकली जाते कारण उपभोग मानसशास्त्राप्रमाणे नव्या गोष्टींची एक क्रेझ असते. लहानांपासून ते मोठ्यांपर्यंत. त्यामुळे अन्य स्पर्धक बाजारपेठेत

येतात. पर्यायी वस्तूंच्या अस्तित्वामुळे बाजारपेठ मोठी होते. आज भारतात ग्राहकोपयोगी व औद्योगिक बाजारपेठेत प्रचंड वाढ झाल्याचे दिसून येत आहे. अनेक भारतीय व परदेशी बनावटीच्या वस्तू व सेवा येथे उपलब्ध आहेत. जगातील उभरत्या बाजारपेठेपैकी चीन खालोखाल भारताचा क्रमांक लागतो.

क) बाजारपेठेची परिपक्वता (Maturity)

प्रसंगोपात बाजारपेठेत स्पर्धक वाढतात. बाजारपेठेचा प्रवेश परिपक्व अवस्थेत होतो. स्पर्धक आणखी मोठे होतात. बाजारपेठ आणखी विभागली जाते. अनेक विभाग विना वस्तूचे राहतात. अशा तऱ्हेने बाजारपेठ निर्माण होत जाते.

सूक्ष्म बाजारपेठ विभाजनातून बाजार एकत्रीकरण प्रक्रिया सुरू होते. गृहोपयोगी बाजारातील अनेक वस्तूंचे उदाहरण घेऊन हे स्पष्ट दिसते. वस्तूंच्या उपयोगाची परिणामकारकता स्पष्ट होताना नवे ब्रँड्स वाढतात. बाजारपेठेचे एकत्रीकरण फार काळ टिकत नाही.

ड) बाजारपेठ ऱ्हास (Decline)

अस्तित्वात असलेल्या बाजारपेठेत वस्तूंसाठी असलेली मागणी हळूहळू कमी होऊ लागते आणि वस्तूची बाजारपेठ घसरू लागते. समाजाच्या गरजा कमी होतात. बदलू लागतात; कारण पिढी बदललेली असते. तंत्रज्ञानामुळे वस्तू बदलते. नैसर्गिक व अन्य कारणांमुळे वापर बदलत जातो. नवे प्रश्न निर्माण होतात. जुनी वस्तू जाऊन बाजारपेठेत नव्या वस्तूंचा शिरकाव होतो.

वरील अवस्थांचा विचार केला तर असे दिसून येईल की, बाजारपेठ जीवन चक्रातील प्रत्येक अवस्थेत प्रवर्तन कार्याची गरज असते. ऱ्हासाला गेलेली बाजारपेठ ही प्रवर्तन प्रयत्नातून पुन्हा उदयाला येते.

२) खरेदी प्रक्रियेतील मनोवैज्ञानिक घटक

खरेदीदार प्रक्रिया ही संप्रेरण, दृष्टिकोन, ज्ञान, मते आणि हट्ट या घटकांशी निगडित असते. त्यांचा विचार करूनच विपणनकर्ता खरेदी मानक तयार करतात. बाजारपेठ प्रवर्तनाद्वारे वस्तू, सेवा याबाबत माहिती प्रसारित केली जाते. माहिती गोळा करणे हा खरेदी प्रक्रियेतील महत्त्वाचा टप्पा असतो. त्यात व्यापारी स्रोत आणि सार्वजनिक माध्यमे हे दोन प्रकार महत्त्वाचे ठरतात. व्यापारी स्रोत या गटात जाहिराती, विक्रेते, प्रदर्शने इ. प्रकार मोडतात. सार्वजनिक माध्यमांमध्ये विविध प्रसिद्धी माध्यमे, वृत्तपत्रे, रेडिओ इ. आणि उत्पादक संघ, शासन इ. येतात. माहिती व ज्ञानाच्या आधारावर उपभोक्ते वस्तू, सेवा ब्रँड बाबत माहिती गोळा करतात. एकूण वस्तूमधून

काही वस्तूंची निवड केली जाते. त्यासाठी जाहिरातीद्वारे उपभोक्त्याला प्रेरणा मिळते. ही प्रेरणा श्रृंखला पुढे दिली आहे.

वस्तू प्रवर्तन (प्रेरणा) श्रृंखला

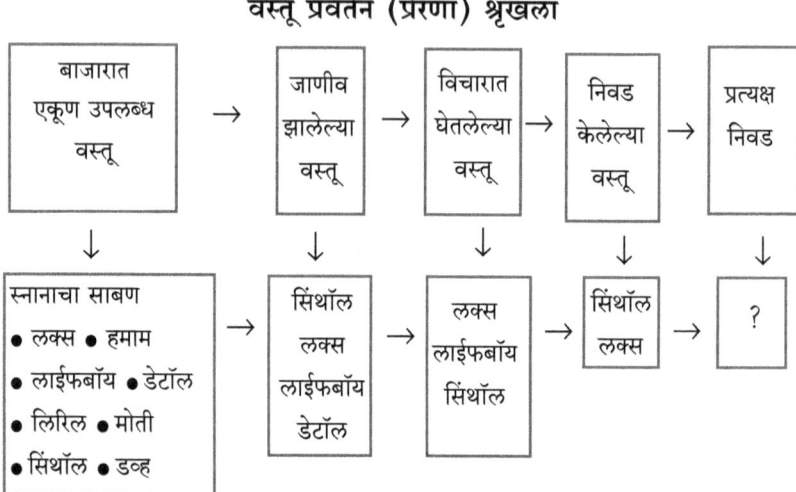

प्रेरणा संच हे वस्तू किंवा सेवा आठवणीत कितपत राहते यावर ठरतात. वरील चौकोनातील वस्तूंच्या संख्येवरून 'आठवणी' बाबतची वैशिष्ट्ये लक्षात येतील. एकूण आठ वस्तूंपैकी दोनच वस्तू निवड केल्या जाणाऱ्या वस्तूगटात गेल्या, उपभोक्त्याच्या लक्षात राहिल्या. अशा तऱ्हेने वस्तूचा प्रवास या प्रवर्तन श्रृंखलेतून होतो. संज्ञापन व प्रसार यामुळे प्रत्येक गटातील संचातील वस्तू वाढत जातात. मनोवैज्ञानिक घटकाच्या प्रभावामुळे हे घडते.

३) खरेदी प्रक्रियेतील सामाजिक, सांस्कृतिक व वैयक्तिक घटक

मनोवैज्ञानिक घटकाप्रमाणेच खरेदी वर्तन हे सामाजिक, सांस्कृतिक व वैयक्तिक घटकांवर अवलंबून असते. सामाजिक चालीरिती, सण, भाषा, उत्सव, यात्रा, वैयक्तिक प्रतिष्ठा, सामाजिक धारणा इ. घटक यात मोडतात.

वरील घटकांपर्यंत प्रसिद्धी माध्यमे, प्रचार यंत्रणा, छापील-दृश्य मजकूर तसेच व्यक्तिगत सल्ला इ. मार्फत वस्तूंची माहिती प्राप्त होते. तसेच व्यक्तिला पंचेंद्रियांमार्फत वस्तू व सेवा यांच्या अस्तित्वाची माहिती मिळत असते. 'दिसते ते असते', 'दिसते तसे असते' या सूत्रावर 'प्रसार माध्यम' चालते. समाजात व्यक्तीकडून आपोआप वस्तू, सेवा यांचा प्रसार घडून येतो. प्रत्येक व्यक्ती ही जाणकार बनते व ती जिवंत माध्यम म्हणून प्रवर्तनात अप्रत्यक्ष काम करते. अशा तऱ्हेने उपभोक्त्यांच्या बाजारपेठेत वस्तूंचे प्रवर्तन स्वतः उपभोक्ते एकमेकांशी स्वतः संपर्क साधून करतात. औद्योगिक

बाजारपेठेत सुद्धा खरेदीदार परस्परांना वस्तू वापराचा अनुभव, किंमत, समाधान किंवा असमाधान याची देवाण-घेवाण होते.

वरील ठळक कारणाखेरीज पणन प्रवर्तनाचे महत्त्व वाढण्याची अन्य कारणे म्हणजे ब्रँडिंग व ब्रँडेड वस्तूकडे कल, साक्षरतेचे वाढते प्रमाण, शैक्षणिक सोयींची वाढ, माहिती तंत्रज्ञानात वाढ, राहणीमानातील वाढ.

सेवा वस्तूंच्या वापरामुळे तसेच संवेष्टित वस्तूंच्या वापरामुळे वस्तू प्रवर्तन व प्रसारण जलद होते. वस्तूबाबतचे वर्णन, वापरासंबंधी सूचना वगैरे मजकूर, चित्रे, आकृत्या इ. मार्फत प्रसार होतो. सध्याचे युग हे माहितीयुग म्हटले जाते. माहिती प्रसारण तंत्रांचा विकास झाल्याने आजकाल प्रत्येक माहिती ही 'प्रवृत्त' माहिती असते. म्हणजे प्रत्येक लिखित, वाचलेल्या, बोललेल्या मजकुरात, व्यक्त केलेल्या विचारात 'प्रचार' दडलेला असतो.

प्रवर्तनाची प्रमुख साधने (जाहिरात, विक्रयवृद्धी, व्यक्तिगत विक्री, प्रसिद्धी इ.) पाहिली असता त्यातील प्रत्येक साधनाचा वेगळेपणा लक्षात येईल. या सर्व प्रयत्नाचे ध्येय खरेदी वर्तन आणि वस्तू निष्ठा हे असते. सुरुवातीला प्रवर्तन मोहीम जरी 'वस्तूंची माहिती देणे, ग्राहक वेधणे, प्रतिमा ठसविणे' या उद्दिष्ट अवस्थेत राहिली तरी अंतिमत: प्रवर्तन हे ब्रँड निर्माण करून स्पर्धा कमी करणे याचसाठी असते. वस्तूंच्या महापुरातून एकमेवाद्वितीय म्हणून वस्तूला उभी करणे हे यातील सूत्र! त्यासाठी (USP) Unique Selling Proposition शोधणे. अमूर्तातून मूर्त शोधण्याचा हा प्रयत्न आहे.

प्रश्नसंच

(१) प्रवर्तन म्हणजे काय? बाजारपेठेच्या संदर्भात त्याचा उपयोग कोणता?

(२) पणन प्रवर्तनात कोणत्या कार्याचा समावेश होतो?

(३) अन्योन्य विपणनाची उदाहरणे द्या.

(४) बाजारपेठ उद्भव म्हणजे काय?

(५) प्रकरणातील माहिती संदर्भात पुढील विधाने चूक की बरोबर सांगा.

   १) पणन प्रवर्तन कार्यामुळे मागणी निर्माण होते.

   २) प्रत्येक संज्ञापन पद्धती वेगळी असते.

   ३) माहिती गोळा करणे हा खरेदी प्रक्रियेतील पहिला टप्पा असतो.

   ४) जाहिरातीद्वारे उपभोक्याची फसवणूक होते.

   ५) साक्षरता वाढीमुळे जाहिरातींचे प्रमाण घटते.

(६) **जोड्या जुळवा.**

गट–अ	गट–ब
प्रेरणा श्रृंखला	सण, उत्सव
मनोवैज्ञानिक घटक	विचारातील वस्तू
सार्वजनिक माध्यमे	जाणीव हट्ट

(७) **मोकळ्या जागी योग्य शब्द भरा.**

१) प्रवर्तन व संज्ञापन ही कंपनीची .... विक्री कार्येच होत.

(अ) विनामूल्य (ब) वस्तू (क) उत्पादने (ड) उधार

२) प्रवर्तन हे नव्या बाजारपेठेसाठी व नव्या वस्तूसाठी .... असते.

(अ) आवश्यक (ब) अनावश्यक (क) खर्चिक (ड) अवघड

३) नव्या गोष्टींची एक .... असते.

(अ) क्रेझ (ब) फेज (क) मेस (ड) स्थिती

४) वीस वर्षांपूर्वी .... बाजारपेठ अस्तित्वात नव्हती.

(अ) लोकरी वस्तूंना (ब) मोबाईल फोनला

(क) शस्त्रास्त्रांना (ड) औषधांना

५) बाजारपेठेचे .... फार काळ टिकत नाही.

(अ) एकत्रीकरण (ब) प्रमाणीकरण (क) नियोजन (ड) विभागीकरण)

(८) **खालीलपैकी एखादी वस्तू घेऊन त्या वस्तूच्या बाजारपेठेबाबत विकासाचे टप्पे शोधा. ही माहिती वृत्तपत्रे किंवा इंटरनेटवरून घ्या.**

(अ) संगणक (ब) टाईपरायटर (क) छपाईकला

(ड) लेखन सामग्री (इ) वस्त्रे प्रावरणे (पुरुष किंवा स्त्री)

(९) बाजारपेठ प्रवर्तनाचे महत्त्व वर्णन करा.

प्रकरण १०
जाहिरात आणि विक्रयवृद्धी
Advertisement and Sales Promotion

१०.१ विषयप्रवेश – अर्थ आणि व्याख्या,विक्रयवृद्धीची साधने आणि पद्धती
१०.२ जाहिरात – अर्थ आणि उद्दिष्टे – जाहिरात माध्यमे

१०.१ विषयप्रवेश :

जाहिरात हे विपणन प्रक्रियेतील एक संज्ञापन साधन आहे. वस्तु अगर सेवेची व्यक्ती निरपेक्ष विक्री म्हणजे जाहिरात होय. जाहिरातीलाच उत्पादक आणि ग्राहक यामधील मध्यस्थ असे म्हटले आहे. विपणन संज्ञापन प्रणालीची जाहिरात आणि प्रसिद्धी ही प्रमुख अंगे आहेत. या दोन्हीच्या माध्यमातून वस्तु अगर सेवेबाबत विचार, कल्पना, पुढे मांडली जात असते व त्यातून वस्तूला मागणी निर्माण होत असते.

संज्ञा : अमेरिकन मार्केटिंग असोसिएशनच्या व्याख्येनुसार, 'जाहिरात म्हणजे एखादी कल्पना वस्तु किंवा सेवा याबाबत केलेले व्यक्ती निरपेक्ष सादरीकरण व प्रवर्तन होय.' 'Any paid form of non-personal presentation and promotion of ideas, goods or services by an identified sponsor.'

'प्रसिद्धी म्हणजे स्वत: पुढाकार न घेता वस्तु किंवा सेवेला मिळालेली चालना होय.' 'Non-personal stimulation of demand for product that is not paid for the sponsor.'

जाहिरात ही उत्पादकाने पुढाकार घेऊन व त्यासाठी मोबदला देऊन केलेली गोष्ट असते. जाहिरात आणि प्रसिद्धी ही दोन्ही विपणन संज्ञापन कार्यक्रमातील महत्त्वाची अंगे आहेत. ज्यामध्ये विपणनाचा संदेश हा आवश्यक त्या गटापर्यंत पोहचवला जातो. प्रसिद्धी ही जनता संपर्क कार्याशी संबंधित असून जाहिरातींपेक्षा ती अधिक अर्थगर्भी आहे. 'प्रसिद्धी' या सदरात खालील गोष्टी येतात.

वृत्तपत्रांशी किंवा प्रसिद्धी माध्यमांशी संपर्क ठेवणे, वस्तु चर्चेला किंवा वस्तुवरील ग्राहकांच्या प्रतिसादाला प्रसिद्धी देऊन वस्तु सतत प्रकाशात ठेवणे, संस्थेने स्वत: पुढाकार घेऊन संबंधित घटकांना संस्थेचा सतत परिचय करून देणे, शासकीय अधिकारी व राज्यकर्ते यांचेशी संधान साधणे, ग्राहक अगर अन्य घटकाकडून आलेल्या तक्रारीचे निराकरण करणे. जाहिरात, प्रसिद्धी व विक्रयवृद्धी या संकल्पना अधिक सुस्पष्ट होणे उचित होईल.

१) जाहिरात Advertising

ग्राहकांना आकर्षित करून त्यांना वस्तू अगर सेवेच्या गुणांचा परिचय घडविणे. तसेच ती वस्तू अगर सेवा खरेदी करण्याची इच्छा त्यांच्या मनात उत्पन्न व्हावी म्हणून त्यांना उद्युक्त करण्याचे उद्देशाने उत्पादकाने केलेला प्रयत्न.

उद्देश : ग्राहक मिळविणे, टिकवून ठेवणे, भावी ग्राहक जोपासणे.

२) प्रसिद्धी Publicity

संस्थेचे व्यवहार, व्याप, उत्पादने यांची त्रयस्थांकडून होणारी चर्चा व त्याद्वारे संख्येबाबत विनामोबदला निर्माण होणारे अनुकूल जनमत.

उद्देश : वेगळा खर्च नाही, अप्रत्यक्षरित्या संस्थेच्या कार्याचा प्रसार, जनमत अनुकूलता.

३) विक्रयवृद्धी Sales Promotion

जाहिरात, प्रसिद्धी, व्यक्तिगत विक्री इ. विशेष प्रयत्नाद्वारे घडून आलेली विक्रीतील लक्षणीय वाढ.

उद्देश : नवी वस्तू वितरित करणे, ग्राहकाच्या खरेदी प्रमाणात वाढ करणे, स्पर्धेला यशस्वीपणे सामोरे जाणे.

जाहिरात व विक्रयकला

वस्तूची विक्री करणे ही विद्या मानली तर जाहिरात ही कला आहे. तिला 'पासष्टावी कला' म्हणून संबोधण्यात आले आहे. विपणन प्रयत्नात विक्रीला अंतिम ध्येयप्रत नेणारे माध्यम आहे.

व्यक्तीला एखादी गरज भासते. ती भागविण्यासाठी वस्तूचा शोध सुरू करते. विक्रयविद्येद्वारे ग्राहकाला उद्युक्त केले जाते. ही वस्तु घेणे का आवश्यक आहे? हे पटवून द्यावे लागते. वस्तू खरेदी करण्यासंबंधी त्याचा असलेला विरोधी सूर बदलावा लागतो. शंकाकुशंका मिटवाव्या लागतात. शेवटच्या टप्प्यात मग ग्राहकाला प्रेरणा लाभते व तो वस्तु खरेदी करतो. या विद्येत मन परिवर्तन करणारी व्यक्ती व ज्याचे मन परिवर्तन घडवावयाचे आहे ती व्यक्ती म्हणजे विक्रेता व ग्राहक समोरासमोर असतात.

याउलट, जाहिरातीत एका बाजूलाच केवळ व्यक्ती असते. म्हणजे ग्राहक! म्हणून जाहिरात कलेला अदृश्य विक्रेता (Invisible salesman) असेही म्हणतात.

जाहिरातीत वस्तुची माहिती ही लेखी अगर तोंडी ग्राहकापर्यंत पोहोचते हे जरी खरे असले तरी ही माहिती पोचविणारे त्रयस्थ असतात. प्रत्यक्ष विक्रीमध्ये विक्रेता स्वत: समोर असतो, तेथे ग्राहकाला वस्तू पाहायला मिळते. त्याच्या अनेक शंका तो निरसन करून घेऊ शकतो. जाहिरातीद्वारे वातावरण निर्माण होते. प्रत्यक्ष विक्री होत नाही. जाहिरातीचा लाभ उठवण्यासाठी व्यक्तिगत विक्री प्रयत्नात वाढ करावी लागते. नाहीतर बाजारात जाहिरात खूप होते परंतु ग्राहकांना वस्तू उपलब्ध होत नाही.

जाहिरातीचा संदेश व बातचीत ही संबंधित गटातील सर्व ग्राहकांना समान राहते. व्यक्तिगत विक्रीमध्ये प्रत्येक ग्राहकाला स्वतंत्रपणे संदेश द्यावा लागतो.

जाहिरात ही व्यावसायिक सेवा मानली गेली असून जाहिरात करणारे हे अनेक मानसशास्त्रीय व ग्राहक वर्तनशास्त्रीय कसोट्या लावून व्यावसायिक ढंगाने वस्तू बाबतचा विचार प्रस्तुत करतात. प्रत्यक्ष विक्रीमध्ये धंदेवाईकपणा नसतो.

जाहिरातीचे फायदे

अ) उत्पादकांच्या दृष्टीने जाहिरातीमुळे पुढील फायदे होतात.

– एकाचवेळी असंख्य ग्राहक व सुप्त ग्राहक वर्ग यांचेशी संपर्क साधता येतो. त्यामुळे वस्तूच्या अस्तित्वाची जाणीव निर्माण होते. सततच्या प्रचारामुळे व वारंवारतेमुळे वस्तु मनात ठसते व ग्राहक ती घेण्यास उद्युक्त होतो.

– बाजारपेठ विस्तारल्याने प्रत्येक शहरात वस्तु वितरित करता येते.

– वस्तू अगर सेवा खरिदण्यापूर्वी त्याची गुणवैशिष्ट्ये, वापर, काळजी व अन्य उपयोग, किंमत उपलब्धता इ. आवश्यक तपशील जाहिरातीमुळे ग्राहकांपर्यंत पोहोचतो. ग्राहकाचा निर्णय होताच तो अधिक आत्मविश्वासाने वस्तू विकत घेतो. त्यामुळे विक्री वाढते. नफा वाढतो. किंमत मर्यादित ठेवता येते.

– नव्याने उत्पादित केलेल्या वस्तूंना एकदम ग्राहकवर्ग मिळेलच असे नाही. तसेच कोणत्या ग्राहकांना वस्तूचे आकर्षण वाटेल हे अचूकपणे वर्तवता येत नाही. अशावेळी जाहिरातीद्वारे नव्या उत्पादनाचा परिचय आमग्राहकांना दिल्यास नवीन वस्तूचे विपणन यश पदरात पडते.

– जाहिरातीमुळे औद्योगिक संस्थेचा नावलौकिक वाढीस लागतो. संस्थेची प्रतिमा तयार होते. लौकिक मूल्य वाढते.

ब) वितरकांच्या दृष्टीने होणारे फायदे

– उत्पादकाच्या जाहिरातीमुळे वितरकांची देखील जाहिरात होऊन त्यांचे नाव वाढते. त्यांना स्वतंत्रपणे विक्री वाढीसाठी अन्य प्रयत्न करण्याची गरज नसते.

– वितरकांचे विक्रयवृद्धी प्रयत्नाला जाहिरातीमुळे पार्श्वभूमी लाभते. वितरक आपला व्याप वाढवू शकतात. अगर अन्य कामावर त्यांना लक्ष देता येते.

– जाहिरातीमुळे ग्राहकवर्ग सवयीने बांधला जातो. विशिष्ट वस्तूची सवय लागली की वितरकाचे लौकिकमूल्य वाढते. व्यक्तिगत विक्रीतून दिसून आलेले नाठाळ ग्राहक देखील जाहिरातीमुळे वस्तूकडे ओढले जातात.

– जाहिरातीमुळे व्यापाराला प्रतिष्ठा लाभते. सर्वमान्यता लाभते.

क) ग्राहकवर्गाच्या दृष्टीने होणारे लाभ

– जाहिरातीमुळे विक्री वाढते. त्याचा परिणाम उत्पादन वाढीवर होतो. उत्पादन क्षमता वाढते. वस्तूच्या विक्री बरोबर वस्तूचा वापर करण्याचे तंत्र, दुरुस्ती, सेवा व अन्य उपव्यवसाय वाढतात. समाजात अर्थोत्पादनाच्या अधिक संधी प्राप्त होतात.

– जाहिरातीद्वारे वस्तूच्या प्रचाराबरोबर वस्तू वापराचा प्रसार होतो. त्यातून राहणीमानात बदल व सुधारणा होते. अनुकरणामुळे जीवनाचा दर्जा व सवयी विस्तार पावतात.

– जाहिरातीद्वारे खरेदीपूर्वी वस्तूचा परिचय होतो. त्यामुळे ग्राहकाचे एक प्रकारे प्रशिक्षण होते. सुजाण ग्राहकत्व वाढीस लागते. यशस्वी ग्राहक हा यशस्वी कुटुंबप्रमुख बनतो.

– जाहिरातीमुळे बाजारात आलेल्या नव्या वस्तूबाबत माहिती जनतेपर्यंत पोहोचते. त्यातून नव्या कल्पना व नव्या प्रक्रिया शोधता येतात. विशेषत: औद्योगिक वस्तूंच्या जाहिरातीमुळे अनेक नवे लघुउद्योजक निर्माण होतात. म्हणूनच जाहिरातींचे शैक्षणिक मूल्य फार मोठे आहे.

जाहिरातीचे तोटे

जाहिरात ही आता विपणनातील एक अपरिहार्य अवस्था होऊन बसली आहे. लोकसंख्या विस्फोट, ग्राहकांचा चोखंदळपणा व गरजांची विविधता यामुळे संपूर्ण जगच जाहिरातमय बनले आहे. तथापि, अतिरेकी जाहिरातबाजीचे काही तोटे विचारात घेणे गरजेचे आहे.

– जाहिरात हे एकतर्फी संज्ञापन आहे. ग्राहकाच्या शंकाकुशंका यांचे शमन जाहिरातीमार्फत होऊ शकत नाही. त्यामुळे ग्राहकांच्या प्रतिक्रिया पाहता येत नाहीत.

– एकाच प्रकारच्या वस्तूचे उत्पादन अनेक कंपन्या करतात व त्या सर्वच त्या वस्तूची जाहिरात करतात. त्यातून ग्राहकाला नेमक्या मार्गदर्शनाचे अभावी निर्णय घेता येत नाही. ग्राहक गोंधळतो किंवा त्याची फसवणूक होते.

– जीवनावश्यक वस्तूपेक्षा विलासी वस्तूची जाहिरात मोठ्या प्रमाणावर आढळते.

त्यातून वस्तुची खोटी गरज भासवली जाते. अलीकडील काळात कर्ज सोयीमुळे वस्तू घेतली जाते. परंतु, त्यामुळे कर्जबाजारीपणा वाढतो. गरज नसताना वस्तूसंग्रह वाढतो. ही एक प्रकारची साठेबाजी व राष्ट्रीय हानी म्हणावी लागेल.

- जहिरातीचा खर्च प्रचंड असतो त्यामुळे केवळ मोठ्या कंपन्या मक्तेदारी स्वरूपाच्या बहुराष्ट्रीय कंपन्या एवढा खर्च करू शकतात. स्थानिक उद्योजक, लहान कंपन्या या खर्चापासून दूर राहतात. त्यांच्या विक्रीवर विपरित परिणाम होतो.

वरील तोटे जरी दिसत असले तरी जाहिरात हे आजच्या युगाचे प्रधान लक्षण असल्याने त्यातील नावीन्य व व्यावसायिकपणा याद्वारे दोषांची तीव्रता कमी होण्यास मदत होते. खर्चात बचत करून अधिक चांगल्या पद्धतीने व माध्यमाद्वारे जाहिरात कार्यक्रम आखणे हे त्यामुळेच एक आव्हान ठरते.

जाहिरातीचे तंत्र

- जाहिरात व्यावसायिक जाहिरात संदेश किंवा मजकूर हा प्रभावी व आकर्षक कसा होईल याकडे लक्ष देतात. त्यासाठी संज्ञापन शास्त्रातील तत्त्वे उपयोगी पडतात.

- जाहिरात मजकूर कोणत्या माध्यमासाठी आहे. त्या माध्यमाचा विचार महत्त्वाचा असतो. त्यानंतर मजकूर ज्या लोकगटापर्यंत पोचायचा आहे ते लोक व्यवहारशास्त्र अभ्यासावे लागते. त्यांचा दृष्टिकोन, त्यांचे राहणीमान, वैचारिक व सांस्कृतिक बैठक इ. मुद्दे विचारात घ्यावे लागतात.

- भाषा, संस्कृती, चालीरीती, पोषाख, संस्कृतीच्या या सर्व खाणाखुणा शोधाव्या लागतात. त्यातून संबंधित समाज गटासाठी जाहिरात संदेश तयार होतो. छोट्या गटापुढे तो संदेश प्रस्तुत करून रंगीततालीम करून पाहिली जाते. मजकुरात गरज वाटल्यास पुन्हा सुधारणा केली जाते. कल्पकता, एकमेवाद्वितीयता, नवीनता व गतिमानता हे घटक विचारात घेऊन संदेश तयार होतो.

संज्ञापन ही एक समष्टी असून तिची रचना पुढील आकृतीत दर्शविली आहे. जाहिरात संदेशाची रचना करताना त्याचा संदर्भ गरजेचा असतो.

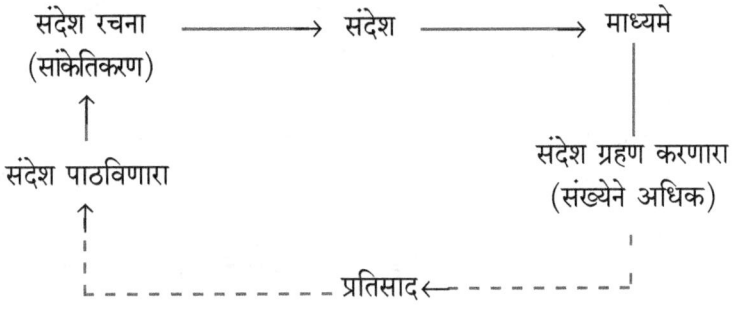

विशिष्ट संदेश, विशिष्ट हेतूने योग्य त्या ग्राहकापर्यंत या साखळीमार्फत पोहचविला जातो. परंतु, ही साखळी म्हणजे केवळ संदेश वहन साखळी नव्हे हा संदेश ग्रहण झाल्यानंतर किंवा प्राप्त झाल्यानंतर प्राप्तकर्त्याच्या मनात संदेशाचा हेतू दृढ झाला पाहिजे. तसेच त्यामुळे त्याला प्रेरणा मिळून त्याने कृती केली पाहिजे. जाहिरातीच्या संदर्भात असे म्हणता येईल की, संदेश प्राप्त होताच त्या व्यक्तीच्या मनात वस्तु अगर सेवेबाबत पूरकभावना निर्माण झाली पाहिजे, त्याचे रूपांतर मागणीत होऊन त्याच्याकडून कृती घडली पाहिजे. जाहिरात हे अशा प्रकारे विपणन विषयक संज्ञापन तंत्र आहे. विपणनाच्या संदर्भात जाहिरातीचा उगम हा फार जुना असला तरी गेल्या ५० वर्षांत मात्र यामध्ये आधुनिक प्रवाह दिसून येतात. छापील स्वरूपातील पहिली जाहिरात १४७८ मध्ये इंग्रजी भाषेत दिसून आली. त्यानंतर वृत्तपत्रे व मासिके यांच्यामध्येही जाहिराती दिसू लागल्या. आज जाहिरातीने सर्व क्षेत्रांत प्रवेश केल्याचे दिसून येते. विविध माध्यमातून वस्तू व सेवेचा प्रचार आणि प्रसार होत आहे; जाहिरात ही एक प्रमुख व्यापार सेवा बनली आहे. त्यात व्यावसायिक तज्ञता आली आहे.

जाहिरातीचे प्रकार

जाहिरातीचे विविध प्रकार पुढीलप्रमाणे –

१) **प्राथमिक किंवा मागणी जाहिरात :** वस्तुसाठी प्राथमिक मागणी निर्माण व्हावी म्हणून ही जाहिरात केली जाते. वस्तुबाबत सर्वसाधारण जाणीव समाजात निर्माण करणे हा अशा जाहिरातीचा हेतू असतो.

२) **वस्तु जाहिरात :** या प्रकारात उत्पादित वस्तू बाजारात आलेली आहे याची जाणीव करून दिलेली असते. यामध्ये ती वस्तू याला महत्त्व असते. काही ठिकाणी वस्तूची जागा कंपन्या घेते. अशा जाहिरातीतून लोकांच्या मनात वस्तुबाबतची एक प्रतिमा उभी रहावी हा हेतू असतो.

३) **सामूहिक जाहिरात :** उत्पादक आपल्या वितरकाच्या साहाय्याने अशी जाहिरात देतात. वस्तूच्या नावाखाली वितरकांचा तपशील दिलेला असतो.

४) **निवडक लोकांसाठी केलेली जाहिरात :** काही जाहिराती केवळ संबंधित वर्गांसाठीच केल्या जातात. उदा. गृहिणी, नव विवाहित जोडपी किंवा ग्रामीण भागातील लोक.

५) **आव्हानात्मक जाहिरात :** काही जाहिरातीत लोकांच्या भावनेला आणि बुद्धिला आव्हान केलेले असते. अशी जाहिरात ही वैशिष्ट्यपूर्ण असल्याने ती चटकन नजरेत भरते. सामाजिक जाहिराती या प्रकारात मोडतात.

६) **प्रत्यक्ष किंवा अप्रत्यक्ष कृतीला चालना देणारी जाहिरात :** जाहिरातीमुळे

ग्राहकाने त्वरित कृती करावी अशी ज्यात अपेक्षा ठेवलेली असते, ती जाहिरात म्हणजे प्रत्यक्ष कृतीला चालना देणारी जाहिरात होय. उदा. सेलची जाहिरात किंवा विशिष्ट टक्के सूट देऊन होणारी विक्री; याउलट, काही जाहिरातीत अप्रत्यक्ष कृती दिलेली असते. अशा बाबतीत जाहिरातीमुळे त्या वस्तूचे नाव वाचकाच्या मनात घर करते आणि ज्यावेळी त्याची तयारी होईल त्यावेळी तो त्या वस्तुची मागणी करतो.

७) **सार्वजनिक हिताची जाहिरात :** सामाजिकदृष्ट्या महत्त्वाचा संदेश पोहचविताना आपल्या वस्तुचाही प्रचार त्याबरोबर केला जातो. उदा. ठिबक सिंचन सिस्टिमचा प्रचार करताना दुष्काळ किंवा ग्रामीण प्रश्न मांडणे, लोकसंख्येची समस्या दाखवून बचतीचे महत्त्व व त्यातून बँकेची जाहिरात करणे.

जाहिरातीच्या संदर्भात विपणन विभागाला पुढील क्षेत्रांत निर्णय घ्यावे लागतात.

जाहिरात उद्दिष्ट्ये ठरविणे, जाहिरात आणि विक्रयवृद्धी यात संपर्क साधणे, जाहिरात खर्चाचे अंदाजपत्रक आणि त्यावरील नियंत्रण, जाहिरात माध्यमाची निवड, यापैकी जाहिरात माध्यमाबाबतचा विचार पुढील प्रकरणात स्वतंत्रपणे केला आहे.

विक्रयवृद्धी (Sales Promotion)

सोप्या शब्दांमध्ये विक्रीतील दृश्य वाढ म्हणजे विक्रयवृद्धी होय. परंतु, विक्री आणि विक्रयवृद्धी यात फरक आहे. विक्री म्हणजे मोबदला घेऊन वस्तुच्या मालकी हक्काचे ग्राहकाकडे हस्तांतरण करणे होय. हे कार्य घडून येण्यासाठी ज्या विशेष योजना व प्रयत्न हाती घेतले जातात. त्याचा समावेश विक्रयवृद्धी या संज्ञेत होतो.

व्याख्या : ''विक्रयवृद्धी म्हणजे विक्री वाढण्यासाठी केलेले सुसंघटित प्रयत्न होय.'' या प्रयत्नात मालाची जाहिरात करणे, संस्थेची प्रसिद्धी, प्रत्यक्ष विक्री सजावट, मोफत नमुन्यांचे वाटप, जाहिरात वाटप इत्यादी योजनांचा समावेश होतो. अमेरिकन मार्केटिंग असोसिएशनने विक्रयवृद्धीत मोडणारी कार्ये म्हणजे विशेष विपणन प्रयत्न असे म्हटले आहे. त्यामध्ये जाहिरात आणि प्रसिद्धी वितरकांशी संबंध सुधारणे, वस्तु मांडणी प्रदर्शने, प्रात्यक्षिके इत्यादी विशेष विक्री प्रयत्न समाविष्ट होतात.

Sales Promotion includes those marketing activities, other than personal selling, advertising and publicity, that stimulate consumer purchasing and dealer effectiveness, such as display, shows, exhibitions, demonstrations and various non-recurrent selling efforts not in the ordinary routine.

American Marketing Association

Sales Promotion consists of a wide variety of promotional tools designed to stimulate earlier and or stronger market response. These tools include consumer promotion, trade promotion and sales force promotion.

Philip Kotler

विक्रयवृद्धी

ग्राहक वाढ	व्यापार वाढ	विक्रेत्यांना प्रोत्साहन
नमुने	अधिक सूट	विक्री
मोफत कूपन्स	मोफत वस्तू	विक्री परिषदा
किंमत सूट	जाहिरात	विशेष बोनस
बोनस स्पर्धा	अर्थ साहाय्य	इष्टांक स्पर्धा
प्रात्यक्षिक	वितरक स्पर्धा	

उद्दिष्टे

विक्रयवृद्धीची प्रमुख उद्दिष्टे पुढीलप्रमाणे :

१) ग्राहकांचे वस्तु खरेदी करण्याचे प्रमाण आणि वळण यात वाढ करणे.

२) नव्या वस्तुकडे किंवा जुन्या वस्तुत केलेल्या सुधारणांकडे ग्राहक वर्ग आकृष्ठ करणे.

३) वितरक व विक्रेते यांना प्रोत्साहन देणे, वस्तुची विक्री व वापर याबाबत त्यांना प्रशिक्षण देणे, प्रदर्शने आखणे, वितरकांसाठी जाहिरात प्रयत्न वाढविणे इ.

विक्रयवृद्धीचे महत्त्व :

विक्रयवृद्धी ही एक चळवळ आहे ती विक्री नव्हे. प्रत्यक्ष ग्राहकापेक्षा सुप्त ग्राहक प्रचंड संख्येने असतात. या सुप्त (छुप्या) ग्राहकांना 'ग्राहक' बनविण्यासाठी विक्रयवृद्धी आवश्यक असते. नवी वस्तु बाजारात आणताना विक्रयवृद्धी योजना आखावी लागते. जाहिरात कार्यक्रम अमलात आणताना तसेच नवे वितरक नेमताना विक्रयवृद्धी कार्यक्रम आखावे लागतात. विक्रयवृद्धीचा सर्वात प्रमुख लाभ म्हणजे जाहिराती पाठोपाठ विक्री वाढ होते. किंमत विषयक स्पर्धेला तोंड देता येते. जुने ग्राहक टिकविणे नवे जोडणे. नव्या बाजारपेठेत पदार्पण करणे, इत्यादी गोष्टी विक्रयवृद्धीमुळेच शक्य होतात.

विक्रयवृद्धीच्या पद्धती

१) **ग्राहक विक्रयवृद्धी :** या प्रकारात ग्राहकांना आकर्षित करण्यासाठी भेटवस्तु देणे, किमतीत विशेष सूट जाहीर करणे, वस्तुंचे मोफत वाटप करणे, वस्तुबाबत सूचना देणे, ग्राहकांसाठी विविध आकर्षक योजना आखणे. उदा. हप्तेबंद व भाडे विक्री पद्धतीची उधारीची सवलत, मोफत विक्रयोतर सेवा, ग्राहकांसाठी स्पर्धा इत्यादी.

२) **वितरक विक्रयवृद्धी :** वरील सवलती या ग्राहकांऐवजी वितरकांना बहाल केल्या जातात. उदा. वितरकांना आर्थिक मदत करणे, त्यांच्या स्पर्धा आयोजित करून त्यांना पारितोषिके देणे, मोफत जाहिरात करणे इत्यादी.

३) **संकीर्ण पद्धती :** वरील दोन पद्धती खेरीज विक्रयवृद्धीच्या अन्य पद्धती ह्या सर्वसाधारण विक्रयवृद्धी पद्धती म्हणून संबोधल्या जातात. यातील काही प्रमुख प्रकार पुढीलप्रमाणे :

अ) विशेष ग्राहक व वितरक, मेळावे अगर सेवा : ग्राहक व वितरक यांची संमेलने व मेळावे भरविणे, त्यांच्यासाठी करमणूक कार्यक्रम आयोजित करणे किंवा करमणूक कार्यक्रमात वस्तू मोफत पुरविणे.

ब) ग्राहकांशी प्रत्यक्ष संपर्क साधणे : नवे ग्राहक जोडण्यासाठी ग्राहकांना अनाहूत पत्रे पाठविणे, त्यांना दर पत्रकांचे वाटप करणे, तसेच वस्तुंचे गुणधर्म त्यांच्यापुढे ठेवणे.

क) जनसंपर्क वाढ : जनसंपर्क म्हणजे व्यावसायिक संस्थेचे विविध घटकांशी असलेले नाते होय. यात बँका, कच्चा माल पुरविणारे व्यापारी, ग्राहक कामगार, शासन संस्था व अन्य सामाजिक संस्था यांना वस्तुंबाबत माहिती देत रहाणे. जनसंपर्क कार्यात सुधारणा झाल्यास विक्री वाढते.

ड) प्रदर्शने : उत्सव व जत्रा किंवा स्वत: पुढाकार घेऊन आपल्या वस्तुची प्रदर्शने भरविणे तेथे वस्तू प्रत्यक्ष पाहण्याची सोय होते. तसेच ग्राहकांच्या शंका व अडचणी समक्ष सोडविता येतात.

विक्रयवृद्धीच्या उपाययोजना यात दिवसेंदिवस भर पडते आहे. प्रत्यक्ष विक्री आणि जाहिरात यामधील अंतर भरून काढण्याच्या दृष्टीने विक्रयवृद्धी प्रयत्न हाती घ्यावे लागतात. त्यामुळे वस्तुचे स्वरूप तसेच ग्राहकांच्या आवडीनिवडी आणि बाजारातील स्पर्धा यांचा विचार करून विक्रयवृद्धी कार्यक्रमाचे स्वरूप ठरते. व्यक्तिगत विक्री हे अंतिम ध्येय मानल्यास विक्रयवृद्धी हे त्यापूर्वी येणारी अपरिहार्य गरज आहे, असे म्हटले पाहिजे.

विक्रयवृद्धी योजनांची निवड व विक्रयवृद्धी कार्यक्रम आखणी

विक्रयवृद्धी कार्यक्रमांतर्गत वर दिलेल्या विविध प्रकारांची निवड ही पुढील घटकांवर अवलंबून असते.

अ) प्रोत्साहन किती द्यायचे?

ब) कार्यक्रमासाठी काही किमान अटी ठरविणे व त्याची अंमलबजावणी करणे.

क) विक्रयवृद्धी कार्यक्रमापूर्वी वितरण पद्धती तपासून पहाणे व ती साखळी अधिक कार्यक्षम करणे.

ड) वृद्धी कार्यक्रमासाठी योग्य वेळ ठरविणे.

इ) खर्चाचा अंदाज घेणे.

विक्रयवृद्धी जाहिरात व वितरण यावरील खर्चाचा एकत्र विचार करून या तीन विभागांच्या समन्वयानंतर विक्रयवृद्धी कार्यक्रम हाती घेणे श्रेयस्कर होय.

१०.२ जाहिरात माध्यमे (Advertising Media)

जाहिरात म्हणजे वस्तुची अप्रत्यक्ष विक्री हे मानल्यानंतर वस्तुची जाहिरात करण्यासाठी उपलब्ध माध्यमे, त्यांचे गुण-दोष व आर्थिकदृष्ट्या किफायतशीरपणा यांचा विचार करणे गरजेचे असते. माध्यमाची विविधता वाढलेली असल्याने प्रत्येक माध्यमाचा विचार तुलनात्मकदृष्ट्या करणे आवश्यक असते. माध्यमाची निवड करताना आपली जाहिरात व तिचा परिणाम हा कोठपर्यंत जावा असे वाटते व त्याचा प्रभाव व वारंवारता कितपत असावी हे महत्त्वाचे आहे. त्यानंतर कोणत्या वस्तुसाठी तसेच कोणत्या गटासाठी कोणते माध्यम निवडावे हा प्रश्न महत्त्वाचा असतो. त्यानंतर निवडलेल्या माध्यमाची फेर पाहणी व परिणामकता तपासून पहाणे उचित ठरते.

जाहिरातीच्या प्रमुख माध्यमाची वैशिष्ट्ये व त्यांचे फायदे-तोटे यांची चर्चा पुढे केली आहे.

जाहिरात माध्यमे

वृत्त प्रकाशन जाहिरात	बाह्य जाहिरात	छापील जाहिरात	संकीर्ण
१) वृत्तपत्रे	१) पोस्टर्स	१) परिचय पुस्तिका	१) चित्रपट
२) नियतकालिके	२) वाहन जाहिरात	२) परिपत्रके	२) स्लाईड्स
३) व्यापार पत्रिका व अन्य प्रकाशने	३) जागेवरील बोर्ड	३) परिचय पत्रक	३) आकाशवाणी
४) वार्षिक अंक	४) विद्युत दीप जाहिरात	४) प्रत्यय पत्र	४) दूरदर्शन
	५) अंतराळ जाहिरात		५) प्रदर्शन
			६) दुकान सुशोभन

१) वृत्त प्रकाशनातील जाहिरात

एखाद्या प्रकाशन संस्थेद्वारे वृत्तपत्रे, दैनिके, साप्ताहिके, मासिके, वार्षिके यासारखी प्रकाशने प्रसिद्ध होतात. या नियतकालिक प्रकाशनात जाहिराती स्वीकारल्या जातात. यापैकी सर्वात लोकप्रिय माध्यम म्हणजे दैनिक वृत्तपत्र होय. त्या खालोखाल साप्ताहिकांचा क्रमांक लागतो. प्रकाशनातून येणारी जाहिरात ही छापील असते. त्यात मजकूर आणि चित्र याची मांडणी करता येते.

फायदे

१) दैनिक वृत्तपत्रांना मोठा वाचक वर्ग असतो. दैनंदिन घडामोडी, वार्ता व अन्य सदरे यामुळे विविध वयोगटातील व्यक्तींना वृत्तपत्र हा मित्र वाटतो.

२) भारतासारख्या देशात साखळी वृत्तपत्रे व स्थानिक वृत्तपत्रे आहेत त्यामुळे स्थानिक भाषेतून वस्तुचा संदेश पोहोचतो. त्यामुळे त्या प्रदेशातील जनतेला वस्तुबाबत एक वेगळाच आपलेपणा वाटतो.

३) त्वरित विक्री होण्यासाठी वृत्तपत्रीय जाहिरात उपयोगी पडते.

४) छापील मजकूराबाबत सर्वसाधारण लोकांचा चटकन विश्वास बसतो. त्यातल्या त्यात वृत्तपत्र हे सुप्रतिष्ठित व जुने असेल तर जाहिरातीची विश्वासार्हता अधिक असते. पुण्यातील एका वृत्तपत्राने तर जाहिरातींना बातम्यांचा दर्जा दिलेला होता.

‘छोट्या जाहिराती लोक ताज्या बातम्यांप्रमाणे वाचतात’ अशी या वृत्तपत्राची घोषणा असे.

५) तुलनात्मकदृष्ट्या या जाहिरातीचा खर्च कमी असतो.

६) जाहिरातीला वेळेचा संदर्भ किंवा नैमिकता देता येते. ऐनवेळी मजकुरात बदल करता येतो. बातमी आणि जाहिरात यात सुसंवाद साधून जाहिरात नजरेत भरवली जाते.

७) वृत्तपत्रांच्या तुलनेने मासिके, साप्ताहिके यातील जाहिरात मजकुरात टिकाऊपणा असतो. पुढील अंक येईपर्यंत म्हणजे ७ दिवस १५, ३० दिवस मजकूर जपला जातो.

८) नियतकालिके, दैनिके यांना स्वत:चा असा वाचकवर्ग असतो. अशा उच्चभ्रू व सुशिक्षित व्यक्तीकडून जाहिरातींना प्रतिसाद मिळतो.

तोटे

१) आजचे दैनिक वृत्तपत्र ही उद्याची रद्दी होते. त्यामुळे मजकुराचा नाश त्वरित होतो.

२) वृत्तपत्रे अगर नियतकालिके यातील जाहिरातींची संख्या खूप असते. त्यामुळे

आपली जाहिरात वाचली जाईलच असे नाही. त्यात पुन्हा जाहिरातीचे दर हे वृत्तपत्रातील पान व जागा यावरून वेगवेगळे (कमी अधिक) असतात. दैनिकाच्या पहिल्या पानावरील अगर पॅनेलवरील जाहिरात महाग असते.

३) वृत्तपत्राचा खडबडीत कागद असल्याने त्यावर विशेष चांगली प्रतिमा दिसत नाही. मासिकावर ती दिसू शकते. परंतु, दर जास्त असतात. तसेच ही जाहिरात केवळ विशिष्ट Class साठी असते Mass साठी होऊ शकत नाही.

४) निरक्षरता, भाषा भिन्नत्व यामुळे प्रकाशनात शब्दाऐवजी चित्र छापावे असे ठरल्यास जागा फार लागते. तसेच निरक्षर व अन्य भाषिक असा मजकूर असलेले वृत्तपत्र विकत घेत नाही.

आपल्या देशात मात्र वृत्तपत्र प्रकाशन हा जाहिरात प्रकार खूप लोकप्रिय आहे. साक्षरतेचे वाढते प्रमाण व ग्रामीण पातळीपर्यंत पोचलेले वृत्तपत्र प्रकाशनाचे लोण यामुळे हे माध्यम महत्त्वाचे ठरणार आहे.

२) बाह्य जाहिरात

यात मुख्यतः स्थिर प्रकारच्या जाहिराती व वाहनावरील जाहिराती यांचा समावेश होतो.

स्थिर जाहिरातीत प्रचार पाटी व फलक, पोस्टर्स, बोर्ड इ. चा समावेश होतो. मोठमोठ्या शहरात मार्ग दुभाजक, रस्त्याच्या कडेला तसेच चौकात पोस्टर्स व पाट्या यावर जाहिराती रंगविण्यात येतात.

वाहनावरील जाहिरातीत बसेस, लोकल ट्रेन, सायकली, स्कूटर्स, टॅक्सी इ. वर जाहिराती रंगविल्या जातात. काही वेळा जाहिरात मजकूर असलेल्या फुगा किंवा अन्य एखादा कागदी आकार आकाशात सोडण्यात येतो. सर्व दूरवरून तो दिसल्याने मोठ्या समूहाचे कुतूहल वाढते.

फायदे

१) या माध्यमाद्वारे संदेश स्थानिक पातळीपर्यंत पोहोचतो. वाहनाच्याबाबत तर हा संदेश ग्राहकांच्या घरापर्यंत जातो.

२) या प्रकारामुळे जाहिरातीत विविधता आणणे शक्य होते. कट आऊट्स, निऑन दिवे व प्रचंड आकार याद्वारे पोस्टर्स अधिक आकर्षक करता येतात. कलाकाराला येथे भरपूर वाव मिळतो.

३) या जाहिराती टिकाऊ असतात. तसेच त्यांची दुरुस्ती, देखभाल ठेवून त्यात वेळोवेळी बदलही करता येतो.

४) या जाहिरातींना स्मरणमूल्य असते. त्या रस्त्याने जाताना पुन: पुन्हा दररोज संबंधित मजकूर व्यक्तीला दिसतो.

५) तुलनात्मकदृष्ट्या याचा खर्च कमी येतो.

तोटे

१) या प्रकारच्या जाहिरातीत सविस्तर तपशील देता येत नाही; कारण हा मजकूर रस्त्यावरील, वाहनातील व्यक्ती अगर प्रवासी याजकडून अगदी घाईगर्दीत वाचला जातो.

२) या प्रकारात एकत्र मजकूर सर्वत्र सारखा वापरता येत नाही. भाषा भिन्नता व प्रादेशिक अलगता यामुळे हे घडते.

सर्वच व्यावसायिक संस्था या माध्यमाचा वापर करतात असे दिसून येईल.

३) छापील जाहिरात

छापील जाहिरात किंवा जाहिरात वाङ्मय प्रसिद्धी हा एक रूढ जाहिरात माध्यम प्रकार आहे. यामध्ये किंमतपत्रे, परिपत्रके, वस्तु संबंधी परिचय पत्र, माहिती पुस्तिका इ. चा समावेश होतो. या माध्यमावर जाहिरातदाराचे सर्वेसर्वा नियंत्रण असते. या प्रकारात अधिकृतपणा आहे. नुकतेच एका कंपनीने वस्तूच्या आकाराएवढ्या जाड कागदावर वस्तूचे परिचय पत्र तयार केले आहे. (सीस फायर–आग विझविणारे उपकरण) म्हणजेच या प्रकारात विविध युक्त्या किंवा प्रयोग करता येतात. अशा प्रकाशित किंवा छापील जाहिरातींचा उपयोग दीर्घकाळ होतो. विशेषत: वस्तूच्या वापरासंबंधी सूचना, अन्य तांत्रिक तपशील इ. गोष्टी जाहिरातीत देता येतात. त्यामुळे ग्राहक प्रशिक्षित करण्याकडे कंपनीचा कल आहे हे स्पष्ट होते.

फायदे :

१) प्रसारणातील अपव्यय टाळला जातो. निवडक व्यक्तींच्या हातात हे वाङ्मय पडते.

२) सर्व जाहिरात माध्यमांपेक्षा, या माध्यमात निवडीला वाव आहे.

३) अधिक मजकूर कमी खर्चात देणे शक्य होते.

४) या संदेशात अधिक व्यक्तिगतपणा किंवा गुप्तता दिसून येते.

तोटे :

१) अनेक वेळा अशा छापील जाहिराती न वाचता टाकून दिल्या जाण्याची भीती असते.

२) या प्रकारात पोस्टरवर अवलंबून रहावे लागते. तो एक अडथळा होऊ शकतो.

४) संकीर्ण माध्यमे

संकीर्ण प्रकारातील काही महत्त्वाची माध्यमे पुढीलप्रमाणे :

१) दूरदर्शन, चित्रपट व रेडिओ

अधिक व्यापक क्षेत्रात संदेश पोहोचतो. हालते माध्यम हे अधिक आकर्षक असते. दृश्य व श्राव्य रसामुळे वस्तूचे बहुरूप दर्शन तसेच प्रत्यक्ष दाखविणे शक्य होते. वरील ३ माध्यमे दिवसेंदिवस अधिक प्रभावी होत आहेत. ही माध्यमे खर्चिक आहेत. प्रतिमा तयार करण्याकडे देखील या माध्यमांचा वापर होतो. या प्रकारात दर्शक व श्रोते यांचे पूर्ण अवधान लाभते. दूरदर्शनच्या आक्रमणामुळे रेडिओ हे माध्यम थोडे कालबाह्य ठरत आहे. लोकप्रिय टि.व्ही. मालिका असेल तर जाहिरात पाहिली जाते. काही ठिकाणी जाहिरातीसाठी दूरदर्शन व रेडिओ यावर स्वतंत्र चॅनेल्स असतात. तेथे सर्व जाहिराती पाहिल्या जातीलच असे नाही.

२) भेटवस्तू

अनेक कंपन्या वर्षातील विशिष्ट प्रसंगी कॅलेंडर, डायऱ्या, की-चेन अगर अन्य वस्तू भेट म्हणून देतात. त्यावर जाहिरात मजकूर छापतात. अनेक कंपन्या आपल्या क्षेत्रातील एखादा मेळावा, अगर संमेलन या प्रसंगी फाईल्स देतात. त्यावर आपली जाहिरात छापतात. या प्रकारात टिकाऊपणा असला तरी त्यामुळे उत्पादित वस्तूची विक्री वाढेल असे नाही. मात्र, कंपनीची सर्वसाधारण प्रतिमा निर्माण होण्याचे दृष्टीने अशा प्रकारच्या माध्यमांचा उपयोग होतो.

३) भांडार सुशोभन, मांडणी व प्रदर्शने

हे माध्यम स्थिर स्वरूपाचे व विक्रय प्रयत्नाशी प्रत्यक्ष जोडलेले आहे. सध्या विंडोशॉपिंग किंवा ड्राइव्ह इन शॉपिंगची कल्पना रुळलेली आहे. यालाच जस्ट-इन टाइम शॉपिंग म्हणतात. अशा परिस्थितीत वस्तूंची आकर्षक मांडणी म्हणजे वस्तूचा जणू पाहणाऱ्याशी वार्तालाप होय! 'तो आला, त्याने पाहिले व त्याने जिंकले' असे दर्शकाबाबत म्हणता येईल. मात्र, या प्रकारात व्यक्तिगत विक्रीकलेची जोड मिळाली पाहिजे. केवळ चक्षु समाधान म्हणून मांडणी व प्रदर्शन नसावे.

प्रदर्शन हे एक चांगले जाहिरात व प्रसिद्धी माध्यम आहे. अलीकडे विशिष्ट क्षेत्र किंवा वस्तूगट या विषयावर व्यापारी प्रदर्शने भरविली जातात. त्यामुळे अपेक्षित गटातील बहुतेक व्यक्ती प्रदर्शनास भेट देतात. सार्वत्रिकरण

टळल्याने खर्चात बचत होते. प्रदर्शनाला आजूबाजूच्या गावातील लोक भेट देतात. अशा ठिकाणी ग्राहक मेळावे घेणे, प्रात्यक्षिके दाखविणे, छापील जाहिराती व परिचय पुस्तिका वाटणे इ. गोष्टी करता येतात.

माध्यमाची निवड

सुयोग्य माध्यमाची निवड खालील गोष्टीवर अवलंबून असते :-

१) प्रत्येक उपलब्ध माध्यम प्रकाराची क्षमता व ताकद जाणून घेणे. उदा. वृत्तपत्र माध्यमाची लोकप्रियता व विश्वसनीयता अधिक आहे.

२) आपली वस्तु ज्या गटातील लोकांसाठी आहे, त्या गटातील लोकांच्या माध्यम सवयी जाणून घेणे. उदा. विमानाने प्रवास करणारे लोक कोणते वृत्तपत्र अगर नियतकालिक वाचतात? भारतासारख्या विस्तीर्ण देशात ग्रामीण भागातील ग्राहकाच्या उपयोगी असलेल्या वस्तूच्या जाहिरातीसाठी दूरदर्शनपेक्षा आकाशवाणी हे प्रभावी माध्यम आहे; कारण रेडिओ, ट्रॅन्झिस्टर, वाड्या, वस्त्यांवर एवढेच नव्हे तर शेतावर बांधावर पोहोचलेला आहे.

३) वस्तुचे स्वरूप हे कोणत्या प्रकारच्या माध्यमासाठी सोईस्कर आहे हे ठरविणे. उदा. साड्यांच्या किंवा रंगीत टि.व्ही.च्या जाहिरातीसाठी रंगीत जाहिराती छापणारे मासिक अगर वृत्तपत्र घेतले पाहिजे.

४) जाहिरात मजकुराचे स्वरूप यावर देखील माध्यम पसंती अवलंबून आहे. जाहिरातीत तांत्रिक तपशील आकडेवारी असेल तर परिचय पत्र निवडावे. आकडेवारी वगळायची असेल तर वृत्तपत्र जाहिरात द्यावी. एखादी नवी वस्तू अगर विक्री योजना जाहीर करायची असेल तर रेडिओ अगर दैनिक वृत्तपत्र निवडावे.

५) जाहिरात खर्चाचा विचार हा जाहिरात प्रभावाशी निगडित करावा. एकदा जाहिरात दिल्याने किती प्रमाणात प्रतिसाद मिळतो हे पहावे.

अशा तऱ्हेने माध्यमाची निवड हा एक महत्त्वाचा निर्णय आहे. यात व्यावसायिक वळण, स्पर्धकांनी निवडलेले माध्यम याचा देखील विचार करावा लागतो.

प्रश्नसंच

(१) 'जाहिरात हे विपणन प्रक्रियेतील एक संज्ञापन साधन आहे.' स्पष्टीकरण द्या.

(२) विक्रयवृद्धीचे प्रमुख उद्देश सांगा.

(३) 'जाहिरात म्हणजे अदृश्य विक्री कला' स्पष्ट करा.

(४) ग्राहकवर्गाच्या दृष्टीने जाहिरातीचे होणारे लाभ व तोटे सांगा.

(५) विक्रयवृद्धीच्या कोणत्याही दोन पद्धती सांगा.

(६) वृत्तप्रकाशनातील जाहिरातीचे माध्यम म्हणून गुण-दोष सांगा.

(७) चूक की बरोबर ते सांगा.

१) जाहिरातीचा लाभ उठवण्यासाठी .... प्रयत्नात वाढ करावी लागते.

(अ) व्यक्तिगत विक्री (ब) उधार विक्री (क) आर्थिक (ड) सामाजिक

२) जाहिरातीद्वारे .... बाजूचा परिचय होतो.

(अ) उत्पादनापूर्वी (ब) खरेदीपूर्वी (क) उपभोगापूर्वी (ड) उपयोगापूर्वी

३) जीवनावश्यक वस्तूंच्या जाहिरातीपेक्षा .... वस्तूंच्या जाहिराती मोठ्या प्रमाणावर आढळतात.

(अ) विलासी (ब) गरजेच्या (क) शेतमाल (ड) वित्तीय

(८) सुयोग्य जाहिरात माध्यम कसे निवडले जाते ? सोदाहरण सांगा.

प्रकरण ११

ग्रामीण विपणन

Rural Marketing

११.१ प्रस्तावना

११.२ ग्रामीण विपणन संयोग (व्यामिश्र)

११.३ ग्रामीण विपणन प्रणाली : सद्य:स्थिती

११.४ ग्रामीण विपणनातील समस्या आणि आव्हाने

११.१ प्रस्तावना :

देशातील दुर्गम तसेच अंतर्गत लहान गावे, छोटी शहरे येथील भागात उत्पादन, विपणन व विक्री म्हणजे ग्रामीण विपणन होय. विपणनात ग्रामीण बाजारपेठांना स्वतंत्र स्थान आहे. विपणनाच्या दृष्टीने भारतातील ग्रामीण बाजारपेठा, त्यांचे विस्तृत आकारमान आणि वाढती मागणी यामुळे त्यांनी मोठी व्यावसायिक संधी उपलब्ध करून दिलेली आहे.

भारतातील अंदाजे तीनचतुर्थांश उपभोक्ते ग्रामीण बाजारपेठांत आहेत. तसेच अंदाजे ५०% राष्ट्रीय उत्पन्न हे तेथे निर्माण होते; म्हणून ग्रामीण बाजारपेठांचे स्थान महत्त्वपूर्ण असून ग्रामीण विपणनाचा स्वतंत्रपणे विचार होणे आवश्यक ठरते.

वाहतुकीच्या सोयीत झालेली वाढ, ग्रामीण भागातून शहरी भागाकडे व्यवसायाच्या शोधात येणाऱ्या लोकसंख्येत होत असलेली वाढ, शैक्षणिक पातळीत झालेली वाढ आदी कारणांमुळे शहरे व महानगरे या ठिकाणाहून उत्पन्न ग्रामीण भागाकडे जाते. तेथे मागणी निर्माण होते. ग्रामीण भागातदेखील त्यामुळे एक विशिष्ट प्रकारची 'खरेदी संस्कृती' आता रुजू झाली आहे. त्यामुळे विपणन तज्ज्ञांसाठी, कंपन्यांसाठी ग्रामीण विपणन हे मोठेच आव्हान ठरले आहे.

'ग्रामीण बाजारपेठ' या संज्ञेत समाविष्ट होणारी लोकसंख्या :

१) योजना आयोगाच्या व्याख्येनुसार १५००० च्या आत लोकसंख्या असलेली गावे ग्रामीण मानण्यात येतात.

२) औद्योगिक संख्या, विपणन व जाहिरात सल्ला संख्या यांच्या मतानुसार भारतातील ७, मेट्रोज-महानगरे वगळून उरलेली सर्व गावे, शहरे ही 'ग्रामीण बाजारपेठ' गटात येतात.

३) संयुक्त राष्ट्रसंघाच्या अहवालानुसार कृषि व्यतिरिक्त स्रोतापासून उत्पन्नाचे प्रमाण वाढल्याने भारतातील नागरीकरणाचा वेग मंदावला आहे.

वरील ३ मुद्द्यांवरून हे स्पष्ट होते की, ग्रामीण विपणन हे भारताचे दृष्टीने एक वैशिष्ट्यपूर्ण व महत्त्वाचे क्षेत्र आहे.

ग्रामीण विपणनाचे महत्त्व (Importance of Rural Marketing)

भारताची ग्रामीण बाजारपेठ ही वैविध्यपूर्ण आणि विस्तीर्ण आहे. ती केवळ विखुरलेली नाही तर ती स्वतंत्र वैशिष्ट्यपूर्ण आहे. खालील कारणांमुळे तिचे महत्त्व दिवसेंदिवस वाढत आहे.

१) **साक्षरतेचे वाढते प्रमाण :** प्रौढ शिक्षण, सक्तीचे शिक्षण यासारख्या राष्ट्रीय योजनांमुळे ग्रामीण भागातील साक्षरतेच्या प्रमाणात दरवर्षी लक्षणीय वाढ होत आहे.

२) **क्रयवर्तनात झालेला बदल :** देशात लागू झालेल्या जमीन सुधारणा तसेच अन्य पायाभूत सुधारणा यामुळे ग्रामीण भागातील राहणीमान हे पूर्वीप्रमाणे बंदिस्त राहिले नाही. शहरी संस्कृतीच्या आदान–प्रदानामुळे ग्रामीण लोकांची क्रयशक्ती, क्रयवर्तन यात गुणात्मक तसेच संख्यात्मक बदल झाले आहेत.

३) **राहणीमानातील बदल :** ग्रामीण जनतेचे राहणीमान सुधारले असून दारिद्र्यरेषेखालील संख्येचे प्रमाण घटले आहे. उच्च अभिरुचीचे महत्त्व त्यांना पटले आहे. शैक्षणिक सोयीत झालेली वाढ, उत्पन्नातील वाढ आणि खुलेपणा यामुळे चांगल्या राहणीमानाबद्दलची आकांक्षा निर्माण न झाली तरच नवल.

४) **लोकसंख्येतील वाढ :** ग्रामीण बाजारपेठ ही भौगोलिकदृष्ट्या अत्यंत विस्तीर्ण आहे. लोकसंख्येत झालेल्या वाढीमुळे मागणीत सतत वाढ होत आहे.

५) **ग्रामीण उत्पन्नात वाढ :** भारत हा कृषिप्रधान देश आहे. ६०% उत्पन्न शेतीपासून मिळते. शेती हा ग्रामीण अर्थव्यवस्थेचा कणा आहे. त्यात झालेल्या सुधारणांमुळे भारतात हरितक्रांती घडून आली. शेती व तत्सम व्यवसायात प्रगती झाल्याने साहजिकच ग्रामीण उत्पन्नात लक्षणीय वाढ झाली.

६) **आधारभूत साधनसामग्रीत सुधारणा :** ग्रामीण भागात आरोग्य, रस्ते, दळणवळण सोयी, शिक्षण, सार्वजनिक वाहतूक सोयी, वीज, दूरदर्शन, बँका-पोस्ट ऑफिसेस, पाणी पुरवठा योजना इ. सुविधा वाढल्या. महानगराजवळील गावे महानगरात समाविष्ट झाली. तसेच त्यापासून दूर असलेल्या गावातून लोक रोजगारासाठी शहरात रोज जा-ये करतात. त्यामुळे ग्रामीण भागाचा चेहरा-मोहरा बदलून गेला आहे. अशा तऱ्हेने ग्रामीण विपणनाची व्याप्ती सतत वाढत आहे.

ग्रामीण बाजारपेठेची वैशिष्ट्ये (Features of Rural Market)

ग्रामीण विपणनात देशातील बहुतांश लोकसंख्या तसेच भौगोलिक विभाग अंतर्भूत होतो. २०११ च्या जनगणनेनुसारच्या आकडेवारीनुसार ८० कोटी ग्राहक यात अंतर्भूत होतात. भारतातील शहरांचा झालेला विकास अभ्यासला तर असे दिसेल की, ग्रामीण भागातील लोकांचे स्थलांतर होऊनच शहरांचा आकार वाढला आहे. त्यामुळे भारतातील विपणन प्रयत्न हे मूलत: ग्रामीण बाजारपेठा समोर ठेवून आखावे लागतात. ग्रामीण बाजारपेठेची प्राथमिक वैशिष्ट्ये पुढीलप्रमाणे सांगता येतील :-

१) **बाजारपेठेचे स्थान :** ३२०० महानगरे आणि नगरे वजा केली असता राहिलेली बाजारपेठ ५,७०,००० गावांची बनलेली आहे. ही गावे तसेच वाड्या, वस्त्या, पाडे यात विभागलेल्या लोकसंख्येचा समावेश ग्रामीण बाजारपेठेत होतो. ही लोकसंख्या समुद्र किनाऱ्यापासून ते डोंगर शिखरापर्यंत आदिवासी पाड्यांपर्यंत दक्षिण, उत्तर, पूर्व, पश्चिम विखुरलेली आहे.

२) **सांस्कृतिकदृष्ट्या विस्तृत आणि वैविध्यपूर्ण** : ग्रामीण बाजारपेठ ही केवळ विखुरलेली नाही तर ती असमान आणि वैविध्यपूर्ण आहे. धार्मिक, सामाजिक, जातीय भेद ही या ग्रामीण ग्राहकांची वैशिष्ट्ये आहेत. त्यांचे सणवार, चालीरीती, भाषा, भावना या सर्व गोष्टी शहरी ग्राहकांपेक्षा वेगळ्या परंतु प्रत्येक प्रदेशानुसार वेगवेगळ्या आहेत.

३) **शहरी जीवनाची चाहूल** : अलीकडे ग्रामीण ग्राहकांना शहरी जीवनाची चाहूल लागली आहे. दळणवळण सोयी, उत्पन्नातील वाढ, सुधारित राहणीमान इ. कारणांमुळे ग्रामीण ग्राहकांच्या गरजा, आशा-आकांक्षा, पसंती इ. गोष्टी बदलत चालल्या आहेत.

४) **साक्षरतेचे प्रमाण** : ग्रामीण भागातील एकूण साक्षरतेचे प्रमाण वाढते आहे. त्यातील स्त्री-पुरुष असमानताही कमी होत आहे. दरवर्षी अंदाजे ८ कोटी लोकसंख्येची एकूण ग्रामीण शिक्षित लोकसंख्या गटात भर पडत आहे.

५) **हरितक्रांतीचा प्रभाव** : हरितक्रांती उच्च तांत्रिक शेती तंत्रज्ञान, सुधारित वाण

इ. मुळे शेतीची उत्पादकता वाढत आहे. कापूस, ऊस, फलोत्पादन इ.मुळे शेती उत्पन्नात वाढ झालेली आहे. जागतिकीकरणामुळे विस्तारित बाजार लाभल्याने उत्पन्न आणखी वाढणार आहे. ग्रामीण उपभोक्त्यांच्या क्रयशक्तीत वाढ झालेली आहे.

६) **प्रसारमाध्यमांचा प्रभाव :** प्रसारमाध्यमांच्या सार्वत्रिकीकरणामुळे ग्रामीण उपभोक्त्यांना नव्या वस्तू, सेवा, राहणीमान याबाबत अद्ययावत राहता येते. दृश्य जाहिराती हे एक अत्यंत प्रभावी अस्त्र ठरले असून त्यामुळे ग्रामीण बाजारपेठांत संख्यात्मक आणि गुणात्मक वाढ होत आहे.

११.२ ग्रामीण विपणन संयोग (व्यामिश्र)

विपणन धोरण व कार्यक्रम आखताना ४ पी हे घटक विचारात घेऊन त्यात परस्पर संयोग साधायचा असतो हे विपणन शास्त्रातील सूत्र आहे. त्यात किंमत (Price), वस्तू (Product), ठिकाण (Place) आणि प्रवर्तन-प्रसार (Promotion) यांचा समावेश होतो. सी.के. प्रल्हाद यांनी मांडलेल्या पिरॅमिड सिद्धांतानुसार (२००६) गरीब-ग्राहक अशी संज्ञा वापरली असून त्यांच्या गरजा भागविणाऱ्या वस्तू व सेवा विकसित करणे हा प्रचंड मोठा व्यवसाय असून त्यात खूप संधी आहेत. गरीब ग्राहक व्याख्येतील 'गरीब' ही बदलणारी संज्ञा असून त्याचा अर्थ आर्थिकदृष्ट्या 'परवडणारी' खरेदी करणारी व्यक्ती असा अर्थ घेणे उचित ठरते. प्रदीप कश्यप यांनी त्यांच्या पुस्तकात ग्रामीण विपणनात '४ पी' ला पूरक किंवा पर्यायी '४ ए' ची मांडणी केली आहे. Affordability खरेदी करण्याची क्षमता, Availability उपलब्धता, Awareness जाणीव आणि Acceptability स्वीकारार्हता हे ते ४ घटक होत. ग्रामीण बाजारपेठेसाठी धोरण आखताना या '४ ए' चा एकत्रित विचार करून विपणन कार्यक्रम आखला तर तो यशस्वी होऊ शकतो.

ग्रामीण बाजारपेठेसाठी
४ ए

खरेदी करण्याची क्षमता (किंमत)	स्वीकारार्हता (वस्तू-सेवा)	उपलब्धता (जागा)	जाणीव (प्रसार)
Price	Product	Place	Promotion
Affordability	Acceptability	Availability	Awareness

रॉबर्ट ल्यूटर बॉर्न यांनी सुचविलेले ४ सी, जसे ग्राहकाचे दृष्टीने उत्पादकांचे विपणन धोरण स्पष्ट करतात. त्याप्रमाणे ४ ए आहेत. यात ग्रामीण उपभोक्ता केंद्रस्थानी मानला आहे.

शहरी उपभोक्त्याला वस्तू हे त्याच्या गरजेचे उत्तर असेल तर ग्रामीण उपभोक्त्याला देखील त्याच्या गरजेचे उत्तर वाटले पाहिजे. त्याच्यासाठी लागणाऱ्या वस्तूचे घटक ग्राहक संशोधन करून त्याला स्वीकारार्ह ठरतील असे ठेवले पाहिजेत. उदा. कच्चा रस्ता किंवा बिनधास्त वापर, हे मुद्दे धरून मोटर सायकल तयार केली पाहिजे. मोटार गाडी तयार करताना दिखाऊपणापेक्षा टिकाऊपणा व उपयुक्तता महत्त्वाची आहे. त्यामुळे पॅसेंजरच्या सीट समवेत शेतमाल वाहून नेण्यासाठी जागा सोडली किंवा जोडली पाहिजे. अशा तऱ्हेने वस्तुरचना ही ग्राहकाला स्वीकारार्ह वाटली पाहिजे.

तीच गोष्ट किमतीची. वस्तूचा उत्पादन खर्च हा काही प्रक्रिया कमी करून वाचवला पाहिजे. इलेक्ट्रॉनिक उपकरणात एकाच ठिकाणी अनेक सुविधा घुसडून यंत्र हाताळणी कठीण करण्यापेक्षा किमान कार्ये यंत्राकडून कशी चांगली होतील तेवढेच पाहिले पाहिजे. पर्यायी तंत्रज्ञान, 'जुगाड' किंवा 'रिव्हर्स इंजिनिअरिंग' पद्धती वापरून स्वस्त वस्तू व सेवा बाजारात आणल्या पाहिजेत. वस्तूची लेबल्स, कॅटलॉग, माहितीपत्रके ही शक्यतो चित्रे-रेखाटने यांच्यासह प्रादेशिक भाषेत आणली पाहिजेत. त्यामुळे जाणीव वाढेल. जागृत झालेला ग्रामीण उपभोक्ता हा शहरी ग्राहकापेक्षा हक्काबद्दल अद्याप म्हणावा तसा जागृत झालेला नाही. त्यामुळे तो मागणी व आवश्यकता स्वत:हून नोंदणार नाही.

ग्रामीण उपभोक्ता समोर ठेवून '४ पी' च्या उत्पादकांच्या विपणन संयोगात '४ ए' ची दिशा दिली व विपणन धोरण आखले तर ग्रामीण विपणनकर्ता यशस्वी होईल.

१) **खर्च करण्याची क्षमता –** म्हणजे कमी किमतीच्या वस्तू तयार करणे नव्हे; तर परवडणाऱ्या वस्तू - म्हणजेच खरेदी करण्याइतपत! ग्रामीण भागातील दरडोई उत्पन्न हे शहरी भागापेक्षा निम्म्याने आहे. तसेच आधारभूत साधन-सामग्री-संदर्भात अद्याप ग्रामीण, दुर्गम भाग हा शहरी भागापेक्षा मागासलेला आहे. उदा. वीज, पेयजल, कायमस्वरूपी रस्ते, शैक्षणिक सोयी इ. चा अभाव.

२) **स्वीकारार्हता –** एखादी वस्तू किंवा सेवा जी शहरी बाजारपेठेत यशस्वी होते ती ग्रामीण बाजारपेठेत यशस्वी होईलच असे नाही. याचे प्रमुख कारण वर वर्णन केल्याप्रमाणे-वस्तूची रचना. वस्तू किंवा सेवेच्या ग्रामीण वातावरणाशी ताळमेळ जमला पाहिजे. चिनी बनावटीचे दिवे, मोबाईल फोन हे ग्रामीण बाजारपेठेत स्वीकारले गेले, याचे प्रमुख कारण म्हणजे मोबाईलमधील रेडिओ सुविधा, दिव्यांची उपयुक्तता.

३) **उपलब्धता** – हा घटक ग्रामीण बाजारपेठेतील सर्वात महत्त्वाचा घटक आहे. ही बाजारपेठ लाखो खेडी–वाड्या–वस्त्या व लहान शहरे यात विभागलेली आहे. भारतासारख्या खंडप्राय देशात वस्तू किंवा सेवा या विखुरलेल्या लोकांपर्यंत पोहोचणे हे मोठे आव्हान आहे. या बाजारपेठेतील वितरकाला आज शहरात उपयोगात आणली जाणारी वाहने उपयोगी ठरत नाहीत. जनावरे, सायकल, ट्रॅक्टर, ३ चाकी मोटारगाडी, यासारखी वाहने हवीत. त्यासाठी स्थानिक वितरकांच्या मदतीला, विपणनकर्त्यांने आपूर्ती व वाहतूक यंत्रणा उभारली पाहिजे. हिंदुस्थान युनिलिव्हर कंपनीने 'सायकल विक्रेते' नेमले आहेत.

४) **जाणीव** – ग्रामीण लोकसंख्येची जी अनेक वैशिष्ट्ये आहेत त्यात निरक्षरता, जुन्या रूढी, समजुतींचा प्रभाव, सार्वजनिक आरोग्याबाबत अनास्था इ. प्रमुख आहेत. वस्तू व सेवेचा प्रचार आणि प्रसार होण्यासाठी ग्राहक संपर्क महत्त्वाचा असतो. जाहिरातीची पारंपरिक माध्यमे उपयोगी नसतात. त्यासाठी उपलब्ध 'ग्रामीण संज्ञापन' तंत्रे वापरली पाहिजेत. स्थानिक बोलीभाषेचा उपयोग करणे, चित्र माध्यमांवर भर देणे, यात्रा, उरूस, आठवडे बाजार ही ठिकाणे निवडणे. विपणनात जाणीव निर्माण झाल्यावर खरेदी निर्णय घेणे महत्त्वाचे असते.ग्रामीण कुटुंबात अद्याप स्त्रियांना निर्णय घेण्याचा अधिकार नसतो त्यामुळे शाळेत शिकणारी मुले हे 'संदेश वहन' माध्यम वापरणे योग्य ठरते.

अशा तऱ्हेने वस्तू, किंमत, जागा व प्रकार हे घटक ग्राहकाच्या दृष्टिकोनातून पाहिले पाहिजेत. वस्तू स्वीकारार्ह असली पाहिजे. किंमत खरेदीक्षम (परवडणारी) आकारली गेली पाहिजे. वस्तू जागेवर उपलब्ध झाली पाहिजे आणि योग्य जाणीव जागृती होऊन वस्तूचा प्रसार केला पाहिजे. कंपनीने ही धोरणे अनुसरली तर ग्रामीण बाजारपेठ काबीज करणे अशक्य नाही.

ग्रामीण बाजारपेठेसाठी कंपन्यांनी स्वतंत्र विपणन धोरण आखण्याची गरज :

एका अभ्यासानुसार २०१७ पर्यंत ग्रामीण भारत ही कॅनडा किंवा द. कोरिया आकार असणारी एक प्रचंड बाजारपेठ बनणार आहे. गेल्या दशकापासून बदल घडून येत आहे. शासकीय योजनांमुळे तसेच शहरानजीकच्या ग्रामीण भागाचे निमशहरीकरण होत असल्यामुळे अकृषि उत्पन्न वाढत आहे.

त्यामुळे क्रयशक्तीत वाढ होत आहे. राष्ट्रीय ग्रामीण विकास कार्यक्रम, सर्व समावेशक विकास, समावेशक बँकींग, सर्वांसाठी आरोग्य, सर्व शिक्षा अभियान यासारख्या योजनांमुळे ग्रामीण शहरी हा सांस्कृतिक भेद कमी होत आहे. ग्रामीण वस्तूंना शहरी बाजारपेठ लाभल्याने शहरी लोकांना ग्रामीण जीवनाबाबत गरजेपोटी आवड वाटू लागली आहे.

दुग्ध व्यवसाय, महिला बचत गट इ. मुळे ग्रामीण महिला उद्योजकता वाढत आहे. महिलांचे सबलीकरण हे ग्रामीण विकासाला पूरक ठरल्याचे दिसून येत आहे. अनेक अशासकीय संस्था व संघटना – इंजिनिअरिंग व रिव्हर्स इनोव्हेशन माध्यमातून शहरे तसेच विदेशात ग्रामीण वस्तूंना बाजारपेठ निर्माण करीत आहेत. 'ग्रामीण' ही उभरत्या अर्थव्यवस्थांची एक नवी ओळख बनली आहे. ग्रामीण म्हणजे ग्रीन, पर्यावरण पूरक त्यामुळे त्याचा वापर हा अत्यंत सुरक्षित, आरोग्यदायी! ग्रामीण पर्यटन, जैविक शेती, हरित व्यापार या संकल्पना आता भारतातील शहरात रुजल्या आहेत. त्यामुळे आत्तापर्यंत दुर्लक्षित राहिलेली ग्रामीण अर्थव्यवस्था ही अग्रभागी आली आहे. ही प्रक्रिया चालू दशकात पूर्ण होणार अशी चिन्हे आहेत.

गेल्या ३ पंचवार्षिक योजनांचा मुख्य भर ग्रामीण विकास हा आहे. त्यानुसार ग्रामीण विद्युतीकरण, ग्राम सडक विकास योजना, ग्रामीण घरबांधणी कार्यक्रम, राष्ट्रीय ग्रामीण आरोग्य मोहीम, ग्रामीण बँकिंग, ग्रामीण रोजगार इ. योजनांद्वारा ग्रामीण भागात मोठ्या प्रमाणावर गुंतवणूक होत आहे. तेथे नव्या संधी निर्माण होत आहेत. त्यामुळे विपणन संयोगाद्वारे ग्रामीण बाजारपेठेसाठी स्वतंत्ररीत्या विपणन धोरण व कार्यक्रम आखले पाहिजेत. त्यासाठी ग्रामीण भागातील तरुण निवडले पाहिजेत. स्थानिक भाषेचे ज्ञान असल्याने ते वस्तू व सेवा प्रचार व प्रसाराचे काम कार्यक्षमपणे करतात. ग्रामीण तरुण-तरुणींना देखील व्यापार क्षेत्रातील निर्माण होणाऱ्या संधीचा पुरेपूर फायदा उठविता येईल. विक्रय कला, संवादन, बहुभाषिकता, स्वतंत्र विचार शक्ती, व्यक्तिमत्त्व विकास इ. विद्या आणि कला यांची जोपासना केली तर ग्रामीण युवाशक्ती राजकारणाप्रमाणे आर्थिक व औद्योगिक क्षेत्रात अग्रेसर राहील. 'ग्रामीण' हा न्यूनगंड नसून तो खुलेपणा व सचोटीचा 'राजदंड' आहे.

११.३ ग्रामीण विपणन प्रणाली : सद्य:स्थिती (Present Rural Marketing System)

ग्रामीण बाजारपेठा ह्या विविध सुधारणांमुळे बदलू लागल्या आहेत. तज्ज्ञांच्या मतानुसार वाढीचा दर विचारात घेतल्यास ग्रामीण बाजारपेठ वाढ दर हा शहरी बाजारपेठ वाढीपेक्षा अधिक आहे. विविध कंपन्यांचे वितरण व्यवस्थापक आणि सल्लागार यांनी या पूरक बदलाचे अचूक विश्लेषण केले आहे.

ग्राहकोपयोगी वस्तूंच्या दृष्टीने जलद उठाव असणाऱ्या तसेच टिकाऊ वस्तू यासाठी ग्रामीण भागात प्रचंड क्षमता आहेत. ग्रामीण उपभोक्ता हा आर्थिकदृष्ट्या कमकुवत मानला जाई. परंतु, हा समज आता खोटा ठरला आहे. उलट, ग्रामीण उपभोक्ता हा मूल्याला, वस्तूतील लाभ-गुणांना मानतो. बाह्य आवरण, रंग यांना तो भुलत नाही.

त्याला रोज अथवा साप्ताहिक बाजाराची सवय असते. किमतीतील वाढ-घट, मागणी-पुरवठा यांचे गणित त्याला चांगले अवगत असते. किंबहुना, शहरी उपभोक्त्यांपेक्षा तो अधिक व्यवहारी व चोखंदळ असतो. ते मूलतः बोलका, अनुभव वाटणारा आणि उपभोग जाण असणारा असल्याने त्याला वेगळ्या पद्धतीने हाताळावे लागते एवढेच.

गेल्या २५ वर्षांत ग्रामीण भागात ग्रामीण उद्योगांचे जाळे उभारले गेले आहे. यात कृषी अधिष्ठित उद्योग, साखर, सूत गिरणी, दुग्ध, कुक्कुटपालन, ग्रामीण आणि सहकारी बँकिंग संस्था इ.चा समावेश होतो. याद्वारे बिगर शेती गटातील लोकसंख्या वाढली असून त्यांच्या उत्पन्नातही भर पडलेली आहे. ग्रामीण अर्थव्यवस्थेत शेतीपूरक व्यवसाय वाढल्याने शेतीच्या हंगामी स्वरूपी उत्पन्नाला बारमाही उत्पन्नाची जोड मिळाली आहे.

वरील सर्व वर्णनावरून असे म्हणता येईल की, उद्योग व्यापार प्रगतीमधील पुढील वाटचाल ही ग्रामीण बाजारपेठांतून होणार आहे. त्यासाठी सदर पेठेत वस्तू कशा प्रकारे आणता येईल याचा विचार विपणन तज्ज्ञांनी करणे गरजेचे आहे. ग्रामीण विपणन प्रणालीतील काही नवे प्रवाह चौकटीत दर्शविले आहेत.

ग्रामीण विपणन काही नोंदी

* राष्ट्रीय उपयोजित आर्थिक परिषदेच्या सर्वेक्षणानुसार (N.C.A.E.R.) १९९५-९६ या वर्षी बाजारात उपलब्ध ग्राहकोपयोगी वस्तूंपैकी केवळ ४५% वस्तू ग्रामीण उपभोक्त्यांकडून खरेदी करण्यात आल्या. हे प्रमाण २००९-१० मध्ये ६०% पर्यंत वाढेल असा अंदाज आहे.
* MART या ग्रामीण विपणन आणि विकास सल्लासेवा संस्थेनुसार (२००४-०५ या काळातील) ग्रामीण भागातील जलद उठाव असणाऱ्या ग्राहकोपयोगी वस्तूंच्या (FMCG) विक्रीचे प्रमाण ५३% आहे आणि टिकाऊ ग्राहकोपयोगी वस्तूंच्या (Consumer durable goods) विक्रीचे प्रमाण ५९% आहे.
* ग्रामीण भागातील उत्पन्न पातळी शहरी भागाबरोबर येत नाही तोपर्यंत कंपन्यांनी ग्रामीण उपभोक्ते समोर ठेवून त्यांचेसाठी बाजारपेठ विभाजन करून स्वतंत्र वस्तू बाजारपेठेत आणल्या पाहिजेत. – श्री सुनील अलघ, सल्लागार.
* ग्रामीण लोकसंख्येपैकी ७५% लोक शेती व्यवसायात असून त्यांचा उत्पन्नातील वाटा ५०% आहे; तर २५% लोकसंख्या शेतीव्यतिरिक्त क्षेत्रात (अन्य व्यवसाय, कारागिरी, व्यापार) आहे. त्यांचा उत्पन्नातील वाटा ५०% आहे.

म्हणजे २५% लोकांकडे ५०% उत्पन्न आहे. ही २५% लोकसंख्या म्हणजे ग्रामीण बाजारपेठेचा कणा आहे. तसेच त्यांच्या खरेदी क्षमतेवर शेती उत्पन्नातील घट, दुष्काळ, अपूर्ण पाऊस इ. चा परिणाम होत नाही.

* हिंदुस्थान लिव्हर लि., नेसले, कोलगेट या कंपन्या हाट, मेळे इ. माध्यमातून ग्रामीण उपभोक्त्यांना आकर्षित करतात. त्यांच्यापर्यंत स्वत: पोचतात. (Direct Marketing) हिंदुस्थान लिव्हर लि.ने 'प्रोजेक्टशक्ती'नावाची खास मोहीम आखून कंपनीच्या ग्रामीण वितरकांमध्ये चैतन्य निर्माण करण्याचा प्रयत्न केला आहे. आंध्र प्रदेशात 'आय शक्ती' नावाचे 'पोर्टल' आणून संगणक माध्यम वापरले आहे. आय. टी. सी. ने 'ई-चौपाल' नावाचे विपणन नेटवर्क स्थापन केले आहे.

एम अँड एम, रॅलीज, आय.टी.सी., डी.एस.सी.एल. या कंपन्यांनी कृषी भांडारे उघडली आहेत.

एकूण राष्ट्रीय विपणनात ग्रामीण विपणनाचा हिस्सा (Rural Share in Total National Marketing)

मागील पानावर दिलेल्या ग्रामीण विपणन नोंदीवरून सतत वाढत चाललेल्या ग्रामीण विपणनाबद्दल कल्पना येऊ शकेल. भारत हा खेड्यांचा देश असल्याने विपणनाच्या संधी खेड्यापाड्यातून विखुरल्या आहेत. एकूण तीनचतुर्थांश ग्राहक ग्रामीण आहेत आणि जवळ जवळ ५०% राष्ट्रीय उत्पन्न ग्रामीण भागातून प्राप्त होते.

ग्रामीण उपभोक्ता आणि त्यांची मागणी याबद्दल सविस्तर माहिती घेऊन ग्रामीण विपणनाचे वाढते महत्त्व समजून घेता येईल :-

१. ग्रामीण उपभोक्ता (Rural Customer)

भारतातील ७३% लोकसंख्या ग्रामीण भागात असून सुमारे ८० कोटी ग्रामीण उपभोक्ते आहेत. (२००४ नुसार) हे उपभोक्ते ५,७०,००० गावात पसरले आहेत याउलट शहरी उपभोक्ते केवळ ३२०० नगरे, महानगरे यात आहेत.५,७०,००० गावांपैकी ६३०० गावे ५००० पेक्षा अधिक लोकसंख्या असलेली तर ३ लाख गावे ५०० किंवा त्यापेक्षा कमी लोकसंख्या असलेली आहेत. १.५ लाख गावे ही २०० किंवा त्यापेक्षा कमी लोकसंख्या असलेली आहेत. यावरून हे दिसून येते की, ग्रामीण उपभोक्त्यांची विभागणीदेखील उद्बोधक आहे. १६-३० या वयोगटातील २० कोटी उपभोक्ते आहेत. हा सर्वात मोठा गट आहे. या गटात

साक्षरतेचे प्रमाण सतत वाढते आहे. ५०% उत्पन्न शेतीपासून मिळते तर अन्य ५०% उत्पन्न बिगर शेती व्यवसायातून प्राप्त होते. शेतीतून मिळणाऱ्या उत्पन्नाचे प्रमाण घटत आहे.

२) **ग्रामीण मागणीचे स्वरूप (Nature of Rural Demand)**

ग्रामीण ग्राहक हे उपजीविकेच्या दृष्टीने जमीन मालक, शेतकरी, शेतमजूर, सरकारी नोकरदार, भूमिहीन शेतकरी, ग्रामीण कारागीर, व्यावसायिक, दुकानदार इ. गटात विभागले जातात. गेल्या २५ वर्षांपासून या सर्वच गटांमध्ये मागणीत सतत वाढ होत असल्याचे दिसून येत आहे. त्यांचे वर्गीकरण पुढीलप्रमाणे :-

(अ)जलद उठाव असलेल्या ग्राहकोपयोगी वस्तू - साबण, चहा, डिटर्जंट, टूथपेस्ट, टूथब्रश, टाल्कम पावडर, सुगंधी तेले, दाढीचे सामान.

(आ)टिकाऊ ग्राहकोपयोगी वस्तू - मोटर सायकल, सायकल, भांडी, गॅस

(इ) अन्य संपत्ती वस्तू - ट्रॅक्टर, जीप, घरे, सोलर सिस्टिम , इन्व्हर्टर्स.

काही बाबतीत ग्रामीण मागणी नवीन उच्चांक प्रस्थापित करीत आहे. उदा. मोबाइल, वॉशिंग साबणाची ६०%, बॅटरी (ड्रायसेल) ५६%, ट्रान्झिस्टर ५७%, इ. ची विक्री ग्रामीण भागात होते. अशा तऱ्हेने ग्रामीण मागणीच्या वाढीचे प्रमाण सतत उंचावत आहे. वाढत्या मागणीला तोंड देण्यासाठी कंपन्या नवनवे प्रयत्न कसे करीत असतात हे मागे दिलेल्या नोंदीवरून लक्षात येईल.

ग्रामीण बाजारपेठांसाठी विपणन संज्ञापन (Marketing Communication for Rural Marketing) :

ग्रामीण बाजारपेठांचे वैशिष्ट्यपूर्ण स्थान विचारात घेता विपणन संज्ञापनाचे दृष्टीने त्यांचा वेगळा विचार करणे इष्ट ठरते. संज्ञापन ही माणसा-माणसातील संप्रेषण कला असल्याने ती वस्तू प्रबोधन व जाहिरातीसाठी अत्यंत महत्त्वाची असते. संज्ञापन तंत्रज्ञान अवलंब करताना ग्रामीण संस्कृती, लोकांचे राहणीमान, पेहराव, व्यवसाय, शेती, भाषा, घरे, सणवार इ.चा पूर्ण विचार करून त्यावर शास्त्रशुद्ध संशोधन करून धोरण आखले पाहिजे. परंतु, प्रत्यक्षात हे घडत नाही. उथळ सर्वेक्षण, व्यवसाय सल्लागारांना नसलेली ग्रामीण परिस्थितीची जाण, चुकीच्या कल्पना इ. कारणांमुळे ग्रामीण बाजारपेठांसाठीच्या विपणन संज्ञापनात अडथळे निर्माण होतात. ग्रामीण जनतेपर्यंत जाणारा संदेश हा स्थानिक भाषेतच असणे श्रेयस्कर असते. हा संदेश ठराविक छापील स्वरूपी असल्यास प्रसार कमी होतो. याउलट, रेखाटने, चित्रे अशा स्वरूपात असल्यास अधिक लोकांपर्यंत पोहोचतो.

खर्च, अंदाजपत्रक, अपेक्षित समूह आणि संदेशाचे स्वरूप विचारात घेऊन विपणन संज्ञापन धोरण आखावे लागते. औपचारिक माध्यमाबरेबरच अनौपचारिक माध्यमांचा (उदा. साप्ताहिक बाजार, लोककला प्रकार, ग्राममेळावे इ.) विचार करता येतो. दोन्ही प्रकारांची योग्य सांगड घातल्यास अधिक परिणाम साधला जातो. या संदर्भात प्रमुख माध्यमांचा तुलनात्मक विचार उपयोगी ठरेल.

१) **दूरदर्शन :** दूरदर्शनची लोकप्रियता ग्रामीण भागात वाढत आहे. ग्रामीण भागातील लोकांच्या भावभावना प्रतिबिंबित होणारे करमणूक कार्यक्रम दूरदर्शनवर कमी होतात. परंतु, तरीदेखील त्यावरील जाहिरातींना ग्रामीण उपभोक्त्यांकडून पूरक प्रतिसाद मिळतो, असे एका पाहणीत दिसून आले आहे.

२) **आकाशवाणी :** आकाशवाणी हे ग्रामीण भागात अत्यंत लोकप्रिय आणि पूर्वापार चालत आलेले खात्रीलायक माध्यम मानण्यात येते. ते कमी खर्चिक आहे. त्याचा देखभाल खर्च किमान असतो.

३) **चित्रपट :** हेदेखील लोकप्रिय माध्यम आहे. चित्रपटगृहे, तंबूतील चित्रपट, दूरवाहिनी चित्रपट असे याचे वर्गीकरण करता येईल. एकूण ग्रामीण लोकसंख्येपैकी एकतृतीयांश लोक चित्रपट पाहतात असे आढळून आले आहे.

४) **बाह्य संज्ञापन :** भिंती चितारणे, बोर्ड लावणे, तसेच विशिष्ट समारंभ, जत्रा इ. वेळी चित्रे लावणे हा आणखी एक प्रकार लोकप्रिय आहे.

५) **छापील माध्यम :** वृत्तपत्रे, नियतकालिके इ. छापील मजकुराची माध्यमे तुलनेने कमी प्रभावी असतात. अर्थात, १६ ते २० या वयोगटातील संख्या वाढत असल्याने हे माध्यम लोकप्रिय होण्याची शक्यता बळावली आहे. याला जोडून 'पत्रके', जाहिराती ह्यादेखील लोकप्रिय आहेत.

६) **दृक्श्राव्य माध्यमे/प्रसिद्धी गाडी इ. :** प्रचार आणि प्रसिद्धीसाठी स्वतंत्र गाडी तयार करून ती फिरवणे हा प्रकार ग्रामीण भागात मान्य होणारा असतो. दुपारी तसेच संध्याकाळी पुष्कळसे लोक गावातच असतात. त्यावेळी विशेषत: नवीन वस्तू बाजारात आणण्यासाठी अशा प्रचारगाडीचा उपयोग परिणामकारक ठरतो. कळसूत्री बाहुल्या, स्लाईड्स, ध्वनिचित्रफिती इ.चा वापर अशा गाडीत होऊ शकतो.

७) **संगीताच्या कॅसेट्स :** हा आणखी एक प्रभावी प्रकार उपलब्ध झाला आहे. लोकसंगीत आणि ग्रामीण भागात लोकप्रिय झालेली गाणी यांचा अंतर्भाव असलेली कॅसेट व्यापारी संदेश प्रसारासाठी वापरल्यास विविध भाषा गटांपर्यंत पोहोचता येते. वाद्य आणि सुरावटीला भाषेच्या मर्यादा नसतात.

८) **खरेदी जागी प्रसारण** (Point of Purchase Promotion) : यामध्ये चिन्हे, चित्रे आणि रंग यांचा वापर केला जातो. याचा विचार पोस्टर्स, संवेष्टन, दुकानावरील नावाची पाटी इ.साठी करून उपभोक्त्यांचे वस्तूकडे लक्ष आकर्षित करून घेतले जाते. ग्रामीण जनतेच्या आवडीनिवडी विचारात घेऊन ह्या माध्यमाची निवड करता येते.

अर्थात, एक गोष्ट महत्त्वाची आहे ती ही की ग्रामीण विपणनाचे दृष्टीने केवळ 'माध्यमनिवड' महत्त्वाची नसते तर त्या माध्यमाचा अभ्यास करून त्याद्वारे पोचविण्याचा संदेश, भाषा आणि योग्य प्रसारण वेळ इ. निर्णय महत्त्वाचे ठरतात. ग्रामीण पार्श्वभूमी लाभलेली आणि तरल बुद्धी, सर्जनशीलता यांची देणगी मिळालेली माणसे विपणन आणि जाहिरात क्षेत्रात येणे गरजेचे आहे एवढे मात्र निश्चित !

११.४ ग्रामीण विपणनातील समस्या आणि आव्हाने

ग्रामीण बाजारपेठ सुदृढ झाली असली तरी ग्रामीण विपणनात मात्र व्यावहारिक-दृष्ट्या वैशिष्ट्यपूर्ण समस्या निर्माण होतात. त्यांचे स्वरूप पुढीलप्रमाणे सांगता येईल:-

१) **वाहतूक समस्या :** ग्रामीण, दुर्गम भागात वाहतुकीच्या आधुनिक सोयींचा विकास फारसा झालेला नाही. बारमाही रस्त्यांचा अभाव, कच्चे रस्ते (जे पावसाळ्यात चार महिने वापरता येत नाहीत), नद्या, नाले यावर बारमाही पूल नाहीत, इ. कारणांमुळे वस्तू सेवा बाजारात आणणे दुरापास्त होते.

२) **गोदाम व्यवस्था :** माल साठविण्याची व्यवस्था ही सर्वत्र पुरेशी आणि किफायतशीर नाही. भारतातील अनेक प्रदेशात अद्यापही गोदामांची योग्य व्यवस्था उपलब्ध नाही. त्यामुळे वस्तूंचा बाजारपेठेतील प्रवेश हा योग्यवेळी होऊ शकत नाही.

३) **अपुऱ्या बँकिंग आणि पतविषयक सुविधा :** ग्रामीण भागात बँकिंग सुविधा या अपुऱ्या आणि आधुनिक स्वरूपाच्या नाहीत. त्यामुळे ग्रामीण भागातील वितरकांपुढे अनेक समस्या निर्माण होतात. व्यवहारांची पूर्तता होण्यात वेळ जातो. वितरण व्यवस्था चालू ठेवणे त्यामुळे आर्थिकदृष्ट्या परवडणारे ठरत नाही.

४) **सुसंवाद आणि संदेशवहन यातील अडचणी :** तांत्रिक सोयींची अकार्यक्षमता, भाषेतील अडथळे आणि भौगोलिक वैविध्य यामुळे संदेशवहन तसेच सुसंवाद साधणे अशक्यप्राय ठरते.

५) **नित्य बदलती मागणी :** ग्रामीण उपभोग प्रमाण हे नित्य बदलत असते. शेती व्यवसायाचे पारंपरिक स्वरूप, हवामान, बदल, सामाजिक स्तर इ. कारणांमुळे

ग्रामीण भागातील मागणी ही अनिश्चित तसेच बदलती असते. त्यामुळे 'विक्री अनुमान' यावर आधारित विपणन अंदाजपत्रक करता येत नाही.

६) **अज्ञान :** अज्ञानामुळे लोकांना अनेक वस्तूंची तसेच त्या वस्तूंच्या योग्य वापराची माहिती नसते. उदा. टूथपेस्टचा वापर, औषधांचा वापर, इ. स्थानिक सवयी, प्रघात वेगळे असतात. अद्यापदेखील ग्रामीण भागात दात घासण्यासाठी कोळशाची पूड, शेणी जाळून केलेली पावडर, दातवण, मिश्री (तंबाखू भाजून केलेली पावडर) इ. पूर्वीच्या सामग्रीचाच वापर केला जातो.

७) **मध्यस्थांचा अभाव :** ग्रामीण बाजारपेठांत निरलसपणे तसेच चिकाटीने धंदा करणारे वितरक किंवा मध्यस्थ मिळणे अवघड असते. तेथे दुकानदारी ही मुख्यत: शेतीचे वेळापत्रक सांभाळून जोडधंदा म्हणून केली जाते.

८) **अपुरा पुरवठा :** वस्तुवितरणाचा भरमसाठ खर्च, दूरवरचे अंतर खर्च अपुरी आधारभूत साधने आणि वितरण साखळीचा अभाव या कारणामुळे दुकानातून वस्तूचा पुरवठा अपुरा आणि खराब मिळण्याची भीती असते.

९) **भाषेतील अडथळे :** भारतात दर कोसावर भाषा बदलते. बोली भाषेत व्यवहार करण्याची रूढ असलेली पद्धती विचारात घेता प्रमाणित प्रादेशिक भाषा अगर राष्ट्रभाषा हिंदी प्रभाव पाडू शकत नाहीत. अन्य प्रदेशातील वितरक, विक्रेते यांना भाषेचा अडथळा मोठा असतो. यामुळे वस्तू वितरणात तसेच विक्रयवृद्धी योजना राबविण्यात अडचणी येतात.

ग्रामीण बाजारपेठ सुधारणा : काही उपाययोजना

आर्थिक विकासात ग्रामीण विपणनाचे असलेले महत्त्व विचारात घेऊन, सरकारी पातळीवर अनेक समित्या आणि तज्ज्ञ गट नेमले गेले आहेत. तसेच विविध उद्योग गृहे, कंपन्या यांचे विपणनतज्ज्ञ यांनी आखलेली वेगवेगळी धोरणे, कार्यक्रम, मोहिमा या सर्वांचे परिशीलन केले असता ग्रामीण बाजारव्यवस्थेत सुधारणा होणे किती गरजेचे आहे हे दिसून येते. त्या दृष्टीने शासकीय, बिगर शासकीय प्रयत्न नेहमीच सुरू असतात. अशा सर्व सूचना, सुधारणा संक्षिप्तरीत्या पुढीलप्रमाणे मांडता येतील :-

१) ग्रामीण भागात आधारभूत सोयीसुविधा, रस्ते, वाहतूक सोयी, टेलिफोन इ. सुविधा वाढविणे तसेच त्यांचा दर्जा बारमाही राखण्यासाठी गुंतवणूक करणे गरजेचे आहे.

२) संवेष्टन, चिन्हांकन इ. विपणन खर्च मर्यादित ठेवणे आवश्यक आहे. व्यापारी चिन्ह किंवा ठसा निवडताना नामाभिधान सहज उच्चारता येण्याजोगे, तत्काळ मनात ठसणारे, ग्रामीण उपभोक्त्यांना जवळचे वाटणारे असले पाहिजे.

३) उत्पादनाचा कार्यक्रम कंपन्यांनी ग्रामीण वितरक प्रतिनिधी, विक्री व्यवस्थापक यांच्या शिफारशीनुसार आखला पाहिजे. त्यामुळे अतिरिक्त उत्पादन किंवा अपुरे उत्पादन यांचा धोका राहणार नाही.

४) ग्रामीण भागातील बाजारपेठांचे संवर्धन अत्यंत आवश्यक आहे; कारण ह्या बाजारपेठा मूलतः वैविध्यपूर्ण आहेत. उपभोक्त्यांना समजून घेण्याचे दृष्टीने त्यांच्या शास्त्रीय पद्धतीने विभाजनास अनन्यसाधारण महत्त्व आहे.

५) वस्तू गुणवत्ता ही परिस्थितीजन्य असते. त्यामुळे उत्पादन खर्च, किंमत या निकषांवर त्याचा फेरविचार करणे ग्रामीण बाजारपेठेच्या दृष्टीने गरजेचे आहे.

६) विपणन संज्ञापनास ग्रामीण भागात अत्यंत महत्त्व आहे. त्यामुळे माध्यम निवड, पद्धतींचा वापर, लोकसंगीत, भाषा इ. सर्व गोष्टी यांचा स्वतंत्र अभ्यास गरजेचा आहे. नागर प्रदेशातील भाषा, वाक्प्रचार, माध्यमे ग्रामीण भागात परिणामशून्य ठरण्याची भीती असते.

७) वस्तुवितरणाबाबत, वित्तीय अडचणींमुळे समस्या निर्माण होतात. उलाढाल कमी असल्याने खेळते भांडवल पुरेसे नसते. बँका वित्तपुरवठ्यास फारशा उत्सुक नसतात. अन्य स्रोतदेखील नसल्याने वितरक हात आखडून व्यवहार करतात.

वरील सर्व अडचणी या विविध बाह्य घटकांशी निगडित आहेत. तज्ज्ञांचे मतानुसार विपणन पद्धतीत योग्य बदल, कार्यक्षम वस्तू व्यवस्थापन, वितरकांची योग्य निवड व त्यांचे उद्बोधन, ग्रामीण बाजारपेठेचे विभाजन यासारख्या तंत्रांचा अवलंब केला तर भारतीय कंपन्यांना सतत वर्धिष्णु अशा ग्रामीण बाजारपेठा काबीज करणे शक्य होणार आहे. अन्यथा, बहुराष्ट्रीय किंवा परकीय कंपन्या त्यांच्या राक्षसी विपणन तंत्राने त्यावर सहज कब्जा मिळवतील.

प्रश्नसंच

(१) योग्य पर्याय लिहा.

१) विपणनाच्या दृष्टीने ग्रामीण भारतात मोठ्या व्यावसायिक संधी का निर्माण झाल्या आहेत ?

अ) वाढती मागणी व बाजारपेठांचे विस्तृत आकारमान.

ब) शेतीचे यांत्रिकीकरण व वाढते कृषि उत्पन्न.

क) जागतिकीकरण व उदारीकरण.

ड) वरीलपैकी कोणतेही नाही.

२) हे ग्रामीण बाजारपेठेचे प्राथमिक वैशिष्ट्य आहे.

   अ) ग्रामीण उपभोक्त्यांच्या क्रयशक्तीत झालेली वाढ.

   ब) ग्रामीण भारतात पंचायत राज्य प्रणाली आहे.

   क) ग्रामीण भागात आठवडे बाजार भरतात.

   ड) ग्रामीण भागातील लोकांचा ओढा शहराकडे आहे.

(२) योग्य जोड्या लावा.

गट-१	गट-२
ग्रामीण विपणनातील समस्या	क्रयशक्तीत झालेली वाढ
ग्रामीण बाजारपेठेचे गुण व वैशिष्ट्ये	वितरण साखळीचा अभाव
ग्रामीण विपणनाचे महत्त्व	विस्तृत आणि वैविध्यपूर्ण

(३) ग्रामीण विपणनासाठी कंपन्यांनी स्वतंत्र धोरण का आखले पाहिजे?

   अ) योजनाबद्ध होत असलेला ग्रामीण आर्थिक विकास.

   ब) वाढते नागरीकरण.

   क) ग्रामीण भागातील लोकप्रतिनिधींचा प्रभाव.

   ड) जमिनींच्या वाढत्या किमती.

(४) पुढील विधाने चूक की बरोबर ते सांगा.

   १) उद्योग-व्यापार विकासातील पुढील वाटचाल ग्रामीण बाजारपेठांतून होणार आहे.

   २) शेतीतून मिळणाऱ्या उत्पन्नाचे प्रमाण वाढत आहे.

   ३) ग्रामीण जनतेपर्यंत वस्तूसंबंधी जाणारा संदेश हा स्थानिक भाषेत असणे श्रेयस्कर ठरते.

   ४) आकाशवाणी हे अधिक खर्चिक व वाढता देखभाल खर्च लागणारे माध्यम आहे.

(५) ग्रामीण विपणन संयोगाची वैशिष्ट्ये सांगा.

(६) ग्रामीण उपभोक्त्यांची गुणवैशिष्ट्ये वर्णन करा.

(७) सी. के. प्रल्हाद यांनी मांडलेल्या मागणीच्या पिरॅमिड सिध्दान्ताची माहिती करून घ्या. भारतीय उद्योगांनी गरीब अल्प उत्पन्न गटातील उपभोक्त्यांसाठी कोणते विपणन धोरण ठेवले पाहिजे?

(८) ग्रामीण भागातील वस्तू वितरण व साठवणूक समस्या कोणत्या आहेत? विशिष्ट वस्तू घेऊन त्यांच्या विपणन-साठवणूक समस्यांचा अभ्यास करा.

प्रकरण १२

सेवांचे विपणन

Services Marketing

१२.१ प्रस्तावना – अर्थ, व्याख्या, वैशिष्ट्ये, सेवांचे महत्त्व – विपणनातील
     सेवांचे स्थान

१२.२ सेवांचे वर्गीकरण – औद्योगिक सेवांचे विपणन

१२.३ सेवा विपणन संयोग (व्यामिश्र)

१२.४ सेवा विपणन आणि अर्थ व्यवस्था

१२.१ प्रस्तावना

एकूण जागतिक उत्पादनात सेवाक्षेत्राचा हिस्सा ७०% पेक्षा अधिक असल्याने अलीकडील काळात विपणनाच्या क्षेत्रात 'सेवा' विपणनात आश्चर्यकारक वाढ झालेली दिसते. अनेक लोक सेवा व्यवसायाचे विपणन ही संकल्पनाच मान्य करण्यास तयार नाहीत; पण आज वस्तुस्थिती अशी आहे की, विपणनाच्या क्षेत्रात वस्तू विपणनाइतकाच वाटा सेवाक्षेत्राच्या विपणनाचा आहे. सेवा क्षेत्रातील अनेक संस्था स्वतःला सेवा निर्मिती किंवा सेवा विक्री करणारी संस्था न समजता, सेवा पुरविणारी संस्था समजतात, हे सत्य नाकारता येणार नाही.

सैद्धान्तिक दृष्टिकोनातून विचार केल्यास वस्तू आणि सेवांचे विपणन हे सारखेच आहे. मात्र, प्रत्यक्षात वस्तू आणि सेवांच्या विपणनात महत्त्वाचा फरक आहे. वस्तू विपणनासाठी वापरली जाणारी कार्यपद्धती, व्यूहरचना सेवा व्यवसायाच्या विपणनासाठी फारशा योग्य व अनुरूप नसतात. वस्तू व सेवांच्या वैशिष्ट्यातील फरकामुळे दोन्हींच्या विपणनातही फरक असतो.

सेवा : व्याख्या

'सर्व्हिस इंडस्ट्रीज जर्नलने' सेवा क्षेत्राची व्याख्या करताना म्हटले आहे की,

'सेवा हे एक असे प्रधान कार्य आहे की, ज्यामध्ये कोणत्याही प्रकारच्या भौतिक वस्तूचे उत्पादन होत नाही, तर सेवा म्हणजे ग्राहक व विक्रेता (सेवा पुरविणारा) यांच्या झालेल्या व्यवहाराचा वस्तुविरहित भाग असतो.'

(Service is an activity that does not directly produce a physical good / product, that is the nongoods, part of transactions between Buyer (Customer) & Seller (Provider).

कोटलर आणि आर्मस्ट्राँग यांची व्याख्या ''सेवा हे एक असे कार्य किंवा फळ आहे की, ते एकाकडून दुसऱ्या व्यक्तीकडे हस्तांतरित होते आणि जे अदृश्य स्वरूपात असते त्यामध्ये कशाचीही मालकी नसते. सेवा ही एखाद्या वस्तूबरोबर किंवा प्रत्यक्ष वस्तूशी संबंधित नसलेल्या स्वरूपातही असू शकते.'' उदा. रेडिओ घेतल्यानंतर त्याच्याबरोबर विक्रयोत्तर सेवाही असते म्हणजे यात वस्तूबरोबर सेवा दिली जाते. मात्र, काही बाबतीत फक्त सेवाच दिली जाते. उदा. बँक, विमा कंपनी या आपणाला प्रत्यक्ष वस्तू न देता सेवांचा पुरवठा करतात.

प्रत्यक्ष व्यवहारात मात्र वस्तू व सेवा यांच्यात फरक करणे कठीण गोष्ट आहे. जेव्हा एखाद्या वस्तूची खरेदी केली जाते, तेव्हा त्यामध्ये सेवेचा समावेश असतोच. उदा. मोटरगाडी ही एक वस्तू म्हणून विकली जाते पण गाडीची विक्री करताना खरेदीदारास वस्तूच्या वॉरंटी व वित्त पुरवठ्यासारख्या सेवा मिळतात. एखाद्या उपाहारगृहात वस्तू आणि सेवा या दोन्ही क्षेत्रातील एकत्रित विचार केला जातो.

सेवा उद्योगांचे प्रकार पुढीलप्रमाणे पडतात

१) **शासकीय सेवा :** न्यायदान, आरोग्य, मुलकी, सेनादले, पोलिस, पोस्ट ऑफीस इ.

२) **(खाजगी) नफा नसलेल्या सेवा :** शाळा, महाविद्यालये, धार्मिक संस्था, रुग्णालये, वस्तुसंग्रहालये इ.

३) **व्यवसाय सेवा :** वाहतूक, बँका, विमान कंपन्या, हॉटेल्स्, विमा कंपन्या, जाहिरात संस्था इ.

४) **औद्योगिक सेवा :** हिशेब लेखन, संगणक (सॉफ्टवेअर) प्रणाली, कायदे विषयक सेवा इ.

तात्त्विकदृष्ट्या उद्योग व्यापारात वस्तू सोबत सेवा गृहीत असते. वस्तू विक्री करतेवेळी आपण प्रथम वस्तूपासून कोणते व कसे उपयोग घ्यायचे हे मार्गदर्शन-ज्ञान विकत असतो. सेवा हा अनेकवचनी शब्द असून त्याचा शाब्दिक अर्थ 'श्रमाचे फळ' किंवा 'श्रमाचा उपयुक्त परिणाम' असा आहे. बाजारपेठेतील कोणत्याही व्यवहारात

'सेवा' हा घटक असतो. फक्त त्यातील प्रमाण कमी-अधिक होते. सेवेच्या प्रमाणावरून खरेदी-विक्री केल्या जाणाऱ्या वस्तूंचे खालील प्रकारे वर्गीकरण करता येते.

१) शुद्ध अमूर्त वस्तू : साबण, मीठ, साखर इ. या वस्तूंसोबत सेवा नसतात.

२) सेवांसह अमूर्त वस्तू : मोटरगाडी, संगणक, फ्रीज, वॉशिंग मशिन इ. या वस्तू तंत्रज्ञानाधारित असल्याने ग्राहक सेवा, दुरुस्तीची हमी लागते.

३) संमिश्र वस्तू : हॉटेल, जिम यात वस्तू बरोबरच सेवा येतात.

४) प्रथम सेवा व वस्तू दुय्यम : विमान कंपन्यांची सेवा (परिवहन सेवा अधिक खाद्यपदार्थ, पेये, मासिके, वृत्तपत्रे).

५) शुद्ध (फक्त) सेवा : स्पा-मसाज, शिक्षण, चित्रपट इ.

अशा तऱ्हेने सेवांचे स्वरूप हे 'वस्तू ते सेवा' असे मिश्रण असते. सेवा ह्या शुद्ध किंवा एकात्मिक असू शकत नाहीत. त्या उपकरण किंवा वस्तू आधारित असतात. (उदा. मोटर गाडी), लोकाधारित असतात. (लाँड्री, हिशेब लेखन, बागकाम) काही सेवांना ग्राहकांची उपस्थिती लागते. (उदा. हेअर ड्रेसिंग, सर्जरी) तर काही सेवांना उपस्थिती गरजेची नसते. (उदा. मोटरगाडी दुरुस्ती, गुंतवणूक) ज्या सेवांना ग्राहकांची उपस्थिती आवश्यक असते तेथे सेवा देणाऱ्याला ग्राहकांची काळजी घ्यावी लागते. सेवांमध्ये व्यक्तिगत सेवा आणि व्यावसायिक सेवा असे प्रकार पडतात. या दोन्ही प्रकारात विपणन कार्यपद्धती वेगवेगळी असते. सेवा पुरवठादारांची उद्दिष्टे वेगवेगळी असू शकतात. उदा. नफ्यासाठी सेवा किंवा ना नफा सेवा.

खाजगी मालकी किंवा सार्वजनिक मालकी

अशा प्रकारे सेवांचे क्षेत्र विविधांगी असून त्यात सतत वाढ होत आहे. विपणन कार्यपद्धतीनुसार सेवांची पुढील ४ ठळक वैशिष्ट्ये दिसून येतात- (१) अमूर्तता (Intangibility) (२) अविभाज्यता (Inseparability) (३) विभिन्नता (Variability) आणि (४) नाशवंतता (Perishability)

सेवांची वैशिष्ट्ये

१) अमूर्तता (Intangibility)

जेव्हा एखाद्या वस्तूची खरेदी केली जाते, तेव्हा आपण मूर्त स्वरूपाची वस्तू पाहू शकतो, किंवा तिला स्पर्श करू शकतो, परंतु जेव्हा सेवांची खरेदी केली जाते, तेव्हा तेथे दृश्य स्वरूपात पाहण्यासारखे काहीच नसते. जे काही खरेदीदार खरेदी करतो, ते म्हणजे विपणनातील कर्मचाऱ्यांची कामगिरी असते व ती अदृश्य स्वरूपात असते. सेवेचा नमुना घेणे, त्याची चव पाहणे, तिचा सुवास घेणे, हे

शक्य नसते. या वैशिष्ट्यांमुळे विपणन संघटनेवर निश्चितच मोठा ताण पडतो. व्यवसायसंस्थेचे विक्रेते आणि जाहिरात विभाग यांनी सेवांकडून ग्राहकांना मिळणाऱ्या फायद्याकडे अधिक लक्ष देणे गरजेचे असते.

२) अविभाज्यता (Inseparability)

सेवांची निर्मिती करणारा किंवा सेवांची विक्री करणारा, यांच्यापासून सेवाकार्य वेगळे करता येत नाही. सेवांचे उत्पादन व निर्मिती ही एकाच वेळी चालणारी क्रिया आहे. उदा. ज्याप्रमाणे एखादा नेत्रतज्ज्ञ आपल्या रुग्णाला तपासताना सेवा तयार करतो त्यावेळी तो ग्राहकाला (रुग्णास) सेवा पुरवितो. मात्र, त्यासाठी ग्राहकांची प्रत्यक्ष उपस्थिती आवश्यक ठरते. श्रम जसे श्रमिकांपासून वेगळे काढता येत नाहीत; सेवेचेही तसेच आहे. वस्तूच्या बाबतीत असे म्हणता येणार नाही. वस्तू तयार केल्यानंतर त्या गोदामात ठेवणे व मागणीप्रमाणे नंतर पुरवठा करणे शक्य होते. जेव्हा एखादी व्यक्ती सेवा देते किंवा पुरविते त्यावेळी सेवा देणारा हा त्या सेवेचा अविभाज्य भाग असतो. उदा. टि.व्ही. रिपेअर करणारा तंत्रज्ञ. सेवेच्या या वैशिष्ट्यामुळे सेवा क्षेत्राच्या व्यापकतेवर मर्यादा पडते. एक व्यक्ती एका वेळी एकच टि.व्ही. दुरुस्त करू शकते किंवा एखादा डॉक्टर एकाचवेळी एकाच रुग्णाची तपासणी करू शकतो.

३) विभिन्नता (Variability)

उत्पादन संस्थेद्वारा उत्पादित होणाऱ्या वस्तू या एकजिनसी किंवा एकसारख्या असतात. सेवांच्या बाबतीत मात्र असे घडणे जवळ जवळ अशक्य असते. एखाद्या सेवा उद्योगाकडून किंवा सेवा पुरविणाऱ्या एखाद्या व्यक्तीकडून जर वेगवेगळ्या विशिष्ट प्रकारच्या सेवा पुरविण्यात आल्या तर त्या सेवांमध्ये एकजिनसीपणा (standardisation) आढळणार नाही. सेवेचे प्रत्येक परिमाण किंवा एकक (unit) हे दुसऱ्या एककापासून भिन्न असते. टि.व्ही. दुरुस्त करणाऱ्या एकाच तंत्रज्ञाने दुरुस्त केलेल्या सर्व कामांचा दर्जा सारखा नसतो. सेवेच्या वैशिष्ट्यांमुळे कार्यरत असणाऱ्या उद्योग संस्थांनी आपल्या सेवा कार्याच्या दर्जात सातत्य राहील याकडे विशेष लक्ष पुरविले पाहिजे.

४) नाशवंतता (Perishability)

सेवा या काळसापेक्ष असतात आणि कोणत्याही वस्तूप्रमाणे साठवून ठेवता येत नाहीत. उदा. न वापरलेला टेलिफोनचा वेळ, बसमध्ये असणाऱ्या रिकाम्या जागा, कार्यशाळेत रिकामे बसलेले तंत्रज्ञ इ. उदाहरण म्हणून सांगता येईल. रिकाम्या

तंत्रज्ञाचा रिकामेपणाचा वेळ हा वाया गेलेला असतो, तो पुन्हा भरून काढता येत नाही. तसेच सेवा क्षेत्रासाठी असणारी मागणी ही एखाद्या हंगामानुसार, आठवड्यानुसार, दिवसानुसार, तासांनुसार बदलत असते. उदा. शहरातील सर्वच क्रीडांगणे ही परीक्षेच्या काळात रिकामी असतात तर उन्हाळ्याच्या सुट्टीत गर्दीने तुडुंब भरलेली असतात. तसेच हीच क्रीडांगणे सकाळी व संध्याकाळी भरलेली असतात तर रात्री व दुपारी रिकामी असतात. मुंबईत चालणाऱ्या लोकल, बसेस या ऑफिसवेळेत पूर्ण भरलेल्या असतात तर दुपारी रिकाम्या धावतात. नाशवंतता आणि मागणीतील अस्थैर्यामुळे सेवा विपणन अधिकाऱ्यांसाठी सेवांचे नियोजन, किंमत निश्चिती आणि विक्रयवृद्धी करणे हे एक आव्हानात्मक काम असते.

सेवा व्यवसायांची व्याप्ती (Scope of Services Business)

विविध सेवा उद्योगांकडून पुरविल्या जाणाऱ्या सेवांची व्याप्ती फार मोठी आहे. साधारणपणे सेवाक्षेत्राची व्याप्ती पुढीलप्रमाणे सांगता येईल :-

१) गृहनिर्माण - मोटेल्स, हॉटेल्स, निवासस्थाने, अपार्टमेंट्स भाड्याने देणे.

२) घरदुरुस्ती - गृहपयोगी वस्तूंची दुरुस्ती, स्वच्छता.

३) मनोरंजन व करमणुकीची साधने दुरुस्त करणे व भाड्याने देणे, तसेच करमणुकीचे व मनोरंजनाचे कार्यक्रम आयोजित करणे.

४) लाँड्री, ड्रायक्लिनिंग, ब्युटीपार्लर्स इ. व्यक्तिगत काळजी घेणारी कार्ये.

५) सर्व प्रकारच्या वैद्यकीय सेवा, नर्सिंग, हॉस्पिटलायझेशन, ऑप्टोमेट्री व इतर आरोग्याची काळजी घेणाऱ्या सेवा.

६) शिक्षण संस्था - कौशल्याभिमुख शिक्षण (Vocational Education) नर्सरी स्कूल इ.

७) कायदेविषयक, हिशेबलेखनविषयक सेवा, व्यवस्थापन सल्लागार इ. व्यावसायिक क्षेत्रांना पुरविल्या जाणाऱ्या सेवा.

८) विमा, बँकिंग व इतर वित्तीय सेवा - वैयक्तिक व व्यावसायिक विमा, कर्ज सुविधा, गुंतवणूक विषयक सल्ला इ.

९) वाहतूक व्यवसाय - मालाची व व्यक्तींची वाहतूक करणारी सार्वजनिक वाहतूक सेवा, वाहने दुरुस्ती व भाड्याने देणे इ.

१०) संदेशवहन सेवा - टेलिफोन, मोबाईल, फॅक्स, ई-मेल, कॉम्प्युटर्स व फोटोकॉपी (Xerox) सेवा इ.

वरील सर्व कार्यांचा समावेश सेवा कार्यात किंवा व्यवसायात होतो. यावरून सेवा व्यवसायाची व्यापकता आपल्या लक्षात येईल.

वस्तू आणि सेवा यामधील फरक (Difference between Goods and Services)

वस्तू आणि सेवा यांच्यातील फरकाचे मुद्दे पुढीलप्रमाणे सांगता येतील :-

१) जवळजवळ सर्व सेवा या नाशवंत असतात. मात्र, सर्वच वस्तू या नाशवंत नसतात.

२) सेवा पुरविणाऱ्यापासून किंवा सेवेची विक्री करणाऱ्यांपासून सेवा वेगळ्या करता येत नाहीत. वस्तू या दुसऱ्याकडे सहज हस्तांतरित करता येतात.

३) सेवांची वाहतूक करणे शक्य नसते, अपवाद वगळता सर्वच वस्तूंची वाहतूक करणे शक्य असते.

४) सेवा व्यवसाय, श्रमप्रधान व्यवसाय असतो.

५) पुरविल्या जाणाऱ्या सेवांमध्ये एकजिनसीपणा किंवा निश्चित असे प्रमाणीकरण (Standardisation) करणे शक्य नसते. वस्तूच्या बाबतीत हे शक्य असते.

६) सेवा व्यवसायाचे आकारमान तुलनेने लहान असते.

७) काही निवडक सेवांसाठी नैतिक व कायदेशीर नियम अस्तित्वात आहेत. उदा.: डॉक्टर, वकील, कॉलसेंटर, सी.ए. इ.

८) सेवा व्यवसायाच्या बाबतीत आंतरराष्ट्रीय बाजारपेठ मिळविण्यात अडचणी असतात. वस्तूंच्याबाबत मात्र फारशा अडचणी नसतात.

१२.२ सेवांचे वर्गीकरण (Classification of Services)

बाजारपेठेच्या दृष्टिकोनातून सेवा व्यवसायाचे वर्गीकरण दोन प्रकारे करता येते:- (१) ग्राहक बाजारपेठेत विकल्या जाणाऱ्या सेवा. (२) औद्योगिक बाजारपेठेत विकल्या जाणाऱ्या सेवा.

ग्राहक सेवा (Consumer Services)

विपणनाच्या आधुनिक संकल्पनेत, ग्राहक सेवा व घटक विपणन कार्यांचा अविभाज्य भाग बनला आहे आणि दिवसेंदिवस ग्राहकसेवेचे महत्त्व वाढतेच आहे. अनेक प्रकारच्या सेवा ग्राहकांना पुरविल्या जातात, त्या सेवांची चर्चा पुढे केलीआहे.

१) हॉटेल्स आणि मोटेल्स (Hotels and Motels)

पर्यटन व्यवसायात सातत्याने वाढ होत आहे आणि या पर्यटन व्यवसायाच्या वाढीबरोबरच हॉटेलिंग व्यवसायातही मोठ्या प्रमाणावर वाढत होत आहे. लाखो पर्यटक या सेवेचा लाभ घेत आहेत. आधुनिक हॉटेल्स् व मोटेल्समध्ये पर्यटकांसाठी अति आरामदायी सेवा-सुविधा उपलब्ध करून दिल्या जात आहेत. हा सेवा व्यवसाय केवळ उच्च उत्पन्न गटातील लोकांसाठीच नाही तर मध्यम व कनिष्ठ उत्पन्न गटातील लोकांना परवडेल अशीही हॉटेल्स आहेत.

२) उपाहार गृहे (Restaurants)

हॉटेल्स, रेस्टॉरंट, कॅफेटेरिया हे असंख्य व्यक्ती व कुटुंबांना चवदार खाद्यपदार्थ उपलब्ध करून देतात. त्यामुळे लोकांना हॉटेलिंगची सवय मोठ्या प्रमाणात लागली आहे. त्यामुळे खाद्यपदार्थ सेवा उपलब्ध करून देणाऱ्या उपाहारगृहांची संख्या संपूर्ण देशात नव्हे तर जगातच प्रचंड प्रमाणात वाढली आहे. ही सुविधाही आज सर्व प्रकारच्या उत्पन्न गटातील लोकांसाठी उपलब्ध आहे.

३) व्यक्तिगत देखभाल सेवा (Personal Care Services)

दिवसेंदिवस लोकांच्या राहणीमानाचा दर्जा उंचावत आहे. यामुळे वैयक्तिक आवडीच्या व काळजी घेणाऱ्या संस्थांचा मोठ्या प्रमाणावर विस्तार होत आहे. उदा. ब्युटी पार्लर्स, लॉन्ड्री, ड्रायक्लिनर्स, केश कर्तनालये, पादत्राणे दुरुस्ती इ.

४) करमणूक सेवा (Entertainment Services)

सध्याच्या धावपळीच्या जीवनात मानवी जीवन हे अतिशय गतिमान व गुंतागुंतीचे बनले आहे. प्रत्येक व्यक्ती जास्तीत जास्त पैसा मिळवून आपले राहणीमान उंचावण्याच्या मागे आहे. पैसा मिळविण्याच्या तणावातून मुक्तता मिळविण्यासाठी लोकांना विरंगुळ्याचे क्षण हवे असतात. त्यामुळे करमणूक सेवांमध्येही मोठ्या प्रमाणात वाढ होत आहे. उदा. चित्रपटगृहे, स्पोर्ट्स, मनोरंजन पार्कस्, कार रेसिंग, संगीत, नृत्य, नाटक इ. लोकप्रिय करमणूक सेवेची उदाहरणे आहेत.

५) वाहन देखभाल व दुरुस्ती केंद्रे (Garages)

सध्या मोटरगाडी असणाऱ्या लोकांची संख्या प्रचंड वाढली असून हे सर्व गाडीमालक गाड्या दुरुस्त्या करणाऱ्या केंद्रांवर मोठ्या प्रमाणावर अवलंबून असतात. पेट्रोलपंपांना अलीकडे 'सर्व्हिस स्टेशन्स' म्हणतात; कारण पेट्रोल पंपावर वस्तू आणि सेवा अशा दोन्ही गोष्टी पुरविल्या जातात. आज देशभरात असंख्य मोटार दुरुस्ती केंद्रे आहेत.

६) वाहतूक सेवा (Transport Services)

वाहतूक व्यवसायाचा विकास हे राष्ट्रीय विकासाचे एक निदर्शक मानले जाते. बसेस, रेल्वे, जहाजे, विमान इ. माध्यमातून वाहतूक सेवा पुरविणाऱ्या अनेक संस्था देशात आहेत व दिवसेंदिवस त्यांच्या संख्येत वाढ होत आहे.

७)संदेशवहन सेवा (Communication Services)

प्रभावी संदेशवहन यंत्रणा ही व्यावसायिक जगाचा आत्मा समजला जातो. सध्या टेलिफोन, मोबाईल, टेलेक्स, ई–मेल, इंटरनेट, फॅक्स यासारख्या संदेशवहनाच्या

अत्यंत वेगवान सुविधा उपलब्ध आहेत. या क्षेत्रात अत्यंत क्रांतिकारक बदल होत आहेत.

८) **विमा सेवा (Insurance Services)**

व्यक्तिगत व व्यावसायिक आयुष्यातील विविध धोक्यांपासून संरक्षण देणाऱ्या विमा सेवांचे महत्त्व दिवसेंदिवस वाढत आहे. अपघात, आग, मृत्यू, चोरी, आजारपण इ. तसेच मुलांचे शिक्षण, विवाह, निवृत्तीनंतरची आर्थिक व्यवस्था इ. संकटांपासून संरक्षण देणाऱ्या विमा कंपन्या लोकांना तणावविरहित जीवन जगण्यास मदत करतात.

९) **वित्तीय सेवा (Financial Services)**

विविध बँका व वित्तीय संस्था पुरवित असलेल्या वित्तीय सेवांमुळे आज सामान्य माणसालाही मोटारकार, मोटारसायकल, रेफ्रिजरेटर, टि.व्ही., डिव्हीडी प्लेअर इ. चैनीच्या वस्तू घेणे शक्य झाले आहे. या वित्तीय सेवांमुळे माणसाच्या जीवनमानात मोठ्या प्रमाणावर सुधारणा झाली आहे.

औद्योगिक सेवा (Industrial or Business Services)

उत्पादन, वित्तीय आणि विपणनाच्या प्रक्रिया परिणामकारकपणे पार पाडता याव्यात यासाठी औद्योगिक क्षेत्रातही अनेक सेवा उपलब्ध झाल्या आहेत. सातत्याने वाढणाऱ्या औद्योगिक व व्यावसायिक जगात उत्पादक, घाऊक व्यापारी व किरकोळ व्यापारी, वस्तूंच्या विक्रीबरोबर सेवांचीही विक्री करताना दिसतात. त्याचप्रमाणे ते इतरांकडून अनेक सेवांची खरेदी करतात.

औद्योगिक क्षेत्रात पुरविली जाणारी महत्त्वाची सेवाकार्ये पुढीलप्रमाणे आहेत:-

१) **वित्तीय सेवा (Financial Services)**

बँका, वित्तीय संस्था, गुंतवणूक कंपन्या, अकाऊंटिंग फर्म्सच्या माध्यमातून व्यावसायिक जगात अनेक सेवा पुरविल्या जातात. उद्योगांना लागणाऱ्या स्थिर व खेळत्या भांडवलाचा पुरवठा बँका व वित्तीय संस्था करतात तर शेअर्स व बॉण्ड्स तसेच मालमत्ता खरेदीसंबंधीचे मार्गदर्शन गुंतवणूक कंपन्यांकडून केले जाते. शिवाय कर नियोजन, नफ्याचे नियोजन, व्यवस्थित हिशेब ठेवण्यासाठी अकाऊंटिंग कंपन्या आपल्या सेवा देऊन उद्योग संस्थेस मदत करतात.

२) **विमा सेवा (Insurance Services)**

धोका स्वीकारण्याची तयारी असलेल्या व्यक्तीच व्यवसायक्षेत्रात प्रवेश करीत असल्या तरी, धोक्यापासून संरक्षणाची व्यवस्था करणे आवश्यक असते. व्यवसायात

होणारा तोटा, आग, अपघात, भ्रष्टाचार, वाहतुकीतील धोका इ. अनेक प्रकारच्या धोक्यांपासून व्यावसायिकाला चिंतामुक्त करण्यासाठी विमा कंपन्या सेवा पुरवितात.

३) अभियांत्रिकी सेवा (Engineering Services)

उद्योगात एखाद्या नवीन प्रकल्पाची स्थापना व नियोजन, यंत्रसंच व इमारतीचा आराखडा तयार करणे व त्याची उभारणी करणे, एखाद्या विशिष्ट यंत्रसामग्रीची उभारणी करणे, इ. प्रकारच्या कामासाठी उद्योगक्षेत्रात अभियांत्रिकी सेवांची आवश्यकता असते.

४) जाहिरात आणि वृद्धी सेवा (Advertising and Promotion Services)

'जाहिरात' हा प्रत्येक व्यवसायाचा एक अविभाज्य भाग बनला आहे. जाहिरात संस्था या उद्योगांना आपल्या वस्तू व सेवांची विक्री करण्यासाठी मदत करतात. तसेच विक्रयवृद्धीसाठी 'वृद्धीमिश्रण' (Promotion Mix) निश्चित करण्यासही मदत करतात.

५) व्यवस्थापन सल्ला सेवा (Management Consultancy Services)

व्यवसायाचे व्यवस्थापन करताना व्यवस्थापकांना अनेक व्यवस्थापकीय समस्यांना सामोरे जावे लागते. व्यवस्थापन सल्लागार हे कंपनीच्या उत्पादन, विपणन, वित्तीय, कर्मचारीविषयक, कार्यालयीन समस्या सोडविण्यासाठी उच्च व्यवस्थापनास मदत करतात.

वरील सर्व औद्योगिक (व्यावसायिक) सेवांचा अभ्यास केल्यानंतर असे लक्षात येते की, वरील महत्त्वाच्या सेवाअभावी उद्योग व्यवसाय यशस्वीपणे चालविणे शक्यच होणार नाही. यामुळेच अर्थव्यवस्थेमध्ये सेवाक्षेत्राचे प्राबल्य वाढले असल्याचे दिसून येते.

१२.३ सेवांसासाठी विपणन संयोग (व्यामिश्र)

कोणत्याही व्यवसाय संघटनेत मग ती वस्तू उत्पादन करणारी असो की, सेवा पुरविणारी, मूलभूत विपणन कार्यक्रमांची आखणी सारख्याच पद्धतीने केली जाते. सेवा व्यवसायासाठी विपणन धोरण ठरविताना सर्वप्रथम बाजारपेठांचा शोध घेणे आणि लक्ष्य केलेल्या बाजारपेठेचे (Target Market) विश्लेषण करणे, त्यानंतर संघटनेची उद्दिष्टे साध्य करण्यासाठी विपणन मिश्र (Marketing Mix) आराखडा तयार करणे व त्याची अंमलबजावणी करणे इ. प्रक्रिया कराव्या लागतात. यातील प्रत्येक टप्प्यावर निर्णय घेण्यासाठी विपणन संशोधनाची मदत घेतली जाते. तरीही सेवा व्यवसायासाठी विपणन व्यूहरचना करणे हे थोडेसे वेगळे आणि आव्हानात्मक कार्य आहे. सेवांसाठी विपणन योजना आखताना विपणन संयोगाची खालील तत्त्वे विचारात घेतली जातात.

१) बाजारपेठ (Place)

वस्तू उत्पादन करणारे उद्योजक असोत की, सेवा पुरविणारे व्यावसायिक, दोन्ही बाबतीत बाजारपेठ विश्लेषणाची प्रक्रिया समान असते. सेवांचे विपणन करणाऱ्या संस्थांनी, त्यांच्या सेवेच्या बाजारपेठेवर परिणाम करणाऱ्या लोकसंख्येच्या विविध घटकांचा (उदा. वय, लिंग, शिक्षण, भौगोलिक, स्त्री परंपरा इ.) आणि उत्पन्नाचा सखोल अभ्यास केला पाहिजे. सेवा व्यावसायिकांनी, त्यांचे ग्राहक त्यांच्या सेवा का खरेदी करतात आणि बाजारपेठेच्या इतर भागातील ग्राहकांच्या खरेदीप्रेरणा समान आहेत काय की खरेदीप्रेरणा वेगवेगळ्या बाजारपेठेत वेगवेगळ्या आहेत? याचे विश्लेषण केले पाहिजे. तसेच ग्राहक कोठे, केव्हा आणि कशी खरेदी करतात खरेदीचा निर्णय कोण घेतो, याविषयीची माहिती विपणन व्यवस्थापकाला असली पाहिजे. ग्राहकांची खरेदी वर्तणूक, त्यांचा दृष्टिकोन, आकलनक्षमता, व्यक्तिमत्त्व या सर्व घटकांबाबत विपणन व्यवस्थापकाने जागरूक राहूनच सेवा व्यवसायाचे विपणन धोरण ठरविले पाहिजे.

२) वस्तू (Product)

वस्तूंचे उत्पादन करणारा उत्पादक ज्याप्रमाणे नवीन नवीन वस्तूंच्या शोधात असतो, त्याप्रमाणे सेवा क्षेत्रातील व्यावसायिकाने नवनवीन सेवांचा शोध घेतला पाहिजे किंवा असलेल्या सेवांमध्ये नावीन्य आणले पाहिजे. प्रचलित सेवांमध्ये सुधारणा करणे आणि नको असलेल्या सेवा वगळणे हेसुद्धा महत्त्वाचे आहे. सेवा व्यवसायातील व्यवस्थापकांनी (१) आपणास कोणत्या सेवा विकायच्या आहेत, (२) आपल्या सेवा मिश्रणाची व्याप्ती व कालावधी किती असेल हे निश्चित करताना पद्धतशीर प्रक्रिया वापरली पाहिजे.

सेवा या नाशवंत असल्याने सेवा कार्याचे नियोजन करणे महत्त्वाचे परंतु तितकेच कठीण कार्य आहे. प्रत्येक सेवा संस्था ही त्यांच्या सेवांची एकूण विक्री वाढविणे, व्यवसायातील हंगामी बदलांची तीव्रता कमी करणे, लोकांच्या खरेदीच्या सवयीत बदल करण्यात भाग पाडणे इ. बाबींवर भर देते. उदा.One Stop Shopping ची इच्छा इ. सेवा उपलब्ध करून देतो. हे त्याचे विपणन मिश्रण होय.

काही बाबतीत वस्तूंपेक्षा सेवांचे उत्पादन नियोजन करणे अधिक सोपे वाटते. कारण, त्या ठिकाणी बांधणी, लेबल, रंगसंगती किंवा स्टाईल अशा घटकांना स्थान नसते.

३) किंमत (Price)

सेवा या नाशवंत, अलग न करता येणाऱ्या (insperable), असतात आणि सेवांची मागणी सतत बदलत असते. ही सेवांची खास वैशिष्ट्ये. ग्राहक सेवांची

खरेदी करण्याचा निर्णय पुढे ढकलू शकतात किंवा स्वत:च ती कामे करतात. उदा. नळ दुरुस्ती, मोटारसायकल दुरुस्ती, इलेक्ट्रिक काम या घटकांचाही किंमत निश्चितीवर परिणाम होऊ शकतो.

किंमत निश्चित करताना सेवांचे विक्रेते ज्या ठिकाणी व ज्यावेळी सेवांची मागणी स्थिर असते, त्यात फारसा बदल होत नाही, त्यावेळी जास्त किंमत आकारतात, मात्र याच्या उलट कृती करण्यात ते अपयशी ठरतात. म्हणजे मागणी लवचिक असल्यास किमती कमी केल्या पाहिजेत, पण बऱ्याच वेळा असे घडत नाही याचे महत्त्वाचे कारण म्हणजे सेवांमध्ये असणारा एकजिनसीपणा (Standaradisation) चा अभाव. तसेच सेवांच्या बाबतीत बाजारपेठ विषयक संपूर्ण माहिती मिळविणेही कठीण असते. तसेच सेवाक्षेत्राच्या विस्तारात भौगोलिक मर्यादाही असतात. या सर्व घटकांचा किंमत निश्चितीवर परिणाम होतो. हे सर्व असले तरीही सेवांची किंमत निश्चित करताना उत्पादित वस्तूंच्या किंमत निश्चितीचे सूत्र वापरतात. उत्पादन खर्च अधिक नफा या सूत्राचा वापर करून किंमत ठरविली जाते.

४) वितरण व प्रसार (Promotion)

सेवांची निर्मिती करणारा किंवा सेवा पुरविणाऱ्यापासून सेवा वेगळ्या करता येत नसल्याने, सर्वसाधारणपणे सेवांच्या विक्रीसाठी मध्यस्थ नसतात. सेवा या सेवा पुरविणाऱ्या संस्थेमार्फत थेट अंतिम ग्राहकापर्यंत पोहोचविल्या जातात. उदा. डॉक्टर, दुरुस्ती सेवा इ. म्हणजे सेवांची विक्री ही मध्यस्थांशिवाय केली जाते. मात्र सेवेच्या या वैशिष्ट्यांमुळे सेवा क्षेत्रात भौगोलिकदृष्ट्या विस्तृत बाजारपेठा मिळविण्यात अडचणी येतात.

मात्र, काही सेवांच्या वितरणासाठी एका मध्यस्थाचा वापर केला जातो. उदा. शेअर्सच्या किंवा प्रतिभूतींच्या वितरणासाठी ब्रोकर्स मध्यस्थाची भूमिका पार पाडतात. तसेच हॉटेल बुकींगसाठी, भाडे तत्त्वावर घर देताना, प्रवासाच्या व्यवस्थेसाठी मध्यस्थांचा वापर केला जातो.

वरील चार घटकांबरोबर सेवा विपणन संमिश्रमध्ये पुढील आणखी ३ घटकांचा समावेश होतो.

१) **लोक (People) :** बऱ्याच सेवा ह्या माणसे पुरवितात. त्यामुळे माणसांची निवड, प्रशिक्षण तसेच त्यांनी मानसिकता, भावना इ. गोष्टींवर सेवांचा दर्जा अवलंबून असतो.

२) **भौतिक (सुविधा) सादरीकरण (Physical Presentation) :** काही

सेवांसाठी ग्राहकाची उपस्थिती अनिवार्य असते. उदा. चित्रपट, शिक्षण, करमणुकीचे खेळ, रेस्टॉरंट इ. अशा ठिकाणी ग्राहकाला आकर्षण वाटून तो खिळून राहावा अशा साधन-सुविधा तयार करून त्या ग्राहकासाठी सादर कराव्या लागतात. तो सेवांच्या विपणनातील अविभाज्य घटक असतो.

३) **प्रक्रिया (Process)** : अनेक प्रकारच्या सेवा ह्या साखळी पद्धतीच्या असतात. त्यात क्रमवारी सुसंगतता असते म्हणून अशा प्रकारात प्रक्रिया टप्पे पडतात. त्या प्रत्येक प्रक्रियेत गुणवत्ता महत्त्वाची असते. उदा. रेस्टॉरंट, बँका इ. मध्ये ग्राहक आपल्या गरजेनुसार सेवा निवडतो.

एखाद्या दृश्य किंवा स्पर्श करता येऊ शकणाऱ्या, चव चाखता येऊ शकणाऱ्या वस्तूंची विक्रयवृद्धी योजना राबविणे तुलनेने सोपे असते. मात्र, सेवा या अदृश्य स्वरूपात असल्याने सेवांसाठी वृद्धी योजना राबविणे कठीण असते. सेवांच्या विपणनासाठी व्यक्तिगत विक्री, जाहिरात इ. पद्धतींचा वापर केला जातो. हाऊसिंग योजना, विमा, वाहतूक, मनोरंजन इ. सेवांसाठी मोठ्या प्रमाणात जाहिरातींचा वापर केला जातो. सेवांच्या विक्रयवृद्धीसाठी हे वापरले जाणारे प्रत्यक्ष मार्ग आहेत.

मात्र, काही सेवांच्या बाबतीत विक्रयवृद्धीसाठी अप्रत्यक्ष मार्गांचा अवलंब केला जातो. उदा. डॉक्टर, वकील, बिल्डर, विमा एजंट हे लोक विविध सामाजिक उपक्रमात सहभागी होतात आणि आपले नाव सतत लोकांच्या समोर राहील या बाबतीत दक्ष रहातात. सेवा क्षेत्राची विपणन व्यूहरचना किंवा विपणन धोरणे वरील विपणन संयोग (Mix) घटकांचा विचार करून ठरविली जातात. सेवांची भिन्नता व उपभोक्त्यांच्या वाढत्या अपेक्षा लक्षात घेतल्या तर सेवांचे विपणन हे वस्तूंच्या विपणनापेक्षा गुंतागुंतीचे व विविधांगी आहे, हे लक्षात येईल.

उपभोक्त्याला मिळणाऱ्या सेवा या दृश्य व अदृश्य अशा दोन्ही स्वरूपाच्या असतात म्हणून सेवा विपणनात केवळ एकाच प्रकारचे म्हणजे बाह्य (external) विपणन पुरेसे नसते. त्याला अंतर्गत (internal) विपणन प्रयत्नाची जोड द्यावी लागते. तसेच या दोन्हीचा एकत्र संगम म्हणजे अन्योन्य (Interactive) विपणन लागतो, कारण उपभोक्त्याला प्रत्यक्ष जाणविणारे समाधान हे कर्मचाऱ्याचे कौशल्यामुळे प्राप्त होते.

बाह्य विपणनात सेवा पूर्वतयारी, किंमत ठरविणे, वितरण व जाहिरात ही कामे येतात. अंतर्गत विपणनात कर्मचारी प्रशिक्षण व संप्रेरण हे येते. तर अन्योन्य विपणनात कर्मचारी सेवा देण्यातील हातोटी (सफाईदारपणा) येते. उपभोक्ता सेवा प्रत्यक्ष अनुभवताना तांत्रिक कौशल्यापेक्षा सफाईदारपणाला महत्त्व देतात. उदा. सर्जन किंवा हेअर ड्रेसर

यांचा नावलौकिक हा त्यांच्या तांत्रिक पात्रतेपेक्षा 'हात'गुणावर, अनुभवावर आधारित असतो. उपभोक्त्याला सेवा मिळाल्यानंतर त्याला सेवा देणाऱ्याची गुणवत्ता समजते. या गुण प्रकारात देखील त्रिगुणत्व भरलेले असते- (१) कागदोपत्री गुण (search qualities) हे खरेदीपूर्वी पाहिले जाणारे (२) अनुभवलेले गुण (experience qualities) हे खरेदीनंतर, सेवा घेतल्यानंतर समजते (३) विश्वसनीयता गुण (credence qualities) सेवेनंतर हे गुण समजतील असे नाही परंतु हे गुण सेवांची खरेदी वारंवारता वाढवितात.

१२.४ भारतीय अर्थव्यवस्थेतील सेवा क्षेत्राचे महत्त्व

१९९१ नंतरच्या आर्थिक सुधारणा कालखंडात भारताचा आर्थिक विकास वेगाने सुरू आहे. त्याचे प्रमुख कारण म्हणजे 'सेवा क्षेत्र' होय. याच काळात कृषी आणि उद्योग क्षेत्राचा विकास मात्र कुंठित झाला. देशाच्या ढोबळ उत्पन्नात सेवाक्षेत्राचे महत्त्व वाढल्याचे गमक म्हणजे या क्षेत्राला राष्ट्रीय आर्थिक नियोजन व व्यवस्थापन कार्यक्रमात दिले गेलेले महत्त्व. गेल्या काही वर्षांपासून अंदाजपत्रक पूर्व आर्थिक पाहणी अहवालात सेवा क्षेत्रासाठी एक संपूर्ण प्रकरण दिले गेले आहे. या क्षेत्रातील गुंतवणूक, उत्पन्न रोजगार इ. संबंधी तपशील नियमितपणे प्रसृत होत आहे. ढोबळ राष्ट्रीय उत्पन्नातील (जीडीपी) सेवा क्षेत्राचा हिस्सा १९५०-५१ मध्ये ३०.५ टक्के होता तो २००९-१० मध्ये ५५.२ टक्के झाला. बांधकाम क्षेत्राचा समावेश केला तर हेच प्रमाण ६३.४ टक्के होते. (जागतिक व्यापार संघटनेच्या निकषानुसार बांधकाम क्षेत्र हे सेवा क्षेत्रात मोडते. परंतु, राष्ट्रीय वर्गीकरणानुसार ते सध्या दुय्यम उद्योगात आहे.)

खालील कोष्टकावरून विविध प्रकारच्या सेवेनुसार एकूण सेवा क्षेत्राचे योगदान समजून येईल.

सेवांचे वर्गीकरण	ढोबळ राष्ट्रीय उत्पादनातील हिस्सा % (वर्ष २००९-१०)

१. व्यापार, अतिथी सेवा उपाहारगृहे
  १.१ व्यापार
  १.२ अतिथ्य सेवा, उपाहारगृहे
	१६.३

२. वाहतूक, भांडार व्यवस्था आणि संचार सेवा
  २.१ रेल्वे
  २.२ अन्य प्रकारची वाहतूक
  २.३ भांडार व्यवस्था
  २.४ संचार सेवा
	७.८

३. वित्त, विमा, स्थावर संपत्ती आणि व्यावसायिक सेवा
  ३.१ बँकिंग व विमा
  ३.२ स्थावर संपत्ती (खाजगी मालकी) व्यावसायिक सेवा
	१६.७

४. सामूहिक, सामाजिक आणि व्यक्तिगत सेवा
  ४.१ सार्वजनिक प्रशासन आणि संरक्षण
  ४.२ अन्य सेवा
	१४.४

वरील कोष्टकावरून असे दिसते की, वित्त, विमा, स्थावर संपत्ती आणि व्यावसायिक सेवांचे जीडीपी मधील प्रमाण सर्वाधिक आहे (१६.७%), तर वाहतूक, भांडार व्यवस्था, संचार सेवा यांचे प्रमाण सर्वात कमी आहे (७.८%), अधिकृत आकडेवारीवरून असे दिसते की, २००९-१० नंतर सलग दोन वर्षे सेवांचा वृद्धिदर १०, १३ टक्के एवढा आहे. सन २००७-०८ च्या जागतिक आर्थिक अरिष्टांच्या पार्श्वभूमीवर तसेच कृषी व उद्योग क्षेत्राने निराशा करूनही भारताचा आर्थिक विकास दर 'डबल डिजीट' राहिला. याचे संपूर्ण श्रेय सेवा क्षेत्राला दिले जाते. जागतिक व्यापार संघटनेच्या अहवालानुसार भारत हा सेवांच्या निर्यातीत जगात आघाडीवर असून त्यातील व्यापार अधिक्य ३ वरून ५ टक्क्यांवर गेले आहे. (२०१२-१३ मध्ये

देखील अधिक्य दर स्थिर आहे. यावर्षी एकूण निर्यात व्यापारात घट आहे.)

एकूण रोजगार संधी व सेवाक्षेत्राचा हिस्सा :

सन २००४-०५ पासून प्राथमिक क्षेत्रातील रोजगार निर्मितीचे प्रमाण न्यून आहे. आर्थिक सुधारणांचा काळ हा म्हणून 'रोजगार विना' विकास काळ म्हणून ओळखला जातो. परंतु, रोजगार लवचिकता प्रमाण लावल्यास सेवाक्षेत्रातील रोजगार वाढले आहेत असे दिसून येईल. ही वाढ वाहतूक, भांडार व्यवस्था, संचार सेवा या गटात झाल्याचे दिसून आले आहे.

उत्पादकता वाढ व धोरणे

कृषी, उद्योग आणि सेवा क्षेत्रातील एकूण घटक उत्पादकता प्रमाण वाढल्याचे दिसून येते. परंतु, त्यातील सेवांचा वाटा अधिक आहे. प्रती माणशी उत्पादकता प्रमाण सेवा क्षेत्रांबाबत ३ ते ४ टक्के आहे. सेवाक्षेत्राच्या विकासाचे दृष्टीने १९९१ नंतर शासनाने अनेक उपाययोजना केल्या आहेत. त्यातील प्रमुख सुधारणा पुढीलप्रमाणे :

१) काही गटातील सेवांचे विनियंत्रण

२) थेट परकीय गुंतवणुकीला परवानगी (माहिती तंत्रज्ञान, बीपीओ, ई-कॉमर्स, आधारभूत सेवा इ. गटांसाठी १००% पर्यंत गुंतवणूक करता येते.)

३) राष्ट्रीय दूरसंचार धोरणे, ब्रॉड बँड धोरण (१९९४ - २००४)

४) प्रोत्साहनात्मक उपाय व धोरणे उदा. वीज, बांधकाम सवलती, स्वतंत्र वसाहतींना जागा इ. त्यात माहिती तंत्रज्ञान (IT) व माहिती तंत्रज्ञानाधिष्ठित सेवा (ITES), किरकोळ व्यापार, पर्यटन, बँका, विमा सेवा, स्थावर संपत्ती इ. उपप्रकार येतात.

समस्या व आव्हाने

सेवाक्षेत्राचे महत्त्व आपल्या देशात अनन्यसाधारण आहे. कृषी व उद्योग क्षेत्राच्या वाढीला असलेल्या मर्यादा, नैसर्गिक त्रुटी, प्रचंड लोकसंख्या इ. विविध कारणांमुळे सेवाक्षेत्रांच्या विकासाशिवाय रोजगार व स्वयंरोजगार संधींची निर्मिती होणार नाही. सेवाक्षेत्र हे 'लोकांचे क्षेत्र' म्हणून ओळखले जाते. त्यात कमी गुंतवणुकीत मोठी रोजगार निर्मिती शक्य होते. भारतात या क्षेत्राच्या विकासाच्या दृष्टीने निर्माण झालेल्या समस्या व आव्हाने पुढीलप्रमाणे सांगता येतील.

१) **आधारभूत साधन सुविधा** – वीज पुरवठा पूरक व्यावसायिक वातावरण.

२) **शैक्षणिक सोयींची वाढ** – तंत्र व व्यावसायिक शिक्षण, कौशल्याधारित शिक्षण हे सेवाक्षेत्राला गरजेचे आहे. प्रत्येक गटातील सेवा ही त्या क्षेत्रातील ज्ञान व शिक्षण यावर निर्भर असते.

३) **वेतन खर्चातील वाढ** – जागतिकीकरणामुळे ही वाढ होत आहे.

४) **शासकीय हस्तक्षेप** – सेवाक्षेत्राची वाढ ही उद्योजकीय-व्यवस्थापक पद्धतीने चांगली होते. लघु व मध्यम उद्योजकांना यात संधी असतात.

५) गुणवत्ता टिकवणे हे आव्हान असते.

सेवाक्षेत्रातील संधी

सेवाक्षेत्राच्या वाढीचे प्रमाण पाहिले असता सेवाक्षेत्राला अमर्यादित संधी आहेत. भारताची स्वत:ची मोठी बाजारपेठ अद्याप दुर्लक्षित आहे. भारतातील विविध राज्यांनी सेवाक्षेत्रात आघाडी घेतली आहे. (जीएसडीपी) ढोबळ राज्य उत्पन्नाचे आकडे पाहिले असता याची प्रचिती येते. दिल्ली, चंडीगढ, केरळ, महाराष्ट्र, बिहार, तमिळनाडू आणि प.बंगाल ही राज्ये आघाडीवर आहेत. राज्य सरकारनी स्वत:च्या राज्याच्या दृष्टीने सेवा धोरण व विकास उपाय योजना यावर भर दिला पाहिजे. सेवाक्षेत्र हे स्थानिकस्वरूपी आहे. त्यांची निर्मिती आणि उपभोग एकेठिकाणी होतो. तसेच सेवांच्या विकासामुळे कृषी व उद्योग क्षेत्रांचा विकास होऊ शकतो. आपल्यासारख्या पारंपरिक कृषी अर्थव्यवस्थेत प्राथमिक शेतीकडून आता दुय्यम स्तरावरील शेतीकडे गुंतवणूक वाढविली पाहिजे. त्या पातळीवर रोजगार निर्मिती होऊ शकते. ते क्षेत्र कृषी सेवा म्हणून ओळखले जाते. ग्रामीण क्षेत्रात रोजगार व स्वयंरोजगार संधी निर्माण झाल्या तर कृषीक्षेत्राचे योगदान वाढण्यास मदत होईल. विपणन दृष्टिकोन ठेऊन व्यवसायाची उभारणी करणे, तंत्रज्ञानाचा अवलंब करणे आणि नवनिर्मितीचा ध्यास ठेवणे या तीन गोष्टींमुळे सेवाक्षेत्रातील भारताचे श्रेष्ठत्व सिध्द होणार आहे. पर्यटनाचे दृष्टीने आपण 'अतुल्य भारत Incredible India' असे म्हणतो. आता आर्थिक विकासाच्या दृष्टीने 'Opportunity India भारताची संधी' असे म्हणावे लागेल.

आता सेवा व्यवसाय किंवा सेवा विज्ञान ही नवी ज्ञानशाखा उदयाला आली आहे. (संदर्भ आयबीएम रिसर्च). त्याचा उगम संगणक शास्त्र, ऑपरेशन्स रिसर्च, औद्योगिक अभियांत्रिकी, गणित, व्यवसाय व व्यवस्थापन शास्त्र, सामाजिक शास्त्रे, विधी या ज्ञानशाखेतून झाला आहे. याद्वारे तयार होणाऱ्या कौशल्यातून उच्च मूल्य असणाऱ्या BPTS (Business Performance Transformation Services) सेवांची बाजारपेठ तयार होत आहे. ही एक सुप्त क्रांती घडून येत असून त्यात व्यक्तिगत गुण, ज्ञान, बुद्धी व सांघिक वृत्ती महत्त्वाची आहे. संपूर्ण उद्योग व कृषी क्षेत्राचे प्राथमिक स्वरूप यामुळे सेवांत रूपांतरित होणार आहे. कोणतीही अर्थव्यवस्था आता पूर्णपणे कृषी किंवा औद्योगिक अर्थव्यवस्था राहणार नसून ती मूलत: Services Economy सेवांची अर्थव्यवस्था बनणार आहे.

प्रश्नसंच

१) **पुढीलपैकी एक योग्य पर्याय द्या.**

१) यापैकी कोणता घटक सेवांशी जोडला जात नाही?

(अ) समानता (ब) अविभाज्यता (क) अमूर्तता (ड) नाशवंतता

२) 'सेवा' हे असे कार्य किंवा फळ आहे की जे .... असते.

(अ) सकाम   (ब) निष्काम   (क) अदृश्य   (ड) प्राप्य

२) सेवा उद्योगात मालकीचे हस्तांतरण होत नाही मग त्यातील व्यवहार कोणता? तो कसा होतो?

३) सेवांचे प्रमुख प्रकार कोणते? सोदाहरण सांगा.

४) सेवांची अविभाज्यता म्हणजे काय? त्यामुळे विपणनाचे स्वरूप कसे बदलते?

५) **जोड्या जुळवा.**

गट-अ	गट-ब
पोस्ट ऑफिस	औद्योगिक सेवा
विद्यापीठ	व्यवसाय सेवा
ट्रान्सपोर्ट कंपनी	नफा नसलेल्या सेवा
सॉफ्टवेअर प्रणाली	शासकीय सेवा

६) सेवा विपणन संयोग (Services Marketing Mix) म्हणजे काय? त्यांची तत्त्वे व घटक वर्णन करा.

७) वस्तू आणि सेवा यातील फरक स्पष्ट करा.

८) **पुढील विधाने चूक की बरोबर ते सांगा.**

१) ब्युटी पार्लर मधील सेवा ही औद्योगिक सेवा प्रकारात मोडते.

२) वस्तू दुसऱ्याकडे सहज हस्तांतरित होतात.

३) सेवांची वाहतूक होत नाही.

४) सेवांना मोठी आंतरराष्ट्रीय बाजारपेठ लाभते.

५) सेवा ह्या अदृश्य स्वरूपात असल्याने विक्रयवृद्धी योजना आखणे अवघड ठरते.

९) भारतीय अर्थव्यवस्थेत सेवांचे महत्त्व या विषयावर एक टिपण तयार करा.

१०) सेवाक्षेत्रातील कारकीर्दविषयक संधी कोणत्या? त्यासाठी कोणती पूर्वतयारी लागते?

परिशिष्ट

CAREERS IN MARKETING & SALES

Are you good at coming up with original and innovative ideas? Do you enjoy working on challenging, and diverse projects? If yes, then you may wish to consider working in marketing or sales.

Marketing is all about results. It's a creative and dynamic discipline – and digital and direct marketing are the fastest growing sectors. Marketing helps to make a business visible in the marketplace, and identifies its customers. It involves a variety of disciplines including market research, product development, pricing, packaging, distribution and promotion (which includes advertising, direct marketing, sales and public relations [PR]).

Marketing roles exist in both the private and public sector, from charities to cosmetics companies, from transport to educational institutions – they and many other sectors, all recruit marketers! The range of organizations advertising for marketing roles at Oxford include: healthcare, energy services, software houses, retailers, aerospace, manufacturing (food, medical, chemical, metals, cars, personal care), charities, telecomms, communication consultancies, brand & marketing consultancies, media, customer relationship consultancies, biomedical, transport, language schools, publishing and Higher Education. There is emphasis on large manufacturers and brand consultancies.

WHAT TYPES OF JOBS ARE THERE?

Consumer Marketing Managers focus on fast-moving consumer goods (FMCGs) and they direct and co-ordinate sales teams, market researchers and brand managers in ensuring the success of marketing campaigns for the particular product or products they are managing. They focus on consumer advertising, promotion ideas for in-store and also brand development.

Brand Managers can be part of the general Consumer Marketing Manager's role or can be undertaken by specialist Brand Managers. This involves creating a specific set of 'meanings' and 'messages' associated with a product. These 'messages' may result from visual advertising, packaging, the distribution outlets, the price, and so on. The key is that the brand becomes the differentiator and makes the product clearly identifiable and desirable.

Industrial marketing is often called B2B (business to business) because its targets are other organisations. Industrial marketing can require a more complex, technical understanding of the products, as the range being marketed can vary from chemicals through to industrial equipment.

Sales roles can be applied to a wide range of products and environments. At the heart of marketing is the customer, but it is the sales sector that comes into direct contact with the customer; whether the actual consumer, another company, or retailer. The emphasis in sales is not only on acquiring new business and hitting sales targets, but also on developing ongoing relationships with customers and providing sales support. Consumer sales will often mean serving in a liaison role to large retailers and supermarkets, particularly the buyers within these organizations. Other more specialist sales are as include pharmaceutical sales, publishing and media sales, car sales and financial product sales. Senior sales managers in large organizations are extremely powerful and their relationships with their equally large global clients can determine millions of pounds of profit. Sales roles at this level can be more about coordinating multi-disciplinary teams to ensure the satisfaction of global retailers.

WHAT SKILLS DO I NEED ?

Marketing Managers should possess the following skills :
- The ability to plan, organize and manage teams of people.
- Strong analytical skills, including the ability to work with figures.
- Good communication skills, including presentation and interpersonal skills.
- Motivation to keep abreast of trends in the marketplace and to initiate change.
- Strong commercial awareness and a keen interest in the product or service being marketed.

Sales Managers should possess the following skills :
- High level communication skills, including the ability to persuade and negotiate.
- Being adept and effective at networking and building relationships with customers; be they big businesses or the general public.
- The ability to listen carefully to the customer and to use perceptive analysis to adapt sales techniques to customer needs.
- Determination.
- A strong competitive and commercial motivation and desire to reach and exceed targets.
- The ability to develop specialist knowledge of products or services on offer.
- Team management and the ability to motivate others.

WHAT ARE THE ENTRY POINTS ?

Graduates can consider postgraduate courses either specializing in marketing or mixed with more general business subjects, but this is by no means a requirement and may not secure a higher salary. Marketing recruiters typically value direct experience rather than further academic study. This is especially the case for sales, where postgraduate courses are even less likely to secure an advantage.

Entry into marketing can be through a number of highly competitive graduate training schemes. There are an increasing number of graduate training opportunities in consultancies specializing in brand management. Alternatively, look at opportunities to enter as a marketing assistant, offering lower level support to a marketing team, with the chance to move to a higher position after some experience. Indirect entry into marketing can sometimes be achieved through another route, such as sales.

Once you become a marketing or sales professional (or in some cases before) you are likely to be encouraged to study for professional qualifications.

Top Tip : Read up on the marketing mix – it's probably the most famous marketing term. Its elements form the basics of a 'marketing plan'. Also known as the '4 P's', the marketing mix elements are PRICE, PLACE, PRODUCT and PROMOTION.

HOW DO I GET EXPERIENCE?

Work experience is highly valued by marketing and sales recruiters. It demonstrates your commitment to and understanding of the role, and adds a new dimension to your CV and helps you make sure you are happy with your career choice. It is useful to get involved in marketing different social events at university, or assisting companies with casual promotion work. Many recruiters seek Campus Brand Managers to promote their organisation and products and this is a popular way to gain experience whilst at University. Sales experience can come from working as sales assistants to charity sales with organizations.

Developing an analytical approach to looking at the comparing brands will also help to develop your skills and knowledge. Even experience in retailing will be useful if you think about the marketing mix while you are there. Also consider speculative applications. The websites will provide some useful lists of organizations employing marketing professionals.

Companies recruiting for sales and marketing may also run courses during the holidays. So check for details on website. Sometimes courses are used as part of the selection process, and in some cases it is essential to attend the company's marketing course if you want to obtain a marketing job with them. Increasingly larger recruiters are making permanent offers after individuals complete work experience placements.

HOW DO I GET A JOB ?

The milkround is an important time for those wanting a role in marketing, or if you are interested in sales with a large multinational organizations. Some recruitment deadlines are as early as October and November. Some smaller marketing consultancies and sales opportunities not necessarily restricted to graduates, may come up all year round.

Good sources of vacancies are the News Papers, Magazines, Industry journals.

Sales vacancies are advertised widely throughout the national and local press. If you are interested in technical or trade sales, think about looking at relevant specialist journals or trade magazines.

The competition for places is intense and you need to be thoroughly prepared. If you are not successful with advertised opportunities, think about speculative applications using the employer information.

MAIN OCCUPATIONS :

- Advertising, Marketing and P. R. Brand Marketing Consultants
- Buying, Selling, retailing
- Market Research and statistical services.
- Manufacturing – Product development, Promotion
- Telecing, Telemarketing, Telesales, Telecaller

JOBS AND POSITIONS (By function and by location by experience)

- Marketing Representative
- Field service Representative
- Business Development Manager
- Territory Customer Support Manager
- Product Support Manager
- Regional Marketing Manager
- Website & Communication Manager
- Soft Tech Product Manager
- Digital Marketing Manager
- Internal Communication and Change Manager
- Research Manager
- Display Manager, Law officer, Events Manager

EXPERIENCE LEVEL :

Assistant, Executive, Analyst, Manager and Director

FIELDS :

Sales, P. R. & Media, Digital, Data & C.R.M.,
Research and consultancy Compaign Management
Business Development, Branding & Promotion
Account (Client) Management, Bidding

SECTOR VACANCIES AND OCCUPATION INFORMATION

- www.prospects.ac.uk
- www.targetjobs.co.uk

- www.jobs.ac.uk
- http://jobs.guardian.co.uk/
- www.jobs.telegraph.co.uk
- http://jobs.thetimes.co.uk/
- www.get.hobsons.co.uk/advice Hobson's Careers in Marketing Guide
- www.mad.co.uk useful articles on marketing
- www.brandrepublic.com articles on marketing, including career sections
- www.just-sell.com networking and training information website for sales professionals.
- www.getin2marketing.com CIM career partner scheme, information on getting into marketing and work experience.

SOCIAL MEDIA

FACEBOOK

Join us at www.facebook.com/oxfordcareers to get reminders of our major events straight to your newsfeed, as well as last-minute news from employers.

TWITTER

Want to know what those in your chosen field are talking about? Use Twitter to listen in on the conversation, find out about opportunities or ask questions. Start by following us at www.twitter.com/OxfordCareers to get careers related news and tips, and check out our lists to find a ready-made batch of interesting Twitter feeds for your chosen field. Twitter is also a great way of demonstrating your interest in a sector – there's a reason it's called 'micro-blogging'

LINKEDIN

If employers search for your name and university, a Linkedin page ensures they find what you want them to know. It's a place to showcase your skills and qualifications, and to get publically recommended by those you've worked with. It's also a phenomenal research tool to find people to contact, and learn about the background of those in your ideal job. There's a tailor-made user guide for students here : http://learn.linkedin.com/students/step-1/

पारिभाषिक शब्दसूची
(Glossary)

(1) **Communication** is an intercourse by words letters, symbols or messages and a way that one member shares meaning and understanding with another.

शब्द, अक्षरे आणि चिन्हे यांच्या साहाय्याने केलेले अंतरप्रवण म्हणजे **संज्ञापन** होय. या मार्गाने एक व्यक्ती दुसऱ्या व्यक्तीला अर्थ व समज अवगत करुन देते.

(2) **Consumer Market** is the sum total of all the goods and services purchased in a given period by all the inhabitants of a country or section.

देशातील सर्व किंवा एखाद्या भागाचे रहिवासी यांनी विशिष्ट कालावधीत (तिमाही, वर्ष इ.) खरेदी केलेल्या वस्तू आणि सेवा यांची एकूण बेरीज म्हणजे **उपभोक्ता बाजारपेठ** होय.

(3) **Direct Marketing** is the use of consumer direct channels to reach and deliver goods and services to customers without using marketing middlemen.

विपणन मध्यस्थाशिवाय 'प्रत्यक्ष-ते-उपभोक्ता' मार्गाने ग्राहकांना वस्तू व सेवा पोहोच करणे याला **प्रत्यक्ष विपणन** म्हणतात.

(4) **Fad - थेर**

A fad is unpredictable, short lived and without social, economic and political significance.

थेर म्हणजे सामाजिक, आर्थिक आणि राजकीय दृष्ट्या महत्त्वाची नसणारी अंदाज न करता येणारी, अल्पजीवी घटना किंवा गोष्ट.

(5) **Industrial or Business Market** is that part of total market which deals with raw materials, suppliers, partially fabricated goods, components, equipments, used by business for manufacturing or rendering services to the ultimate consumer.

औद्योगिक किंवा व्यावसायिक बाजारपेठ ही एकूण बाजारपेठेचा असा भाग की, ज्यामध्ये व्यावसायिक उत्पादनासाठी वापरला जाणारा कच्चा माल, अर्धोत्पादित वस्तू, सुटे भाग, उपकरणे इ. वस्तू तसेच अंतिम उपभोक्त्यापर्यंत पोहोचणाऱ्या सेवा यांचा समावेश होतो.

(6) **Integrated Marketing** is marketing when all company's departments work together to serve customer's interest.
एकात्मिक विपणन म्हणजे अशी व्यवस्था की, ज्यात कंपनीचे सर्व विभाग ग्राहकांचे हित साधण्यासाठी एकत्र काम करतात.

(7) **Interactive Marketing** is where company uses the interaction as an opportunity to up-sell, cross sell and deeper the relationship.
परस्पर मताने अधिक विक्री, संकरित विक्री आणि घनिष्ठ ग्राहक संबंध इ. संधींचा उपयोग करणे म्हणजे **अन्योन्य विपणन** होय.

(8) **Just-in-time Production** (JIT) consists of arranging for supplies to come into the factory at the rate that they are needed.
'जस्ट–इन–टाईम उत्पादन' म्हणजे कारखान्यात ज्याप्रमाणे आवश्यकता पडेल त्याचप्रमाणे मालाचा पुरवठा होत राहील याची तजवीज करणे.

(9) **Market** is a place where buyers and sellers are involved in exchange process. The size of the market depends on number of persons having unsatisfied needs and potentially capable of doing the exchange.
बाजारपेठ म्हणजे असे ठिकाण की जेथे खरेदीदार आणि विक्रेते विनिमय प्रक्रियेत गुंतलेले असतात. बाजारपेठेचा आकार हा असमाधानी गरजा तसेच विनिमय करण्यास सक्षम असणाऱ्या व्यक्ती यावर बाजारपेठेचे आकारमान अवलंबून असते.

(10) **Marketing** is a social process by which individuals and groups obtain what they need and want through creating, offering and freely exchanging products and services of value with others.
विपणन ही एक सामाजिक प्रक्रिया आहे, ज्यायोगे मूल्य देऊन उत्पादन, देवाण घेवाण, मुक्त विनिमय याद्वारे व्यक्ती व समूह आपल्या गरजा व आवशकतांची पूर्तता करतात. (Market हा शब्द मूळ लॅटिन mexx, mercis या संज्ञेवरून आला असून त्याचा अर्थ merchandis आला आहे.)

(11) **Market Logistics** involves planning the infrastructure to meet demand, then implementing and controlling the physical flows of materials and final goods from points of origin to points if use, to customer requirements at a profit.

पणन आपूर्ती म्हणजे मागणी भागविण्यासाठी आधारभूत साधनरचना आखणे आणि त्यानंतर ग्राहकाच्या आवशकतांची नफादायक पूर्तता करण्याच्या उद्देशाने माल व उत्पादित वस्तू यांच्या उगमापासून ते उपयोगापर्यंतचा प्रवाह सुकर व नियंत्रित करणे होय.

(12) **Marketer** is someone seeking response from another party called prospect.

विपणनकर्ता (विपणनदार) म्हणजे अशी व्यक्ती, संस्था, कंपनी जी दुसऱ्या कोणीतरी (व्यक्ती, संस्था, कंपनी) 'प्राप्य' कडून प्रतिसादाची अपेक्षा करीत असते.

(13) **Mega Trends -** नवीन प्रथा

The **mega trends** are large social, economic, political and technological changes that are slow to form and once in place they influence us for some time between seven and ten years or longer

नवीन प्रथा म्हणजे मोठे सामाजिक, आर्थिक, राजकीय आणि तंत्रज्ञान विषयक बदल की, ज्यांची सुरुवातीला मंद गती असते; पण एकदा ते अवतरले की, त्यांचा पुढील ७ ते १० वर्षे किंवा त्यापेक्षा अधिक काळ आपल्यावर प्रभाव पाडतात.

(14) **Meta Market** is a cluster of complementary products and services that are closely related in the minds of consumers but are spread across a diverse set of industries.

पृथक बाजारपेठ म्हणजे, विविध उद्योगातील परंतु उपभोक्त्यांच्या मनात परस्परानुवर्ती म्हणून घर केलेल्या विविध वस्तू व सेवा यांचा समूह होय.

(15) **Needs** are the basic human requirements like food, clothing and shelter to survive. People also have strong needs for recreation, education and entertainment. Marketers do not create needs.

अन्न, वस्त्र आणि निवारा यासारख्या जगण्यासाठी आवश्यक असणाऱ्या मानवी गोष्टी यांना **गरजा** म्हणतात. हल्ली विरंगुळा, शिक्षण आणि करमणूक यादेखील तीव्र गरजा असतात. विपणन गरजा निर्माण करीत नाहीत.

(16) **Product or Service** is a value proposition, a set of benefits offered to customers to satisfy their needs.

ग्राहकांच्या गरजा भागविण्यासाठी तयार केलेल्या लाभांचे मूल्यरूप प्रस्ताव म्हणजे **वस्तू किंवा सेवा** होय.

(17) (to) **sell विक्री** करणे (पैसे घेऊन देणे). Sale विक्री, Saleable विकाऊ, Sales विक्रय विक्री, Salesman विक्रेता, Salesmanship विक्रयकला, (विक्रेयता) (Sell हा शब्द जुन्या इंग्रजी Sellan = to give या शब्दाचे सुधारित रूप आहे.)

(18) **Supply Chain Management** (SCM) involves procuring the right inputs (raw materials, components and capital equipment); converting them efficiently into finished products and dispatching them to the final destination.

पुरवठा साखळी व्यवस्थापन (एस.सी.एम.) म्हणजे योग्य निवेश (कच्चा माल, सुटेभाग आणि भांडवली साधने) प्राप्त करून त्यांचे कार्यक्षमरीत्या तयार वस्तुमध्ये रूपांतर घडवून आणणे आणि नंतर अंतिम ठिकाणी (वितरकांकडे) पाठवणी करणे होय.

(19) **Transaction** is a trade or exchange of values between two or more parties.

दोन किंवा अधिक पक्षांमध्ये झालेले मूल्यांचे विनिमय किंवा त्यांचा व्यापार म्हणजे **व्यवहार** होय.

(20) **Trend**

A trend is a sequence of events that has some momentum and durability

कल म्हणजे थोड्याफार प्रमाणात गती आणि टिकाऊपणा असलेला घटनाक्रम.

(21) **Value** is a ratio between what the customer gets (benefits) and what he gives (costs)

मूल्य म्हणजे ग्राहकाला प्राप्त झालेले लाभ आणि त्याने मोजलेले दाम यांतील प्रमाण.

(22) **Wants** are the demands from specific products backed by an ability to pay. Wants are shaped by one's society.

खर्च करण्याच्या क्षमतेसह वाटणारी **आवश्यकता** म्हणजे मागणी होय. 'आवश्यकता' समाजाकडून घडविल्या जातात.

संदर्भ सूची

1.	Marketing Management	Macmillan Publication	V.S. Ramaswamy S. Namakumari
2.	Principals of Marketing	Prentice - Hall of India Pvt. Ltd.	Philip Kotler Gary Aramstrong
3.	Rural Marketing	Dorling Kindersley (India) Pvt. Ltd. Pearson	Pradeep Kashyap
4.	Marketing Management	Himalaya Publishing House	Dr. K. Karuna Karan
5.	Marketing in India	Vikas Publishing House	S. Neelamegham
6.	Basics of Marketing Management	S. Chand	Dr. R. B. Rudani
7.	Services Marketing	Himalaya Publishing House	V. Venugopal Raghu V. N.
८.	विपणन-तत्त्वे आणि पद्धती	महाराष्ट्र विद्यापीठ ग्रंथ निर्मिती मंडळ, नागपूर	डॉ. श्री. वि. कडवेकर
९.	विपणन व्यवस्थापन	डायमंड पब्लिकेशन्स, पुणे	डॉ. श्री. वि. कडवेकर
१०	आंतरराष्ट्रीय विपणन	डायमंड पब्लिकेशन्स, पुणे	डॉ. श्री. वि. कडवेकर
11.	Services Science - a new academic discipline	IBM Research	
12.	India in Transition	Jagdish Bhagwati	
13.	India Development Report	Kirit Parikh & R. Radhakrishnan	

पुणे विद्यापीठाच्या प्रथम वर्ष कला व वाणिज्य शाखेच्या सुधारित अभ्यासक्रमानुसार (२०१३-१४) नामवंत लेखकांनी लिहिलेली उपयुक्त क्रमिक पुस्तके. तसेच महाराष्ट्रातील इतर सर्व विद्यापीठांना उपयुक्त.

(एफ.वाय.बी.कॉम.)

१) व्यावसायिक अर्थशास्त्र	डॉ. एस. व्ही. ढमढेरे डॉ. एस. जी. शिंदे
२) विपणनशास्त्र आणि विक्रयकला (विपणनशास्त्राची मूलतत्त्वे)	डॉ. एस. व्ही. कडवेकर
३) व्यावसायिक पर्यावरण व उद्योजकता	प्रा. रवींद्र कोठावदे
४) कार्यालयीन संघटन-कौशल्ये	डॉ. जगदीश लांजेकर
५) ग्राहक संरक्षण व व्यावसायिक नीतिमूल्ये	डॉ. जगदीश लांजेकर
6) Financial Accounting	Prof. Vaishali Apte Prof. Suresh Bhirud Prof. Bhaskar Naphade
7) Business Economics	Prof. Vaishali Apte
8) Marketing and Salesmanship (Fundamentals of Marketing)	Dr. S. V. Kadavekar
9) Business Environment & Entrepreneurship	Prof. Ravindra Kothavade
10) Business Mathematics and Statistics	

(एफ.वाय.बी.ए.)

१) भारतीय अर्थव्यवस्था : समस्या व भवितव्य (Indian Economy : Problems and Prospects)	प्रा. डॉ. सतीश श्रीवास्तव
२) भारतीय शासन व राजकारण (Indian Government and Politics)	प्रा. नितीन बिरमल प्रा. वैशाली पवार
३) सामान्य मानसशास्त्र (General Psychology)	प्रा. मुकुंद इनामदार प्रा. केशव गाडेकर डॉ. अनिता पाटील
४) समाजशास्त्र परिचय (Introduction to Sociology)	प्रा. पी. के. कुलकर्णी
५) छत्रपती शिवाजी महाराज आणि शिवकाल : (सन १६३०-१७०७) (Chhatrapati Shivaji Maharaj and his times : 1630 - 1707)	डॉ. गणेश राऊत
६) भूरूपशास्त्राची मूलतत्त्वे (Elements Of Geomorphology)	श्रीकांत कार्लेकर, अ. वि. भागवत
७) आधुनिक भारतीय राजकीय विचार (Modern Indian Political Thought)	डॉ. प्रकाश पवार

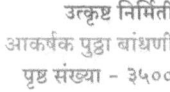

टिपा